സംവരണവും ഭരണഘടനയും

Samvaranavum Bharanaghadanayum
Study

S R Nandakumar

CHINTHA PUBLISHERS
Thiruvananthapuram

First Edition
October 2022

Typesetting and Published
Chintha Publishers, Thiruvananthapuram

Cover Design
Vinod Mangoes

ISBN : 978-93-93468-58-1

CO - 3175 / 6172

Email: chinthapublishers@gmail.com
Website: www.chinthapublishers.com

A version is available at National Libraries
Kolkata, Mumbai, Chennai and Delhi

Distribution
DESHABHIMANI BOOKHOUSE
H O Thiruvananthapuram 695035

Branch
Head Office Kunnukuzhi • Statue Thiruvananthapuram
KSRTC Bus Terminal Thampanoor • Saphalyam Complex Thiruvananthapuram
KSRTC Bus Station Alappuzha • KSRTC Bus Station Ernakulam
Machingal Lane Thrissur • IG Road Kozhikode
Mavoor Road Kozhikode • NGO Union Building Kannur
Central Bus Terminal Complex Thavakkara Kannur

സംവരണവും ഭരണഘടനയും

എസ് ആർ നന്ദകുമാർ

ചിന്ത പബ്ലിഷേഴ്സ്
തിരുവനന്തപുരം-695 035

എസ് ആർ നന്ദകുമാർ

1991 ൽ തിരുവനന്തപുരത്ത് ജനിച്ചു. പട്ടം സെന്റ് മേരീസ് സ്കൂൾ, എസ് എം വി ഗവൺമെന്റ് സ്കൂൾ, മാർ ബസേലിയോസ് എഞ്ചിനീയറിങ് കോളേജ് എന്നിവിടങ്ങളിലായി വിദ്യാഭ്യാസം. മനുഷ്യാവകാശം, സമ്പദ്‌വ്യവസ്ഥ, രാഷ്ട്രീയം തുടങ്ങിയ വിഷയങ്ങളിൽ വിവിധ ആനുകാലികങ്ങളിൽ ലേഖനങ്ങൾ പ്രസിദ്ധീകരിച്ചിട്ടുണ്ട്.

ഫോൺ : 9809718859.

ഉള്ളടക്കം

പ്രസാധകക്കുറിപ്പ്

ഇന്ത്യയിൽ സംവരണം ഒരു ജാതിപ്രശ്നവും അതേസമയം രാഷ്ട്രീയ പ്രശ്നവുമാണ്. സംവരണത്തിനുവേണ്ടിയുള്ള സമരത്തിന്റെ ചരിത്രം അതിന്റെ ആശയത്തെയും ലക്ഷ്യത്തെയുംകുറിച്ചുള്ള സംവാദങ്ങളുടെ ചരിത്രം കൂടിയാണ്. സമത്വം എന്ന ആശയത്തെ പ്രശ്നവല്ക്കരിക്കുന്ന വ്യവഹാരമാണ് സംവരണം. സാമൂഹ്യ നീതിയുമായി ബന്ധപ്പെട്ടാണ് സംവരണം എന്ന ആശയം വ്യവഹരിക്കപ്പെടുന്നത്. ചരിത്രപരമായ കാരണങ്ങളാൽ വിവിധ ജാതി സമൂഹങ്ങളുടെ വികാസം സമതുലിതമായിരുന്നില്ല. ജാതിപരമായ ഉച്ചനീചത്വങ്ങൾ സാമൂഹ്യാചാരങ്ങൾ എന്ന നിലയിൽ ഉറപ്പിക്കപ്പെട്ട ഒരു രാജ്യത്ത് മറിച്ച് സംഭവിക്കുവാൻ ഇടയില്ലല്ലോ. വിദ്യാഭ്യാസത്തിലും തൊഴിലിലും സംവരണം സംബന്ധിച്ച ഭരണഘടനാ വകുപ്പുകളുടെയും ചട്ടങ്ങളുടെയും അതു സംബന്ധിച്ച് കേസുകളുടെയും പ്രായോഗികാനുഭവങ്ങളുടെയും പരിശോധനയാണീ പുസ്തകം നിർവ്വഹിക്കുന്നത്. സംവരണത്തെ അനുകൂലിച്ചും എതിർത്തും ഉയർത്തപ്പെട്ട വാദമുഖങ്ങൾക്ക് ഈ പുസ്തകത്തിൽ ഇടമുണ്ട്. സംവരണത്തിന്റെ ചരിത്രവും വർത്തമാനവും മനസ്സിലാക്കാൻ ശ്രമിക്കുന്ന ഒരാൾക്ക് വേണ്ടത്ര വിവരണങ്ങളും വിശകലനങ്ങളും ലഭ്യമാകുന്ന രീതിയിലാണ് ഗ്രന്ഥകാരൻ ഈ പുസ്തകം ക്രമീകരിച്ചിരിക്കുന്നത്.

ചിന്ത പബ്ലിഷേഴ്സ്

ആമുഖം

ഇന്ത്യൻ ഭരണഘടനയിലെ സംവരണവുമായി ബന്ധപ്പെട്ട വ്യവസ്ഥകളുടെ വിവരണവും വിശകലനവുമാണ് ഈ പുസ്തകത്തിൽ അവതരിപ്പിക്കുന്നത്. സംവരണത്തിന്റെ ചരിത്രപശ്ചാത്തലം, അതിന് അടിത്തറ നല്കുന്ന ഭരണഘടനാവ്യവസ്ഥകൾ, ജാതിയും പിന്നോക്കാവസ്ഥയും തമ്മിലുള്ള ബന്ധം, സംവരണവുമായി ബന്ധപ്പെട്ട കേസുകളും സുപ്രീം കോടതി വിധികളും, സാമ്പത്തിക സംവരണത്തിന്റെ യുക്തി തുടങ്ങിയവയെല്ലാം ഇതിൽ ചർച്ച ചെയ്യപ്പെടുന്നുണ്ട്. ഭരണഘടനയിൽ ഉൾപ്പെടുത്തപ്പെട്ട കാലം മുതല്ക്കു തന്നെ നിരന്തരം ചർച്ച ചെയ്യപ്പെട്ടുപോരുന്ന ഈ വിഷയത്തിൽ ഇന്നും പലരെയും തെറ്റിദ്ധാരണകളും മുൻവിധികളുമാണ് നയിക്കുന്നത് എന്ന് കാണാം.

ഗെയിൽ ഓംവെദ് നിരീക്ഷിച്ചതുപോലെ, സംവരണത്തിനു വേണ്ടിയുള്ള സമരത്തിന്റെ ചരിത്രം അതിന്റെ അർത്ഥത്തെയും ലക്ഷ്യത്തെയും കുറിച്ചുള്ള സംവാദങ്ങളുടെ ചരിത്രം കൂടിയാണ്. സമത്വം എന്ന ആശയത്തെ പ്രശ്നവല്ക്കരിക്കുന്ന വ്യവഹാരമാണ് സംവരണം. സംവരണം സമത്വത്തിന്റെ ലംഘനമാണ് എന്ന് സംവരണവിരോധികൾ വാദിക്കുമ്പോൾ സമത്വം എന്ന ആശയത്തിന്റെ വ്യാപനവും അതിന്റെ പൂർണ്ണമായ സാക്ഷാൽക്കാരത്തിന്റെ ഉപാധിയുമെന്ന നിലയിലാണ് സംവരണാനുകൂലികൾ അതിനെ നോക്കി കാണുന്നത്. അവരിൽത്തന്നെ ചിലർക്ക് സംവരണം പിന്നോക്ക ജാതിക്കാരോട് ചെയ്ത ചരിത്രപരമായ അനീതിക്കുള്ള പ്രായശ്ചിത്തമാണ്. സാമൂഹ്യശാസ്ത്രജ്ഞനായ മാർക്ക് ഗാലന്റർ 'പ്രായശ്ചിത്തപരമായ വിവേചനം' (Compensatory Discrimination) എന്ന് അതിനെ വിശേഷിപ്പിക്കാൻ കാരണമിതാണ്. എന്നാൽ മറ്റുചിലർ പ്രത്യേകിച്ചും പിന്നോക്കജാതികളിൽ പെടുന്നവർ തങ്ങളുടെ അവശത

യിലേക്കല്ല, ചില സവിശേഷ സമുദായങ്ങൾ അധികാരസ്ഥാനങ്ങൾ തങ്ങളുടെ കുത്തകയാക്കിവെച്ചിരിക്കുന്നതിലേക്കാണ് ശ്രദ്ധ ക്ഷണിക്കുന്നത്. 'ഇന്ത്യയിൽ മാത്രമാണ് ഒരു ധൈഷണിക വർഗ്ഗം, കൃത്യമായി പ്പറഞ്ഞാൽ ബ്രാഹ്മണർ, വിദ്യാഭ്യാസം തങ്ങളുടെ കുത്തകയാക്കുക മാത്രമല്ല താഴ്ന്ന ജാതിക്കാർ വിദ്യാഭ്യാസമാർജ്ജിക്കുന്നത് കുറ്റകരമാക്കുകയും അതിനു മുതിരുന്നവരുടെ നാവറുക്കുകയും ചെവിയിൽ ഈയം ഉരുക്കിയൊഴിക്കുകയുംചെയ്തത്' എന്ന് അംബേദ്കർ എഴുതിയിട്ടുണ്ട്. വരേണ്യ സമുദായങ്ങൾ കൈയടക്കി വെച്ചിരുന്ന ഉദ്യോഗങ്ങളിലും വിദ്യാഭ്യാസത്തിലും പിന്നോക്ക ജാതിക്കാർക്കും അർഹമായ പ്രാതിനിധ്യം ഉറപ്പുവരുത്തുകയാണ് സംവരണത്തിന്റെ ലക്ഷ്യമായി അവർ കരുതുന്നത്. ആ അർത്ഥത്തിൽ വിപരീതവിവേചനം (Reverse Discrimination) എന്നും സംവരണം വിശേഷിപ്പിക്കപ്പെടുന്നു. ആദ്യത്തേത് മുകളിൽ നിന്നുള്ള കാഴ്ചപ്പാടാണ്. രണ്ടാമത്തേത് താഴെ നിന്നുള്ളതും.

കൊളോണിയൽ കാലത്ത് ബ്രിട്ടീഷ് ഇന്ത്യയിലും നാട്ടുരാജ്യങ്ങളിലും സംവരണം അതിന്റെ പ്രാക് രൂപത്തിലെങ്കിലും നടപ്പിലാക്കിയിരുന്നത് പിന്നോക്ക ജാതിക്കാരുടെ സാമൂഹികോദ്ധാരണത്തിന്റെ ഭാഗമായിട്ടായിരുന്നു. എന്നാൽ ഭരണഘടനയിൽ ഉദ്യോഗ സംവരണവ്യവസ്ഥകൾ ഉൾപ്പെടുത്തിയിരിക്കുന്നത് സർക്കാർ സർവ്വീസിൽ മതിയായ പ്രാതിനിധ്യമില്ലാത്ത പിന്നോക്കവിഭാഗങ്ങൾക്ക് അതുറപ്പുവരുത്തി സാമൂഹികനീതി എന്ന ഭരണഘടനാ ലക്ഷ്യം കൈവരിക്കുന്നതിനുവേണ്ടിയാണ്. അതുകൊണ്ടുതന്നെ സാമൂഹ്യമായ പിന്നോക്കാവസ്ഥയാണ് സംവരണത്തിന് അർഹത നേടുന്നതിന്റെ മുന്നുപാധി, അല്ലാതെ ജാതിയല്ല. പലരും തെറ്റിദ്ധരിച്ചിരിക്കുന്നതുപോലെ ഭരണഘടന ജാതിസംവരണത്തിന് ബ്ലാങ്ക് ചെക്ക് എഴുതി നല്കിയിട്ടില്ല എന്നർത്ഥം. സാമൂഹ്യമായ പിന്നോക്കാവസ്ഥ വിദ്യാഭ്യാസപരമായ പിന്നോക്കാവസ്ഥയ്ക്കും തുടർന്ന് സാമ്പത്തികമായ പിന്നോക്കാവസ്ഥയ്ക്കും കാരണമാകുന്നു. സാമൂഹ്യമായ പിന്നോക്കാവസ്ഥയുടെ ഏറ്റവും പ്രധാനമായ കാരണം ജാതിവ്യവസ്ഥയിലെ താഴ്ന്ന സ്ഥാനമാണ് എന്നതുകൊണ്ട് ജാതിയെ പിന്നോക്കാവസ്ഥ നിർണ്ണയിക്കാനുള്ള മാനദണ്ഡങ്ങളിലൊന്നായി പരിഗണിക്കാം എന്നു മാത്രം. ഒരു ജാതിയിലെ അംഗങ്ങൾ മുഴുവൻ നിശ്ചിതമാനദണ്ഡങ്ങൾ പ്രകാരം പിന്നോക്കക്കാരായി നിർണ്ണയിക്കപ്പെട്ടാൽ ആ ജാതിക്ക് സംവരണം നല്കുന്നതിനും തടസ്സമില്ല. ആ വിഭാഗത്തിന് സംവരണം ചെയ്ത സീറ്റുകൾക്ക് പുറമേ ജനറൽ സീറ്റുകളിലേക്ക് തിരഞ്ഞെടുക്കപ്പെടാനും അതിലെ അംഗങ്ങൾക്ക് അർഹതയുണ്ടാവും. എന്നാൽ ചില അംഗങ്ങൾ ആ സമുദായത്തിന്റെ പൊതുസാമൂഹ്യ നിലവാരത്തേക്കാളും വളരെയധികം മുന്നേറിയാൽ അവരെ സംവരണത്തിൽനിന്നും ഒഴിവാക്കാൻ ഭരണകൂടത്തിന് അധികാരമുണ്ട്. സംവരണത്തിന്റെ താങ്ങില്ലാതെ തന്നെ അവസരങ്ങൾ കൈയെത്തിപ്പിടിക്കാൻ കഴിവുള്ളവരെ ഒഴിവാക്കാത്ത പക്ഷം, ആ സമുദായത്തിലെ യഥാർത്ഥ പിന്നോക്കക്കാരുടെ അവസര

മാണ് കവർന്നെടുക്കപ്പെടുന്നത് എന്നതുകൊണ്ടാണിത്. എന്നാൽ സംവരണം നടപ്പിലാക്കുന്നതിലൂടെ ജാതി ദൃഢീകരിക്കപ്പെടുമെന്നാണ് ചിലർ കരുതുന്നത്. ജാതിയും അത് സൃഷ്ടിച്ച പിന്നോക്കാവസ്ഥയും നിലനില്ക്കുന്നതുകൊണ്ടാണ് സംവരണം അനിവാര്യമായത്. അല്ലാതെ തിരിച്ചല്ല. ജാതിയെ പരിപോഷിപ്പിക്കലോ ഉന്മൂലനം ചെയ്യലോ സംവരണത്തിന്റെ ലക്ഷ്യമല്ല.

പിന്നോക്ക സംവരണത്തിനായി വാദിക്കുന്നവർ സാമ്പത്തിക സംവരണത്തിനെതിരെയും സാമ്പത്തിക സംവരണത്തിനായി വാദിക്കുന്നവർ പിന്നോക്ക സംവരണത്തിനെതിരെയും വാളെടുക്കുന്നതാണ് നാം കണ്ടുവരുന്നത്. ഈ രണ്ട് സംവരണങ്ങളുടെയും അടിസ്ഥാനയുക്തി വ്യത്യസ്തമാണ് എന്നതാണ് സത്യം. ആദ്യത്തേതിന്റെ ലക്ഷ്യം തുല്യതയും സാമൂഹ്യനീതിയുമാണ് എങ്കിൽ രണ്ടാമത്തേതിന്റേത് സമൂഹ്യക്ഷേമവും സാമ്പത്തിക നീതിയുമാണ്. ഇവ രണ്ടും സാമൂഹ്യപുരോഗതിക്ക് ഒരുപോലെ പ്രധാനപ്പെട്ടതുമാണ്. ഒന്നിനുവേണ്ടി മറ്റേത് ബലികഴിക്കേണ്ട ആവശ്യമില്ല എന്ന് സ്ഥാപിക്കാൻ ഈ പുസ്തകത്തിൽ ശ്രമിച്ചിട്ടുണ്ട്.

2020 ലെ കൊവിഡ് ലോക്ക്ഡൗൺ കാലത്താണ് ഈ പുസ്തകം എഴുതാൻ തുടങ്ങിയത്. അതുകൊണ്ടുതന്നെ ഗൂഗിൾ ബുക്സ്, ഇന്ത്യൻ കാനൂൺ, ശോധ്ഗംഗ തുടങ്ങിയ ഓൺലൈൻ സ്രോതസ്സുകളെ കൂടുതലായി ആശ്രയിക്കേണ്ടി വന്നിട്ടുണ്ട്. എന്നിരുന്നാലും ഈ വിഷയം കഴിയാവുന്നിടത്തോളം സമഗ്രമായും ലളിതമായും അവതരിപ്പിക്കാൻ ശ്രമിച്ചിട്ടുണ്ട്. കൂടുതൽ ചർച്ചകൾക്കായി ഈ പുസ്തകം കേരളീയ വായനാസമൂഹത്തിനു മുൻപാകെ സമർപ്പിക്കുന്നു.

എസ് ആർ നന്ദകുമാർ

സംവരണത്തിന്റെ ചരിത്രപശ്ചാത്തലം

സംവരണത്തിന്റെ ചരിത്രം ഇന്ത്യൻ സമൂഹത്തിൽ രൂഢമൂലമായിരുന്ന ജാതിവ്യവസ്ഥയുടെ ചരിത്രത്തോട് കെട്ടുപിണഞ്ഞു കിടക്കുന്ന ഒന്നാണ്. മനുഷ്യരെ ശുദ്ധിയുടെ അവരോഹണക്രമത്തിൽ വിന്യസിക്കുന്ന അത്യന്തം ഹീനമായ ഒരു സാമൂഹ്യസ്ഥാപനമാണത്. ഏറ്റവും കൂടുതൽ ആചാരശുദ്ധി അവകാശപ്പെടുന്ന ജാതികൾ അധികാരത്തിന്റെയും സമ്പത്തിന്റെയും കുത്തക കൈയടക്കുകയും ആചാരശുദ്ധി കുറഞ്ഞവരെന്നു മുദ്ര കുത്തപ്പെട്ടവർ ചവിട്ടിത്താഴ്ത്തപ്പെടുകയും ചെയ്യുന്ന ശ്രേണീബദ്ധമായ ഒരു സമൂഹത്തെയാണ് അത് സൃഷ്ടിച്ചത്. അതിന്റെ നിലനില്പിന് താങ്ങായി രണ്ടു ഘടകങ്ങൾ കൂടി പ്രവർത്തിച്ചിരുന്നു: സമജാതി വിവാഹം (endogamy), കുലത്തൊഴിൽ എന്നിവയായിരുന്നു അവ. ഒരു സവിശേഷ ജാതിയിൽ ജനിക്കപ്പെടുന്ന വ്യക്തി ആ ജാതിയിൽ നിന്നുമാത്രം വിവാഹം കഴിക്കാനും ആ ജാതിയുടേതായി ധർമ്മശാസ്ത്രങ്ങൾ നിഷ്കർഷിക്കുന്ന തൊഴിൽ മാത്രം ചെയ്യാനും ബാദ്ധ്യതപ്പെട്ടിരുന്നു. മാന്യതയും സാമൂഹികാംഗീകാരവുമുള്ള തൊഴിലുകൾ സ്വാഭാവികമായും മേൽജാതിക്കാർക്കും കായികാദ്ധ്വാനം വേണ്ടതും നിന്ദ്യമെന്നു കരുതപ്പെടുന്നതുമായ തൊഴിലുകൾ കീഴ്ജാതിക്കാർക്കുമായി വേർതിരിച്ചു കൊടുക്കുന്ന ജാതിവ്യവസ്ഥ ഒരു തരത്തിൽ തൊഴിൽ സംവരണം തന്നെയാണ് നടപ്പിലാക്കിയത്. ജന്മസിദ്ധവും ഒരുവന്റെ അസ്തിത്വത്തെ നിർണ്ണയിക്കുന്നതും സമൂഹത്തിൽ സ്ഥാനം കല്പിച്ചു കൊടുക്കുന്നതുമായ ജാതിയിൽനിന്ന് ഒരാൾക്കും പുറത്തുകടക്കാൻ കഴിയുമായിരുന്നില്ല. അണുവിട തെറ്റാതെ പാലിച്ചുപോന്ന ആചാരക്രമങ്ങളും ധർമ്മശാസ്ത്രങ്ങളും ദണ്ഡനമുറകളും അധി

കാരസ്ഥാപനങ്ങളും സർവ്വോപരി സമജാതി വിവാഹവും കുല ത്തൊഴിലിലിലുള്ള നിഷ്ഠയും ജാതിയുടെ അടച്ചുറപ്പിനെ നൂറ്റാണ്ടുകളോളം സംരക്ഷിച്ചു പോന്നു.

വൈദികകാലത്തിനുശേഷം ഇന്ത്യയിലേക്ക് കടന്നുവന്ന ശകരും കുശാനരും ഇന്തോഗ്രീക്കുകാരുമടക്കമുള്ള വിദേശശക്തികളൊന്നും ജാതിവ്യവസ്ഥയുടെ പ്രാരംഭ കാലമായിരുന്നിട്ടുകൂടി അതിന് ശക്തമായ വെല്ലുവിളി ഉയർത്തിയിരുന്നില്ല. വൈദികമതത്തിനെതിരായി രൂപം കൊണ്ട ശ്രമണമതങ്ങളാകട്ടെ കാലക്രമേണ ക്ഷയിച്ച് തകർന്നടി യുകയും ചെയ്തു. ജാതിവ്യവസ്ഥ ദൃഢീകരിക്കപ്പെട്ട ഗുപ്തകാലഘട്ട ത്തിനുശേഷം ഒരു സഹസ്രാബ്ദത്തോളം വലിയ പരിക്കുകളില്ലാതെ അത് നിലനിന്നു എന്നത് അതിന്റെ ആന്തരികമായ വഴക്കത്തെയാണ് സൂചിപ്പിക്കുന്നത്. മദ്ധ്യകാലഘട്ടത്തിൽ തുർക്കി, അഫ്ഗാൻ രാജ വംശങ്ങളും മുഗളന്മാരും മറ്റു മുസ്ലിം രാജവംശങ്ങളും ഉത്തരേന്ത്യയും ഡെക്കാനും ഭരിച്ചിട്ടുകൂടി ജാതിവ്യവസ്ഥയുടെ സാമൂഹികാടിത്തറ ഇളക്കം തട്ടാതെ തുടർന്നു. ജാതിവ്യവസ്ഥയ്ക്ക് നിലനില്ക്കാൻ ഭരണകൂടാധികാരം അനിവാര്യമല്ലെന്നതിന്റെ തെളിവായിരുന്നു അത്.

ജാതിവ്യവസ്ഥയ്ക്ക് ആദ്യമായി ശക്തമായ വെല്ലുവിളി ഉയർത്ത പ്പെട്ടത് ഇന്ത്യയിലേക്കുള്ള പാശ്ചാത്യരുടെ വരവോടെയാണ്. കച്ചവട ത്തിനുവേണ്ടി ഇന്ത്യയിലെത്തിയ യൂറോപ്യൻ ശക്തികൾ തദ്ദേശീയ രാജാക്കന്മാരുടെ പടലപ്പിണക്കങ്ങൾ മുതലെടുത്തുകൊണ്ട് രാജ്യത്ത് അധികാരം സ്ഥാപിച്ചതോടെ ഒരു പുതിയ കാലഘട്ടം ഉദ്ഘാടനം ചെയ്യ പ്പെടുകയായിരുന്നു. ബ്രിട്ടീഷ് ഭരണകാലത്ത് രാജ്യം മുൻപില്ലാത്തവണ്ണം കൊടിയ സാമ്പത്തിക ചൂഷണത്തിന് വിധേയമാക്കപ്പെട്ടപ്പോഴും സാമൂഹികരംഗത്ത് വിപ്ലവകരമായ മാറ്റത്തിനാണ് തുടക്കംകുറിക്കപ്പെ ട്ടത്. മനുഷ്യരെ ജാതിശരീരങ്ങളായി മാത്രം പരിഗണിച്ചുപോന്ന നാട്ടിൽ നവോത്ഥാനത്തിന്റെയും ജ്ഞാനോദയത്തിന്റെയും ദർശനങ്ങൾ പ്രചരിപ്പിക്കപ്പെട്ടു. പ്രാകൃതമായ ആചാരാനുഷ്ഠാനങ്ങളെയും മനുഷ്യ വിരുദ്ധമായ മതനിയമങ്ങളെയും കൊളോണിയൽ ആധുനികത കടന്നാക്രമിച്ചു. ബ്രിട്ടീഷ് പാർലമെന്റ് പാസാക്കിയ 1813 ലെ ചാർട്ടർ നിയമത്തിൽ ഇന്ത്യയിൽ മിഷനറി പ്രവർത്തനം അനുവദിച്ചതോടെ ക്രിസ്തുമത പ്രചരണത്തിനായി ഒട്ടേറെപ്പേർ രാജ്യത്തെത്തി. ഹിന്ദുമതം അതിന്റെ വക്താക്കൾ അവകാശപ്പെടുന്നതുപോലെ മഹിതമാർന്ന ഒന്നല്ലെന്ന്, അതിലെ തെറ്റുകുറ്റങ്ങൾ എണ്ണിയെണ്ണിപ്പറഞ്ഞ് അവർ പ്രചരണം നടത്തി. ജാതിവ്യവസ്ഥമൂലം അവശതയനുഭവിക്കുന്ന ഒരു വലിയ ജനവിഭാഗത്തെ ആകർഷിക്കാൻ അവർക്ക് കഴിയുകയും ചെയ്തു. എന്നാൽ തദ്ദേശീയരുടെ ജീവിതത്തിലോ സംസ്കാരത്തിലോ അതിരുവിട്ട ഇടപെടലുകൾ ബ്രിട്ടീഷ് ഭരണകാലത്ത് നടത്തിയിരുന്നില്ല എന്നതും എടുത്തുപറയേണ്ടതുണ്ട്. ജെയിംസ് മില്ലും മെക്കാളെ പ്രഭുവും

ഉൾപ്പെടെയുള്ളവർ പ്രതിനിധീകരിച്ച, ഇന്ത്യയെക്കുറിച്ചുള്ള ബ്രിട്ടീഷ് കാഴ്ചപ്പാടുകൾ പുച്ഛവും മുൻവിധിയും അഹന്തയും നിറഞ്ഞതായിരുന്നു. അടിമത്തം, സതി, ബാലവിവാഹം തുടങ്ങിയ അനാചാരങ്ങൾ നിരോധിച്ചെങ്കിലും ഇന്ത്യൻ സാമൂഹികാവസ്ഥയുടെ സമൂലമായ പുതുക്കിപണിയൽ ബ്രിട്ടീഷുകാരുടെ അജണ്ടയായിരുന്നില്ല. ആത്യന്തികമായി കൊളോണിയൽ ഭരണകൂടാധികാരത്തിന്റെ തുടർച്ചയും ഭദ്രതയുമായിരുന്നു അവർക്ക് പ്രധാനം. അതിന്റെ ഭാഗമായി, പരിമിതമായി മാത്രം ജാതിയുടെ പ്രത്യയശാസ്ത്രത്തെയും മൂല്യവ്യവസ്ഥയെയും വെല്ലുവിളിക്കുകയാണ് അവർ ചെയ്തത്. എന്നാൽ അതുപോലും ആ കാലഘട്ടത്തിൽ വിപ്ലവകരമായിരുന്നു.

പത്തൊൻപതാം നൂറ്റാണ്ടിന്റെ ആദ്യപകുതി മുതൽ ബ്രിട്ടീഷുകാർ ആധുനികവിദ്യാഭ്യാസത്തിനു പ്രാധാന്യം കൊടുത്തത് കൃത്യമായ രാഷ്ട്രീയ ലക്ഷ്യം മുൻനിർത്തിയാണ്. വില്യം ബെന്റിക് പ്രഭു ഇന്ത്യയുടെ വൈസ്രോയി (1828–35) ആയി ചുമതലയേറ്റ ശേഷമാണ് തോമസ് ബാബിങ്ടൺ മെക്കാളെ തന്റെ പ്രശസ്തമായ 'മെക്കാളെ മിനിറ്റ്' പ്രസിദ്ധീകരിക്കുന്നത്. ഇന്ത്യയിൽ പാശ്ചാത്യ വിദ്യാഭ്യാസം വ്യാപിപ്പിക്കുന്നതിനും അദ്ധ്യയന മാധ്യമമായി ഇംഗ്ലീഷ് ഉപയോഗിക്കുന്നതിനുംവേണ്ടി ശക്തമായി വാദിച്ചുകൊണ്ട് മെക്കാളെ പ്രഭു ബ്രിട്ടീഷ് വിഭ്യാഭ്യാസ പദ്ധതിയുടെ ഉദ്ദേശ്യം മറകൂടാതെ വെളിപ്പെടുത്തി: 'നാം നമുക്കും നമ്മൾ ഭരിക്കുന്ന ദശലക്ഷക്കണക്കായ മനുഷ്യർക്കും ഇടയിൽ ഒരു വർഗ്ഗത്തെ സ്ഥാപിക്കണം–ഇന്ത്യക്കാരുടെ നിറവും രക്തവുമുള്ളവർ; എന്നാൽ അഭിരുചിയിലും അഭിപ്രായങ്ങളിലും ധാർമ്മികതയിലും ബുദ്ധിയിലും ആംഗലേയരുമായ ഒരു വർഗ്ഗം.' ഇന്ത്യാക്കാരുടെ ശരീരവും വെള്ളക്കാരുടെ തലച്ചോറുമുള്ള ഒരു ആധുനിക മദ്ധ്യവർഗ്ഗത്തെ വാർത്തെടുക്കാനുള്ള ഈ പദ്ധതിയിൽ പക്ഷേ, പിന്നോക്ക വിഭാഗങ്ങൾക്കു സ്ഥാനമുണ്ടായിരുന്നില്ല. ഉന്നത വിദ്യാഭ്യാസത്തിന് ഊന്നൽ കൊടുക്കാനും പൊതുവിദ്യാഭ്യാസത്തിനു പകരം 'ജനമനസ്സുകളിൽ സ്വാധീനമുണ്ടായിരുന്ന' മേൽജാതിക്കാരിൽ മാത്രമായി വിദ്യാഭ്യാസം പരിമിതപ്പെടുത്താനുമാണ് ഇംഗ്ലീഷ് ഈസ്റ്റ് ഇന്ത്യാക്കമ്പനി ആദ്യകാലങ്ങളിൽ തീരുമാനിച്ചത്.[1] മേൽജാതിക്കാർക്ക് കിട്ടുന്ന വിദ്യാഭ്യാസം സമൂഹത്തിലെ കീഴ്ത്തട്ടിലെ മറ്റു ജനവിഭാഗങ്ങളിലേക്ക് 'കിനിഞ്ഞിറ'ങ്ങിക്കോളും (Downward Filtration) എന്നാണ് ബ്രിട്ടീഷുകാർ കരുതിയത്. എന്നാൽ ശ്രേണീകൃതമായ അസമത്വം സ്ഥാപനവല്ക്കരിക്കപ്പെട്ട ഇന്ത്യൻ സമൂഹത്തിൽ അത്തരം കിനിഞ്ഞിറങ്ങൽ സംഭവിക്കില്ല എന്ന് ഭരണകൂടം അധികം വൈകാതെ തിരിച്ചറിഞ്ഞു.

ദരിദ്രർക്കും പിന്നോക്കവിഭാഗങ്ങൾക്കുമായി ഒട്ടേറെ സ്കൂളുകൾ ഗ്രാമപ്രദേശങ്ങളിലടക്കം തുടർന്നുള്ള കാലയളവിൽ സ്ഥാപിക്കപ്പെട്ടു. 1836 ൽ ബോംബെ പ്രസിഡൻസിയിൽ റോബർട്ട് ഷോർട്രേഡ് സ്ഥാപിച്ച

ഗ്രാമീണ വിദ്യാലയങ്ങൾ ഇത്തരത്തിൽ പ്രാഥമിക വിദ്യാഭ്യാസരംഗത്ത് സർക്കാർ നടത്തിയ ആദ്യകാല ഇടപെടലുകളിലൊന്നാണ്. കിനിഞ്ഞിറങ്ങൽ നയത്തിനുപകരം സാർവ്വത്രിക പൊതുവിദ്യാഭ്യാസത്തിന് പ്രാധാന്യം നല്കാൻ നിർദ്ദേശിച്ചുകൊണ്ട് 1854 ൽ ഈസ്റ്റ് ഇന്ത്യാക്കമ്പനിയുടെ നിയന്ത്രണബോർഡ് അദ്ധ്യക്ഷൻ ചാൾസ് വുഡ് വൈസ്രോയ് ഡെൽഹൗസി പ്രഭുവിന് അയച്ച കുറിപ്പ് (Woods Despatch) ഇന്ത്യൻ വിദ്യാഭ്യാസരംഗത്ത് വലിയ മാറ്റങ്ങൾക്ക് വഴിവെച്ചു.

സർക്കാരിൽനിന്ന് സാമ്പത്തികസഹായം പറ്റുന്ന വിദ്യാഭ്യാസ സ്ഥാപനങ്ങൾ എല്ലാ ജാതികളിലുംപെട്ട വിദ്യാർത്ഥികൾക്കും പ്രവേശനം അനുവദിക്കണമെന്ന് 1856 ൽ ബോംബെ സർക്കാർ നിയമം പാസാക്കി. വിദ്യാഭ്യാസ സ്ഥാപനങ്ങളിൽ വിവേചനംകൂടാതെ പ്രവേശനം ഉറപ്പാക്കിക്കൊണ്ടുള്ള ഒരു നിയമം ഇന്ത്യയിൽ ആദ്യമായിരുന്നു. തുടർന്ന് മറ്റു പ്രവിശ്യകളും ഈ മാതൃക പിൻപറ്റി പിന്നോക്ക ജാതികളുടെ വിദ്യാഭ്യാസത്തിനു പ്രോത്സാഹനം നല്കി. പിന്നോക്കജാതികളുടെ സാമൂഹിക ഉന്നമനത്തിന് വിദ്യാഭ്യാസം അത്യാവശ്യമാണെന്ന് തിരിച്ചറിഞ്ഞ മഹാത്മാ ജ്യോതിറാവു ഫൂലെ പിന്നോക്ക ജാതിക്കാർക്കായി ഒട്ടേറെ വിദ്യാലയങ്ങൾ സ്ഥാപിച്ചു. ഇതിൽ പെൺകുട്ടികൾക്കു വേണ്ടിയുള്ള പ്രത്യേക വിദ്യാലയങ്ങളും ഉൾപ്പെടും. പത്തൊൻപതാം നൂറ്റാണ്ടിൽ ഇന്ത്യയിൽ ഉയർന്നുവന്ന നവോത്ഥാന പ്രസ്ഥാനങ്ങളും തങ്ങളുടേതായ നിലകളിൽ പിന്നോക്ക വിദ്യാഭ്യാസം വ്യാപിപ്പിക്കാൻ ശ്രമിച്ചു. 1870 ൽ പൂനെയിലെ പ്രാർത്ഥനാ സമാജ് പിന്നോക്കജാതിക്കാർക്കായി നിശാപാഠശാലകൾ ആരംഭിച്ചു. ദക്ഷിണേന്ത്യയിൽ പിന്നോക്കക്കാർക്കിടയിൽ വിദ്യാഭ്യാസം പ്രചരിപ്പിക്കുന്നതിന് ചുക്കാൻ പിടിച്ചത് തിയോസഫിക്കൽ സൊസൈറ്റിയായിരുന്നു.

സർക്കാർ ഉദ്യോഗങ്ങളിൽ പ്രവേശിക്കുന്നതിന് ജാതി, വംശം, നിറം, ജനനസ്ഥലം എന്നിവയുടെ അടിസ്ഥാനത്തിൽ ആരെയും വിലക്കാൻ പാടില്ല എന്ന് ബ്രിട്ടീഷ് ഭരണകൂടം 1833 ലെ ചാർട്ടർ നിയമത്തിൽ വ്യക്തമാക്കിയിരുന്നു. എന്നാൽ ഈ അവസരങ്ങൾ പൂർണ്ണമായി ഉപയോഗിക്കാൻ സാമൂഹ്യമായ പിന്നോക്കാവസ്ഥ മൂലം ഈ വിഭാഗങ്ങൾക്ക് കഴിഞ്ഞിരുന്നില്ല. ഇതൊരു ദുരിതചക്രം (Vicious Cycle) സൃഷ്ടിച്ചു: പിന്നോക്കാവസ്ഥമൂലം വിദ്യാഭ്യാസത്തിന് അവസരമുണ്ടായിട്ടും സാഹചര്യം അനുവദിക്കുന്നില്ല, അതുകൊണ്ട് വിദ്യാഭ്യാസം ലഭിക്കുന്നില്ല, അതുകൊണ്ട് സാമൂഹികമായ പിന്നോക്കാവസ്ഥയിൽ തുടരേണ്ടി വരുന്നു. ഔപചാരികമായ അവസരസമത്വവും നിയമവാഴ്ചയും തുല്യതയും ഉണ്ടായിരുന്നെങ്കിലും ഈയൊരു ചാക്രികമായ പ്രതിസന്ധിയെ മറികടക്കാൻ കഴിയാത്തതുമൂലം പിന്നോക്ക ജാതികളുടെ സാമൂഹികാവസ്ഥ ഏറെയൊന്നും മെച്ചപ്പെട്ടില്ല. ഇക്കാരണം കൊണ്ടുതന്നെ പിന്നോക്ക വിഭാഗങ്ങൾക്ക് വിദ്യാഭ്യാസരംഗത്തും സർക്കാർ ഉദ്യോഗങ്ങളിലും

പ്രത്യേക പരിഗണനയും സഹായങ്ങളും ആവശ്യപ്പെട്ടുകൊണ്ട് ദളിത് നേതാക്കൾ ബ്രിട്ടീഷുകാരിൽ നിരന്തരസമ്മർദ്ദം ചെലുത്തിപ്പോന്നു. മദ്രാസിലെ അധഃസ്ഥിത വർഗ്ഗങ്ങളുടെ നേതാവായിരുന്ന എം സി രാജ പിന്നോക്ക വിഭാഗങ്ങൾക്ക് സർക്കാർ സർവ്വീസിൽ 30 ശതമാനം സംവരണമാണ് ആവശ്യപ്പെട്ടത്. സൗജന്യ ഉച്ചഭക്ഷണത്തോടുകൂടിയ നിർബ്ബന്ധിത വിദ്യാഭ്യാസം, സ്കൂളുകളിലും കോളേജുകളിലും ഫീസിളവ്, സൗജന്യ ഹോസ്റ്റലുകൾ തുടങ്ങിയ ആവശ്യങ്ങളുയർത്തിയ അദ്ദേഹം കാലത്തിനും മുന്നേ സഞ്ചരിച്ച വ്യക്തിയായിരുന്നു എന്ന് എം എൻ ശ്രീനിവാസ് നിരീക്ഷിക്കുന്നുണ്ട് (ഹിന്ദു മതവുമായുള്ള ബന്ധമുൾപ്പെടെയുള്ള വിഷയങ്ങളിലെ അഭിപ്രായവ്യത്യാസംമൂലം അദ്ദേഹം പില്ക്കാലത്ത് അംബേദ്കറുമായി അകന്നു).[2]

പത്തൊൻപതാം നൂറ്റാണ്ടിന്റെ അന്ത്യമായപ്പോഴേക്കും അധഃസ്ഥിതർക്കുവേണ്ടിയുള്ള പ്രത്യേക പരിഗണനകളുടെയും സംവിധാനങ്ങളുടെയും ആവശ്യകത കൊളോണിയൽ ഭരണകർത്താക്കൾ തിരിച്ചറിയുകയും അതിനായി നടപടികൾ കൈക്കൊള്ളുകയും ചെയ്തുതുടങ്ങി. 1885 ൽ പിന്നോക്കജാതിക്കാരായ വിദ്യാർത്ഥികളെ പ്രവേശിപ്പിക്കുകയും പ്രത്യേക സൗകര്യങ്ങളൊരുക്കുകയും ചെയ്യുന്ന വിദ്യാഭ്യാസ സ്ഥാപനങ്ങൾക്ക് മദ്രാസ് സർക്കാർ പ്രത്യേക ഗ്രാന്റ് അനുവദിച്ചു. ജസ്റ്റിസ് പാർട്ടിയുടെ നേതൃത്വത്തിൽ നടന്ന സമരത്തിന്റെ ഫലമായി 1921 ൽ അബ്രാഹ്മണ വിഭാഗങ്ങൾക്ക് മദ്രാസ് സർക്കാർ സർവ്വീസിൽ സംവരണം ഏർപ്പെടുത്തി. 1927 ൽ ഈ സംവിധാനം പരിഷ്കരിക്കുകയും സംസ്ഥാനത്തെ ജാതികളെ മുഴുവൻ അഞ്ച് വിഭാഗങ്ങളായി തിരിച്ച് എല്ലാവർക്കും സർക്കാർ സർവ്വീസിൽ പ്രാതിനിധ്യം നല്കുകയും ചെയ്തു. 1928 ൽ ബോംബെ സംസ്ഥാനം പിന്നോക്കജാതിക്കാരെ കണ്ടെത്തുന്നതിനും അവരുടെ ഉന്നമനത്തിനുള്ള നിർദ്ദേശങ്ങൾ സമർപ്പിക്കുന്നതിനുമായി സിവിൽ സർവ്വീസുകാരനായ ഒ എച്ച് ബി സ്റ്റാർട്ടിനെ അദ്ധ്യക്ഷനാക്കി ഒരു കമ്മിറ്റി രൂപീകരിച്ചു. ഡോ. ബി ആർ അംബേദ്കറും ഈ കമ്മിറ്റിയിൽ അംഗമായിരുന്നു. പിന്നോക്ക ജാതികളെ മർദ്ദിത ജാതികൾ, ആദിവാസികളും ഗിരിവർഗ്ഗങ്ങളും, മറ്റു പിന്നോക്ക ജാതികൾ എന്നിങ്ങനെ മൂന്നു വിഭാഗങ്ങളായി തിരിച്ച് അവർക്ക് വിദ്യാഭ്യാസത്തിലും പൊതു ഉദ്യോഗങ്ങളിലും പ്രാതിനിധ്യം ഉറപ്പാക്കാനുള്ള നിർദ്ദേശങ്ങൾ അടങ്ങുന്ന റിപ്പോർട്ട് 1930 ൽ കമ്മിറ്റി സമർപ്പിച്ചു. ഇതേത്തുടർന്ന് തൊട്ടടുത്ത വർഷം മുതൽ പിന്നോക്കജാതികൾക്ക് ബോംബെ പ്രവിശ്യാസർക്കാർ ഉദ്യോഗ സംവരണം ഏർപ്പെടുത്തി. 1919 ൽ ബ്രിട്ടീഷ് പാർലമെന്റ് പാസാക്കിയ ഗവൺമെന്റ് ഓഫ് ഇന്ത്യാ ആക്ടിൽ പിന്നോക്കജാതിക്കാരുടെ പ്രശ്നങ്ങൾ പരിഹരിക്കാനുള്ള ആത്മാർത്ഥമായ ശ്രമങ്ങളുണ്ടായിരുന്നു. 1935 ലെ ഗവൺമെന്റ് ഓഫ് ഇന്ത്യാ ആക്ടിലാകട്ടെ കേന്ദ്ര നിയമനിർമ്മാണ സഭയിലും പ്രവിശ്യാ നിയമസഭകളിലും പിന്നോക്കജാതികൾക്ക് സംവരണം നല്കി.

ബ്രിട്ടീഷ് ഇന്ത്യക്ക് പുറത്ത് ചില നാട്ടുരാജ്യങ്ങളിലും പിന്നോക്ക ജാതികൾക്ക് വിദ്യഭ്യാസസൗകര്യങ്ങളും സർക്കാർ ഉദ്യോഗങ്ങളിൽ പ്രവേശനവും അനുവദിക്കപ്പെട്ടിരുന്നു. കോലാപ്പൂരിലെ മഹാരാജാ വായിരുന്ന ഷാഹു നാലാമനാണ് 1902 ൽ ബ്രാഹ്മണേതര വിഭാഗങ്ങൾക്ക് സർക്കാർ ഉദ്യോഗങ്ങളിൽ സംവരണം ആദ്യമായി നടപ്പിലാക്കിയത്. മൈസൂരിൽ പിന്നോക്കവിഭാഗക്കാർ 1918 ൽ മഹാരാജാവിന് ഒരു നിവേദനം സമർപ്പിച്ചതിനെത്തുടർന്ന് സർക്കാർ സർവ്വീസിൽ ബ്രാഹ്മണേ തര ജാതികളുടെ പ്രാതിനിധ്യക്കുറവിനെക്കുറിച്ച് പഠിക്കാൻ മൈസൂർ ചീഫ് ജസ്റ്റിസ് സർ എൽ സി മില്ലർ അദ്ധ്യക്ഷനായ കമ്മിറ്റിയെ നിയോഗിച്ചു. കമ്മിറ്റിയുടെ റിപ്പോർട്ടിന്റെ അടിസ്ഥാനത്തിൽ സർക്കാർ സർവ്വീസിലും വിദ്യാഭ്യാസ സ്ഥാപനങ്ങളിലും പിന്നോക്കക്കാർക്ക് സംവരണം അനുവദിച്ചുകൊണ്ടുള്ള ഉത്തരവ് 1921 ൽ പുറത്തിറക്കി.[3] തിരുവിതാംകൂറിലെ സർക്കാർ സർവ്വീസുകളിൽ പരദേശി ബ്രാഹ്മണരുടെ ആധിക്യം ചൂണ്ടിക്കാട്ടി വിദ്യാസമ്പന്നരായ തദ്ദേശീയർ ശ്രീമൂലം തിരുനാൾ മഹാരാജാവിന് മലയാളി മെമ്മോറിയൽ സമർപ്പിച്ചത് 1891 ലാണ്. ഇന്ത്യയിൽത്തന്നെ ഉദ്യോഗസംവരണത്തിനുവേണ്ടി നടന്ന ആദ്യകാലപ്രക്ഷോഭങ്ങളിലൊന്നായി അതിനെ പരിഗണിക്കാം. അഞ്ചു വർഷങ്ങൾക്കു ശേഷം സർക്കാർ ജോലികളിൽ ഈഴവസമുദായ ക്കാരെയും പ്രവേശിപ്പിക്കണമെന്ന് ആവശ്യപ്പെട്ടുകൊണ്ട് ഡോ. പി പല്പ്പുവിന്റെ നേതൃത്വത്തിൽ പതിമൂവായിരത്തിലധികം പേർ ഒപ്പിട്ട ഈഴവ മെമ്മോറിയലും മഹാരാജാവിനു സമർപ്പിച്ചിരുന്നു. 1931 ൽ ശ്രീചിത്തിര തിരുനാൾ രാജ്യാധികാരമേറ്റശേഷം നടപ്പിലാക്കിയ ഭരണ ഘടനാപരിഷ്കാരങ്ങൾക്കെതിരെ ക്രിസ്ത്യാനികൾ, മുസ്ലിങ്ങൾ, പിന്നോക്ക വിഭാഗങ്ങൾ എന്നിവർ സംയുക്തമായി നിവർത്തന പ്രക്ഷോഭം (1932) സംഘടിപ്പിച്ചു. ഈ പ്രക്ഷോഭത്തിന്റെ ഫലമായാണ് 1936 ൽ തിരുവിതാംകൂറിൽ ഒരു പബ്ലിക് സർവീസ് കമ്മീഷൻ രൂപംകൊണ്ടത്.

ഇരുപതാം നൂറ്റാണ്ടിന്റെ തുടക്കമായപ്പോഴേക്കും അധഃസ്ഥിത വിഭാ ഗങ്ങൾക്ക് കേന്ദ്ര നിയമനിർമ്മാണസഭയിലും പ്രവിശ്യാ നിയമസഭ കളിലും ആനുപാതികമായ പ്രാതിനിധ്യമാവശ്യപ്പെട്ടു പല വിഭാഗങ്ങളും ശബ്ദമുയർത്തി തുടങ്ങി. വെറും ഇരുപത്തിയെട്ടു വയസ്സ് മാത്രമുണ്ടാ യിരുന്നപ്പോഴാണ് ഡോ. അംബേദ്കർ സൗത്ത്ബറോ പ്രഭു അദ്ധ്യ ക്ഷനായ ഫ്രാഞ്ചൈസി കമ്മിറ്റി (1918-19) യുടെ മുൻപാകെ ഹാജരായി അധഃസ്ഥിതവിഭാഗങ്ങൾക്ക് പൊതുതിരഞ്ഞെടുപ്പുകളിൽ പ്രത്യേക നിയോജകമണ്ഡലങ്ങൾ (Separate Electorate) ആവശ്യപ്പെടുന്നത്. പിന്നീട് സൈമൺ കമ്മീഷൻ മുൻപാകെയും ലണ്ടനിൽ നടന്ന വട്ടമേശ സമ്മേളനങ്ങളിലും അംബേദ്കർ ഇതേ ആവശ്യം ഉന്നയിച്ചു. 1932 ൽ

ഇതംഗീകരിച്ചുകൊണ്ട് ബ്രിട്ടീഷ് പ്രധാനമന്ത്രി റാംസേ മക്ഡോണാൾഡ് 'കമ്മ്യൂണൽ അവാർഡ്' പ്രഖ്യാപനം നടത്തിയെങ്കിലും ഗാന്ധിജി ഇതിനെതിരെ ശക്തമായി പ്രതിഷേധിക്കുകയും യെർവാദ ജയിലിൽ നിരാഹാര സമരം ആരംഭിക്കുകയും ചെയ്തു. പ്രത്യേക നിയോജക മണ്ഡലമെന്ന ആശയം ഹിന്ദുമതത്തെ തന്നെ തകർത്തുകളഞ്ഞേക്കുമെന്ന ഭയമാണ് അദ്ദേഹത്തെ അതിനു പ്രേരിപ്പിച്ചത്. സവർണ്ണ ഹിന്ദുക്കളും അയിത്തജാതിക്കാരും തമ്മിൽ ഒരു ഒത്തുതീർപ്പിലെത്തിയാൽ അതനുസരിച്ച് പദ്ധതിയിൽ മാറ്റം വരുത്താൻ തയ്യാറാണെന്ന് സർക്കാർ അറിയിച്ചതിനെത്തുടർന്ന് എല്ലാ കണ്ണുകളും അംബേദ്കറിലേക്കായി. ഒടുവിൽ ഗാന്ധിയുടെ ജീവൻ രക്ഷിക്കാൻ പ്രത്യേക നിയോജകമണ്ഡലങ്ങൾക്കു പകരം സംവരണത്തോടുകൂടിയ പൊതു നിയോജകമണ്ഡലങ്ങൾ (Joint Electorate) അംഗീകരിക്കാൻ അദ്ദേഹം നിർബ്ബന്ധിതനായി. ഏതായാലും അതൊരു താൽക്കാലിക കീഴടങ്ങലായിരുന്നു എന്നുവേണം കരുതാൻ. കാരണം, അദ്ദേഹം സ്ഥാപിച്ച ഷെഡ്യൂൾഡ് കാസ്റ്റ് ഫെഡറേഷൻ അധികം വൈകാതെ ഇതേ ആവശ്യം വീണ്ടും ഉന്നയിക്കുന്നുണ്ട്. 1944 ൽ അഖിലേന്ത്യാ ഷെഡ്യൂൾഡ് കാസ്റ്റ് ഫെഡറേഷന്റെ വർക്കിങ് കമ്മിറ്റി പാസാക്കിയ പ്രമേയങ്ങളിൽ ഒന്ന് പൊതു നിയോജകമണ്ഡലങ്ങളിലെ സംവരണത്തിന് പകരം പ്രത്യേക നിയോജകമണ്ഡലങ്ങൾ സ്ഥാപിക്കണമെന്നായിരുന്നു. മറ്റൊന്ന് സർക്കാർ ഉദ്യോഗങ്ങളിൽ സംവരണം നടപ്പാക്കണമെന്നും. ഏതായാലും ഭരണഘടനാനിർമ്മാണസഭയുടെ അവസാനകാലമായപ്പോഴേക്കും പ്രത്യേക നിയോജകമണ്ഡലങ്ങളെന്ന ആവശ്യത്തിൽനിന്നു പിന്നോക്ക വിഭാഗങ്ങൾ പിന്മാറി. മുസ്ലിം വിയോജനവാദത്തിന്റെയും മുഹമ്മദലി ജിന്നയുടെ ദ്വിരാഷ്ട്രസിദ്ധാന്തത്തിന്റെയും വേരോടിക്കിടക്കുന്നത് 1909 മുതൽ ബ്രിട്ടീഷുകാർ മുസ്ലിങ്ങൾക്കായി നടപ്പാക്കിയ പ്രത്യേക നിയോജകമണ്ഡലങ്ങളിലാണ് എന്ന ചിന്ത ഇക്കാലത്ത് പ്രബലമായിക്കഴിഞ്ഞിരുന്നു. പ്രത്യേക മുസ്ലിം രാഷ്ട്രത്തിനുവേണ്ടിയുള്ള മുറവിളികൾ ക്രമേണ വർഗ്ഗീയകലാപങ്ങളിലേക്കും കൂട്ടക്കൊലപാതകങ്ങളിലേക്കും നയിക്കുന്നതിന് രാജ്യം അക്കാലത്ത് സാക്ഷ്യം വഹിച്ചു. ജിന്നയുടെ പ്രത്യക്ഷ പ്രവർത്തന ദിനത്തിനുള്ള ആഹ്വാനത്തെ തുടർന്ന് കല്ക്കത്തയിൽ മാത്രം വെറും അഞ്ചു ദിവസത്തിനുള്ളിൽ അയ്യായിരം പേർക്കാണ് ജീവൻ നഷ്ടപ്പെട്ടത്, ഏകദേശം ഒന്നര ലക്ഷം പേർക്ക് വീടുകളും. വിഭജനത്തിന്റെ അനുഭവങ്ങൾ ഇതിനേക്കാൾ എത്രയോ മടങ്ങ് തീവ്രമായിരുന്നു. ഈ പശ്ചാത്തലത്തിൽ പ്രത്യേക നിയോജകമണ്ഡലങ്ങളെന്ന ആവശ്യത്തിനു ജനപിന്തുണ ലഭിക്കാൻ ബുദ്ധിമുട്ടായിരുന്നു. മാത്രമല്ല പ്രത്യേക നിയോജകമണ്ഡലങ്ങളേക്കാൾ അധഃസ്ഥിത ജാതികൾക്ക് ഗുണകരമാകുന്നത് സംവരണത്തോടുകൂടിയ പൊതു

നിയോജകമണ്ഡലങ്ങളാണ് എന്ന് അംബേദ്കർ തിരിച്ചറിഞ്ഞു. ഈ സംവിധാനത്തിൽ അധഃസ്ഥിത ജാതികൾക്ക് തങ്ങളുടെ പ്രതിനിധികളെ തിരഞ്ഞെടുക്കാൻ അവസരമുള്ളപ്പോൾത്തന്നെ ഭൂരിപക്ഷവിഭാഗത്തിൽപ്പെടുന്ന സ്ഥാനാർത്ഥിയുടെ തിരഞ്ഞെടുപ്പിൽ നിർണ്ണായകശക്തിയാകാനും രാഷ്ട്രീയമായ ഒറ്റപ്പെടൽ ഒഴിവാക്കാനും കഴിയുന്നു. എന്നാൽ ഇതിന്റെ പേരിൽ തന്റെതന്നെ സംഘടനയിലെ എൻ ശിവരാജ്, ജെ എൻ മണ്ഡൽ തുടങ്ങിയ മറ്റു നേതാക്കന്മാരുമായി അദ്ദേഹത്തിന് തെറ്റേണ്ടി വന്നു.[4]

1947 ൽ ഇന്ത്യ സ്വതന്ത്രമായതോടെ തുല്യത, നീതിബോധം, ജനാധിപത്യം, മതേതരത്വം, നിയമവാഴ്ച തുടങ്ങിയ മൂല്യങ്ങളിൽ അധിഷ്ഠിതമായ ഒരു സമൂഹത്തെയും രാഷ്ട്രത്തെയും കെട്ടിപ്പടുക്കേണ്ട ഉത്തരവാദിത്വം ഇന്ത്യാക്കാരിൽ നിക്ഷിപ്തമായി. ജനകീയ പരമാധികാരത്തിന്റെ അടിത്തറയിൽ രൂപംകൊണ്ട ഇന്ത്യൻ ഭരണഘടന 1950 ൽ നിലവിൽ വന്നതോടെ ഔപചാരികമായ അർത്ഥത്തിലെങ്കിലും ഇത് യാഥാർത്ഥ്യമാവുകയും ചെയ്തു. അയിത്താചരണം നിരോധിക്കുകയും പിന്നോക്ക വിഭാഗങ്ങൾക്ക് ഉദ്യോഗസംവരണവും മറ്റാനുകൂല്യങ്ങളും അനുവദിക്കുകയും അവരുടെ ക്ഷേമത്തിന് പ്രത്യേക വ്യവസ്ഥകൾ ഉൾപ്പെടുത്തുകയും ചെയ്തു. സ്ത്രീകൾ, കുട്ടികൾ, ന്യൂനപക്ഷങ്ങൾ, ചൂഷണങ്ങൾക്ക് വിധേയരാവുന്നവർ തുടങ്ങിയവർക്കെല്ലാം പരിരക്ഷയേകുന്ന വ്യവസ്ഥകൾ ഭരണഘടനയിലുണ്ടായിരുന്നു. സാമൂഹികവും സാമ്പത്തികവും രാഷ്ട്രീയവുമായ എല്ലാത്തരം അസമത്വങ്ങളും ആഴത്തിൽ വേരോടിക്കിടക്കുന്ന ഇന്ത്യൻ സമൂഹത്തിൽ ഭരണഘടനാമൂല്യങ്ങൾ തുല്യതാബോധമുള്ള ഒരു പൗരസമൂഹത്തെ സൃഷ്ടിക്കുമെന്നും അതിലെ പ്രത്യേകവ്യവസ്ഥകൾ ദുർബ്ബലർക്ക് ഊന്നുവടികളാകുമെന്നും അന്തസ്സുള്ള ജീവിതം നയിക്കാൻ അവരെ പ്രാപ്തമാക്കുമെന്നും ഭരണഘടനാ നിർമ്മാതാക്കൾ പ്രതീക്ഷിച്ചു. ഡോ. ബി ആർ അംബേദ്കർ പക്ഷേ, അത്രത്തോളം ശുഭാപ്തി വിശ്വാസിയായിരുന്നില്ല. ഭരണഘടനയുടെ അന്തിമ കരടുരൂപം സഭയുടെ മുൻപാകെ സമർപ്പിച്ചശേഷം 1949 നവംബർ 25 ന് അദ്ദേഹം നടത്തിയ 'അരാജകത്വത്തിന്റെ വ്യാകരണം' എന്ന പേരിൽ പ്രശസ്തമായ പ്രസംഗത്തിൽ, രാഷ്ട്രീയ ജനാധിപത്യം സാമൂഹിക ജനാധിപത്യമായി പരിവർത്തനം ചെയ്യപ്പെടാത്ത കാലത്തോളം ഭരണഘടന അർത്ഥശൂന്യമാകുമെന്ന് ഓർമ്മപ്പെടുത്തുകയുണ്ടായി. സ്വാതന്ത്ര്യം, തുല്യത, സാഹോദര്യം എന്നിവയെ ജീവിതമൂല്യങ്ങളാക്കി സ്വാംശീകരിക്കുന്ന ജനതയ്ക്ക് മാത്രമേ ഭരണഘടനയെ എല്ലാക്കാലവും സംരക്ഷിക്കാനാകൂ എന്നാണദ്ദേഹം പറഞ്ഞത്.[5] എന്നാൽ ഏഴു പതിറ്റാണ്ടിനു ശേഷവും അംബേദ്കറുടെ സ്വപ്നം സാക്ഷാൽക്കരിക്കപ്പെട്ടില്ല എന്ന് രാജ്യത്തെ ആൾക്കൂട്ടക്കൊലപാതകങ്ങളും വർഗ്ഗീയ

കലാപങ്ങളും ജാതിമതിലുകളും ദുരഭിമാനക്കൊലകളും സാക്ഷ്യപ്പെടുത്തിക്കൊണ്ടേയിരിക്കുന്നു.

അവലംബം

1. *Politics of Education in Colonial India,* Krishna Kumar, Routledge, 2015
2. *Caste: Its 20th Century Avatar,* M N Srinivas, Penguin, 2000
3. *Report of the Bacward Classes Commission* (Mandal Commission), Part I & II, Government of India, 1980
4. *Ambedkar, Gandhi and Patel: The Making of India's Electoral* System, Raja Sekhar Vundru, Bloomsbury India, 2017
5. *Constituent Assembly Of India Debates* (Proceedings) - Volume XI

സംവരണവ്യവസ്ഥകൾ ഭരണഘടനയിൽ

ആയിരത്തിത്തൊള്ളായിരത്തി നാല്പത്തിയാറ് ഡിസംബറിൽ തന്നെ ഭരണഘടനാനിർമ്മാണസഭ (Constituent Assembly) പ്രവർത്തന മാരംഭിച്ചു കഴിഞ്ഞിരുന്നെങ്കിലും സ്വതന്ത്രാധികാരത്തോടെ പ്രവർത്തി ക്കാൻ കഴിഞ്ഞത് സ്വാതന്ത്ര്യലബ്ധിയോടെ മാത്രമായിരുന്നു. ഡോ. ബി ആർ അംബേദ്കർ, ജവഹർലാൽ നെഹ്റു, അല്ലാഡി കൃഷ്ണസ്വാമി അയ്യർ, അനന്തശയനം അയ്യങ്കാർ, ടി ടി കൃഷ്ണമാചാരി, കെ എം മുൻഷി തുടങ്ങിയ ഒട്ടേറെ മഹാരഥന്മാരുടെ സാന്നിദ്ധ്യത്താൽ സമ്പന്നമായിരുന്ന സഭയിൽ വിവിധ ഭരണഘടനാവ്യവസ്ഥകൾ തലനാരിഴകീറി പരിശോ ധിക്കപ്പെടുകയും ശക്തമായ വാദപ്രതിവാദങ്ങൾക്ക് വിധേയമാക്കപ്പെ ടുകയും ചെയ്തു. ഏതാണ്ട് മൂന്നു വർഷക്കാലത്തിനിടയ്ക്ക് പതിനൊന്നു സെഷനുകളിലായി 165 ദിവസങ്ങളാണ് സഭ സമ്മേളിച്ചത്. ഒടുവിൽ 1949 നവംബർ 26 ന് ഭരണഘടന അതിന്റെ അന്തിമരൂപത്തിൽ അംഗീകരിക്ക പ്പെടുകയും 1950 ജനുവരി 26 ന് നിലവിൽ വരികയും ചെയ്തു.

ഇന്ത്യയുടേതടക്കം എല്ലാ ആധുനിക ജനാധിപത്യ ഭരണഘടനക ളുടെയും ആധാരശിലയാണ് സമത്വം എന്ന ആശയം. ഭരണഘടനയുടെ മൂന്നാം ഭാഗമായ 'മൗലികാവകാശങ്ങ'ളിലെ അനുച്ഛേദം 14 ആണ് സമത്വ ത്തെക്കുറിച്ച് പറയുന്നത്. 'ഭാരതത്തിന്റെ ഭൂപ്രദേശത്തിനകത്ത് യാതൊ രാൾക്കും നിയമത്തിനു മുൻപാകെ സമത്വമോ നിയമങ്ങളുടെ സമമായ സംരക്ഷണമോ നിഷേധിക്കുവാൻ പാടുള്ളതല്ല' എന്നാണ് സമത്വത്തെ ക്കുറിച്ചുള്ള ഭരണഘടനാവ്യവസ്ഥ. നിയമത്തിനു മുൻപാകെ സമത്വവും (Equality before Law) നിയമങ്ങളുടെ സമമായ സംരക്ഷണവും (Equal protection of Law) പരസ്പരബന്ധിതമായിരിക്കുമ്പോൾ തന്നെ വ്യത്യ

സ്തങ്ങളായ ആശയങ്ങളാണ്. നിയമത്തിനു മുൻപാകെയുള്ള സമത്വം എന്നതുകൊണ്ട് ഉദ്ദേശിക്കുന്നത്, ഒരു വ്യക്തിയും നിയമത്തിനതീതനല്ല എന്നും എല്ലാവരും രാജ്യത്തെ നിയമങ്ങൾക്ക് ഒരുപോലെ കീഴ്പ്പെട്ടിരിക്കുന്നു എന്നും ആർക്കും സവിശേഷാധികാരങ്ങൾ (special previleges) അനുവദിക്കപ്പെട്ടിട്ടില്ല എന്നുമാണ്. എല്ലാ പൗരന്മാർക്കും നിയമത്തിനു മുൻപാകെ സമത്വം ഉറപ്പുനല്കുന്നതിനെയാണ് നിയമവാഴ്ച എന്ന് വിളിക്കുന്നത്. എന്നാൽ ഇത് രാഷ്ട്രത്തിൽ ഔപചാരികമായ സമത്വം (Formal Equality) മാത്രമേ സ്ഥാപിക്കുന്നുള്ളൂ. ഇവിടെയാണ് രണ്ടാമത്തെ പ്രയോഗത്തിന്റെ പ്രസക്തി. തുല്യമായ സാഹചര്യങ്ങളിലുള്ളവരെ തുല്യമായും തുല്യമല്ലാത്ത സാഹചര്യങ്ങളിലുള്ളവരെ തുല്യമല്ലാതെയും പരിഗണിക്കുക (equals treated equally whilst unequals treated unequally) എന്നതാണ് നിയമങ്ങളുടെ സമമായ സംരക്ഷണം എന്നതിലൂടെ ഉദ്ദേശിക്കുന്നത്. തുല്യരെയും തുല്യരല്ലാത്തവരെയും ഒരുപോലെ പരിഗണിക്കുന്നത് അനീതിയും തുല്യത എന്ന ആശയത്തിന്റെ ലംഘനവുമാണ്. ആദായനികുതി പിരിക്കുമ്പോൾ, ഓരോ വരുമാനസ്ലാബിലും പെടുന്നവർക്ക് ഓരോ നികുതി നിരക്ക് നിശ്ചയിച്ചിരിക്കുന്നത് ഇതിനുദാഹരണമാണ്. ഉയർന്ന സാമ്പത്തിക നിലയുള്ളവർ ഉയർന്ന നിരക്കും താഴ്ന്ന നിലയുള്ളവർ താഴ്ന്ന നിരക്കുമെന്നതാണ് സാമാന്യനീതി. ഔപചാരികമായ തുല്യത നടപ്പിലാക്കാൻവേണ്ടി എല്ലാവർക്കും ഒരേ നിരക്ക് നിശ്ചയിച്ചാൽ അത് അനീതിയാകും എന്ന് പറയേണ്ടതില്ലല്ലോ. മറ്റൊരു രീതിയിൽ പറഞ്ഞാൽ, ഇന്ത്യൻ ഭരണഘടന ഔപചാരികമായ സമത്വത്തിനൊപ്പം തന്നെ സമഗ്രമായ സമത്വത്തിന്റെ (Substantive Equality) അനിവാര്യതയും അംഗീകരിച്ചിരിക്കുന്നു. സ്ത്രീകൾ, കുട്ടികൾ, ന്യൂനപക്ഷങ്ങൾ, ഭിന്നശേഷിക്കാർ, പിന്നോക്കക്കാർ, മറ്റ് ദുർബ്ബല വിഭാഗങ്ങൾ തുടങ്ങിയവർക്കായി പ്രത്യേക വ്യവസ്ഥകൾ ഉണ്ടാക്കാൻ ഇത് ഭരണകൂടത്തിന് അനുവാദം നല്കുന്നു. സംവരണത്തിന്റെ വേരുകൾ കിടക്കുന്നതും ഈ ഭരണഘടനാ വ്യവസ്ഥയിലാണ്. അനുച്ഛേദം 14 ലെ സമത്വം എന്ന ആശയത്തിന്റെ വ്യാപനവും വ്യത്യസ്ത സാഹചര്യങ്ങളിലുള്ള അതിന്റെ പ്രയോഗവുമാണ് തുടർന്നുള്ള രണ്ട് അനുച്ഛേദങ്ങളിൽ കാണുന്നത്. ഇവ മൂന്നിനെയും ഒരുമിച്ച് പരിഗണിക്കുമ്പോഴാണ് ഭരണഘടന വിഭാവനം ചെയ്യുന്ന സമത്വത്തിന്റെ ആഴം ബോദ്ധ്യമാവുക.

അനുച്ഛേദം 15

ഭരണഘടനാപണ്ഡിതനായ ഡോ. എം വി പൈലിയുടെ അഭിപ്രായത്തിൽ, 'സമത്വത്തിനുള്ള അവകാശത്തെ സംബന്ധിച്ച് സാമാന്യമായ ഒരു പ്രഖ്യാപനംകൊണ്ട് തൃപ്തിപ്പെടാതെയും നാട്ടിൽ നിലവിലുള്ള

എല്ലാവിധമായ വിവേചനത്തെക്കുറിച്ചുമുള്ള പൂർണ്ണബോധത്തോടെ' യുമാണ് ഭരണഘടനാനിർമ്മാതാക്കൾ 15–ാം അനുച്ഛേദം കൂട്ടിച്ചേർത്തത്. സ്വകാര്യവ്യക്തികളുടെ പ്രവർത്തനങ്ങൾ പരിമിതമായിട്ടെങ്കിലും പരിധിയിൽ കൊണ്ടുവരുന്നുവെന്ന ഒരു പ്രധാന സവിശേഷത കൂടിയുണ്ട് ഇതിന്.[1]

1950 ൽ നിലവിൽ വരുമ്പോൾ മൂന്ന് ഖണ്ഡങ്ങളായിരുന്നു അനുച്ഛേദം 15 ന് ഉണ്ടായിരുന്നത്. 'മതം, വർഗ്ഗം, ജാതി, ലിംഗം, ജനനസ്ഥലം അല്ലെങ്കിൽ, അവ ഏതെങ്കിലും മാത്രം കാരണമാക്കി രാഷ്ട്രം യാതൊരു പൗരനോടും വിവേചനം കാണിക്കുവാൻ പാടുള്ളതല്ല' എന്നാണ് അനുച്ഛേദം 15 ന്റെ ഒന്നാം ഖണ്ഡം പറയുന്നത്. രണ്ടാംഖണ്ഡത്തിൽ മേൽപ്പറഞ്ഞവയുടെ പേരിൽ ആരുംതന്നെ കടകൾ, ഭക്ഷണശാലകൾ, പൊതുനിരത്തുകൾ, വിശ്രമസ്ഥലങ്ങൾ തുടങ്ങിയ ഇടങ്ങളിൽ വിവേചനം നേരിടാൻ പാടില്ല എന്ന് അനുശാസിക്കുന്നു. മൂന്നാം ഖണ്ഡത്തിലാകട്ടെ, ഈ അനുച്ഛേദത്തിലെ ഒന്നും തന്നെ സ്ത്രീകൾക്കും കുട്ടികൾക്കും വേണ്ടി പ്രത്യേക വ്യവസ്ഥകൾ ഉണ്ടാക്കുന്നതിനു തടസ്സമല്ല എന്നും വ്യക്തമാക്കുന്നു. ഈ അനുച്ഛേദത്തിന് പുറമേ ഇതിനു സമാനമായ മറ്റൊരു അനുച്ഛേദവും ഇതേ അദ്ധ്യായത്തിലുണ്ട്. അനുച്ഛേദം 29 (2)ൽ രാഷ്ട്രം സംരക്ഷിക്കുന്നതോ സാമ്പത്തിക സഹായം നല്കുന്നതോ ആയ ഏതെങ്കിലും വിദ്യാഭ്യാസസ്ഥാപനത്തിൽ മതം, ജാതി, വർഗ്ഗം, ഭാഷ എന്നിവയുടെ അടിസ്ഥാനത്തിൽ ഒരാൾക്കും പ്രവേശനം നിഷേധിക്കാൻ പാടുള്ളതല്ല എന്ന് വ്യക്തമാക്കുന്നു.

അനുച്ഛേദം 15 നെക്കുറിച്ചുള്ള ചർച്ചകൾ നടക്കുമ്പോൾ തന്നെ, സഭാംഗമായ പ്രൊഫസർ കെ ടി ഷാ ഖണ്ഡം 3 ൽ സ്ത്രീകൾക്കും കുട്ടികൾക്കുമായി പ്രത്യേക വ്യവസ്ഥകൾ നിർമ്മിക്കാൻ രാഷ്ട്രത്തിന് അനുവാദം നല്കുന്നതായി പരാമർശിക്കുന്ന ഇടത്ത്, അതിനൊടുവിലായി പട്ടികജാതി, പിന്നോക്കവർഗ്ഗക്കാരുടെ കാര്യവും ഉൾപ്പെടുത്തണമെന്ന് ആവശ്യപ്പെട്ടിരുന്നു. സമത്വം എന്നത് 'കടലാസിലും പേരിലും മാത്രമായി ഒതുങ്ങുന്നതിനു പകരം, ശരിയായ അർത്ഥത്തിൽ നിലനില്ക്കണമെങ്കിൽ അത് അനിവാര്യമാണ്' എന്നാണ് ഷാ സഭയിൽ പറഞ്ഞത്. എന്നാൽ ഷായുടെ ആവശ്യത്തെ ഡോ. അംബേദ്കർ ശക്തമായി എതിർക്കുകയാണുണ്ടായത്. അതിനു കാരണമായി അദ്ദേഹം പറഞ്ഞത് ഇങ്ങനെ:

> പ്രൊഫസർ ഷാ മുന്നോട്ടുവെച്ച ഭേദഗതിയെ സംബന്ധിച്ചിടത്തോളം... അത് വിപരീതഫലമാണ് ഉണ്ടാക്കുക എന്ന് ഞാൻ ഭയപ്പെടുന്നു. പൊതുസമൂഹത്തിൽനിന്നും പട്ടിക ജാതിക്കാരും പട്ടിക വർഗ്ഗക്കാരും ഒറ്റതിരിക്ക (Segregate) പ്പെടരുത് എന്നാണല്ലോ നമ്മുടെയെല്ലാം മനസ്സിൽ. ഉദാഹരണത്തിന്, ഒരു ഗ്രാമത്തിൽ എല്ലാ സമുദായങ്ങളിലുമുള്ള കുട്ടികൾക്കും പ്രവേശനമുള്ള ഒരു

സ്കൂൾ ഉണ്ടെങ്കിൽ അവിടെ പട്ടികജാതിക്കാരായ കുട്ടികൾക്ക് വേണ്ടി മാത്രമായി ഒരു സ്കൂൾ സ്ഥാപിക്കപ്പെടുന്നത് നമുക്കാർക്കും ഇഷ്ടപ്പെടില്ല എന്നാണ് ഞാൻ കരുതുന്നത്. പ്രൊഫസർ ഷാ ആവശ്യപ്പെടുന്നതുപോലെ ഈ വാക്കുകൾ കൂട്ടിച്ചേർത്താൽ, 'ഞങ്ങൾ പട്ടികജാതിക്കാർക്കുവേണ്ടി പ്രത്യേക സൗകര്യം ചെയ്തുകൊടുക്കുകയാണ്' എന്ന് അവകാശപ്പെടാൻ ഭരണകൂടത്തിന് അവസരമൊരുങ്ങുകയാണ് ചെയ്യുക.[2]

അംബേദ്കറുടെ ഈ നിലപാട് അദ്ദേഹത്തിന്റെ തന്നെ മുൻകാല പ്രവർത്തികൾക്കും നിലപാടുകൾക്കും എതിരാണെന്ന് ഭരണഘടനാവിദഗ്ദ്ധനായ ഡോ. ഡേവിഡ് കീൻ ചൂണ്ടിക്കാണിക്കുന്നുണ്ട്.[3] ദളിതരുടെ പിന്നോക്കാവസ്ഥ എല്ലാക്കാലത്തും അംബേദ്കറെ സംബന്ധിച്ചിടത്തോളം ഒരു പ്രധാനവിഷയമായിരുന്നു. ദളിതർക്ക് പ്രത്യേക നിയോജകമണ്ഡലങ്ങളും ദളിത് വിദ്യാർത്ഥികൾക്ക് വിദ്യാഭ്യാസ സൗജന്യങ്ങളുമായിരുന്നു 1928 ൽ സൈമൺ കമ്മീഷനു മുൻപാകെ അദ്ദേഹം ആവശ്യപ്പെട്ടത് എന്നോർക്കുക. 1932 ലെ പൂനാ കരാറിലെ ഒരു നിബന്ധന എല്ലാ പ്രവിശ്യകളിലും ഒരു നിശ്ചിത തുക ദളിത് വിദ്യാർത്ഥികളുടെ വിദ്യാഭ്യാസ ആവശ്യങ്ങൾക്കായി നീക്കിവെക്കണം എന്നായിരുന്നു. എന്നാൽ ഇത്തരം നടപടികൾക്ക് ഭരണഘടനാ സാധുത നല്കുന്ന ഒരു വ്യവസ്ഥ ഉൾപ്പെടുത്താൻ അവസരമുണ്ടായപ്പോൾ അദ്ദേഹം അതിൽനിന്നും പിൻവലിഞ്ഞു. കെ ടി ഷാ ആവശ്യപ്പെട്ടതുപോലെ ഒരു കൂട്ടിച്ചേർക്കൽ നടത്തിയില്ലെങ്കിൽ പോലും പട്ടികജാതി, പട്ടികവർഗ്ഗ വിഭാഗങ്ങൾക്ക് പ്രത്യേകസംരക്ഷണവും അവകാശങ്ങളും ഭരണഘടനയുടെ പല ഭാഗങ്ങളിലും വ്യവസ്ഥ ചെയ്യുന്നുണ്ട് (ഉദാഹരണത്തിന് പട്ടികജാതി, പട്ടികവർഗ്ഗക്കാർക്ക് ലോക്സഭയിലും സംസ്ഥാന നിയമസഭകളിലും സീറ്റ് സംവരണം ചെയ്യുന്ന 330, 332 അനുച്ഛേദങ്ങൾ) എന്ന വസ്തുതയും അദ്ദേഹം അവഗണിച്ചു. പിന്നോക്ക വിഭാഗങ്ങൾക്ക് പ്രത്യേക വ്യവസ്ഥകൾ ഭരണഘടനയിൽ ഉൾപ്പെടുത്തിയാൽ അത് ഒറ്റതിരിക്കലിൽ കലാശിക്കുമെന്ന അദ്ദേഹത്തിന്റെ അഭിപ്രായം അന്നുമിന്നും സംവരണവിരുദ്ധരായ വരേണ്യവിഭാഗങ്ങൾ സംവരണത്തിനും പിന്നോക്കജാതിക്കാർക്കുള്ള മറ്റാനുകൂല്യങ്ങൾക്കുമെതിരെ ഉയർത്താറുള്ള സ്ഥിരം വാദഗതിയാണ്. സംവരണം ജാതിവ്യവസ്ഥയെ ഉന്മൂലനം ചെയ്യാനല്ല, മറിച്ച് അതിനെ ദൃഢീകരിക്കുന്നതിനുള്ള സാഹചര്യമാണ് സൃഷ്ടിക്കുകയെന്നും അത് പിന്നോക്കക്കാരെ പൊതുസമൂഹത്തിൽനിന്നും കൂടുതൽ അകറ്റുമെന്നുമൊക്കെയുള്ള ഇക്കൂട്ടരുടെ വാദങ്ങൾ ഒരുതരത്തിലും നിലനില്ക്കുന്നതല്ല. ദൗർഭാഗ്യവശാൽ അംബേദ്കറുടെ ഇക്കാര്യത്തിലെ നിലപാട് അവരുടെ വാദങ്ങൾക്ക് സമാനമാണ് എന്ന് മാത്രമല്ല ഭരണഘടന മുന്നോട്ടുവെക്കുന്ന സമഗ്രമായ തുല്യത (substantive equality) എന്ന ആശയത്തിന് വിരുദ്ധവുമാണ്. എന്നാൽ ഭാഗ്യവശാൽ ഈ പിഴവ് അധികം വൈകാതെ പുറത്തുവരികയും തിരുത്തപ്പെടുകയും ചെയ്തു. അതിനു കാരണമായത് ചെമ്പകം ദൊരൈരാജൻ കേസാണ്.

സംവരണവുമായി ബന്ധപ്പെട്ട ഇന്ത്യയിലെ ആദ്യത്തേതും സുപ്രധാനവുമായ കേസായിരുന്നു 1951 ലെ ചെമ്പകം ദൊരൈരാജൻ സ്റ്റേറ്റ് ഓഫ് മദ്രാസ് കേസ് (AIR 1951 SC 226). മദ്രാസ് പ്രവിശ്യാ സർക്കാർ 1927 ൽ പാസാക്കിയ ഉത്തരവ് പ്രകാരം എഞ്ചിനീയറിങ്, മെഡിക്കൽ കോളേജ് സീറ്റുകളിൽ സമുദായസംവരണം ഏർപ്പെടുത്തിയിരുന്നു. ഓരോ 14 സീറ്റുകളിലും അബ്രാഹ്മണ ഹിന്ദുക്കൾക്ക് 6 സീറ്റ്, പിന്നോക്ക ഹിന്ദുക്കൾക്ക് 2 സീറ്റ്, ബ്രാഹ്മണർക്ക് 2 സീറ്റ്, ഹരിജനങ്ങൾക്ക് 2 സീറ്റ്, ക്രിസ്ത്യാനികൾക്കും ആംഗ്ലോ ഇന്ത്യാക്കാർക്കും 1 സീറ്റ്, മുസ്ലിങ്ങൾക്ക് 1 സീറ്റ് എന്ന ക്രമത്തിലായിരുന്നു സംവരണം. ഇതിനെതിരെ ചെമ്പകം ദൊരൈരാജൻ എന്ന ബ്രാഹ്മണ സമുദായത്തിൽപ്പെട്ട പെൺകുട്ടി ഹൈക്കോടതിയിൽ കേസ് ഫയൽ ചെയ്തു. ഹൈക്കോടതി ചെമ്പകം ദൊരൈരാജന് അനുകൂലമായാണ് വിധിച്ചത്. ഇതിനെതിരെ മദ്രാസ് സർക്കാർ സുപ്രീംകോടതിയിൽ അപ്പീലിന് പോയി. സത്യത്തിൽ ചെമ്പകം ദൊരൈരാജൻ മെഡിക്കൽ കോളേജിൽ അഡ്മിഷന് അപേക്ഷ നല്കിയിരുന്നില്ല. അഡ്മിഷൻ സംബന്ധിയായ അന്വേഷണം നടത്തിയപ്പോൾ തനിക്ക് സീറ്റ് കിട്ടില്ല എന്നറിഞ്ഞതിനെത്തുടർന്നാണ് അവർ കേസ് ഫയൽ ചെയ്തത്. അഡ്മിഷന് അപേക്ഷിക്കാതിരുന്നിട്ടുകൂടി ഹൈക്കോടതിയിൽ കേസ് ജയിച്ചാൽ അവർക്ക് ഒരു സീറ്റ് മാറ്റിവെക്കാമെന്നു സർക്കാർ വാഗ്ദാനം നല്കുകയും ചെയ്തിരുന്നു.

ആദ്യ ചീഫ് ജസ്റ്റീസായ ഹരിലാൽ ജെ കനിയ അദ്ധ്യക്ഷനായ ഫുൾ കോർട്ടാണ് കേസ് പരിഗണിച്ചത്. സർക്കാരിനെ ഞെട്ടിച്ചുകൊണ്ട് സുപ്രീംകോടതി 1927 ലെ ഉത്തരവ് ഭരണഘടനയുടെ അനുച്ഛേദം 29(2) ന്റെ ലംഘനമാണെന്ന് കണ്ടെത്തുകയും അത് റദ്ദാക്കുകയും ചെയ്തു. ദൂരവ്യാപകമായ പ്രത്യാഘാതങ്ങളുണ്ടാക്കാൻ സാദ്ധ്യതയുള്ള വിധിയാണിത് എന്ന് കേന്ദ്രസർക്കാർ വളരെ വേഗം തിരിച്ചറിഞ്ഞു. പല സംസ്ഥാനങ്ങളിലും മറ്റുമായി നിലവിലിരിക്കുന്ന സംവരണവ്യവസ്ഥകൾ അപ്പാടെ കോടതിമുറികളിൽ ചോദ്യം ചെയ്യപ്പെടുന്ന ഗുരുതരമായ സാഹചര്യമാണ് ഇതോടെ സംജാതമായത്. ഈ വിധിയെ മറികടക്കാനാണ് കേന്ദ്ര സർക്കാർ ഒന്നാം ഭരണഘടനാ ഭേദഗതി കൊണ്ടുവരുന്നത്. താല്ക്കാലിക പാർലമെന്റ് എന്ന നിലയ്ക്ക് പ്രവർത്തിച്ചു പോരുകയായിരുന്ന ഭരണഘടനാ നിർമ്മാണ സഭ തന്നെയാണ് ഇത് പാസാക്കിയത്. ഒന്നാം ഭരണഘടനാ ഭേദഗതി നിയമത്തിലൂടെ അനുച്ഛേദം 15 ന് നാലാമത് ഒരു ഖണ്ഡം കൂടി കൂട്ടിച്ചേർത്തു:

ഈ അനുച്ഛേദത്തിലോ 29-ാം അനുച്ഛേദത്തിലെ (2) -ാം ഖണ്ഡ

> ത്തിലോ ഉള്ള യാതൊന്നും സാമൂഹ്യമായും വിദ്യാഭ്യാസപരമായും പിന്നോക്കം നില്ക്കുന്ന ഏതെങ്കിലും വിഭാഗങ്ങളിൽപ്പെട്ട പൗരന്മാരുടെ ഉന്നമനത്തിനുവേണ്ടിയോ പട്ടിക ജാതികൾക്കും പട്ടിക ഗോത്ര വർഗ്ഗങ്ങൾക്കും വേണ്ടിയോ ഏതെങ്കിലും പ്രത്യേക വ്യവസ്ഥ ഉണ്ടാക്കുന്നതിൽനിന്ന് രാഷ്ട്രത്തെ തടയുന്നതല്ല.

ഈ വ്യവസ്ഥയാണ് പിന്നോക്കവിഭാഗങ്ങൾക്ക് വിദ്യാഭ്യാസരംഗത്തുൾപ്പെടെ സംവരണവും മറ്റ് ഇളവുകളും ആനുകൂല്യങ്ങളും നല്കുന്നതിന് ഭരണഘടനാസാധുത നല്കുന്നത്. രസകരമായ കാര്യം, കെ ടി ഷാ ഈ ഘട്ടത്തിൽ സംവരണത്തിനെതിരെ നിലയുറപ്പിച്ചു എന്നതാണ്. ഒന്നാം ഭരണഘടനാ ഭേദഗതി ബിൽ പരിശോധിക്കാൻ ചുമതലപ്പെടുത്തിയ പാർലമെന്ററി സെലക്ട് കമ്മിറ്റിയിൽ അംഗമായിരുന്ന അദ്ദേഹം, മറ്റ് രണ്ട് അംഗങ്ങൾക്കൊപ്പം പുതിയ വ്യവസ്ഥക്കെതിരെ വിയോജനക്കുറിപ്പെഴുതി!

അനുച്ഛേദം 16

പൊതുനിയമനങ്ങൾ സംബന്ധിച്ച വിഷയങ്ങളിലെ അവസര സമത്വത്തെക്കുറിച്ചുള്ളതാണ് അനുച്ഛേദം 16. അഞ്ചു ഖണ്ഡങ്ങളുണ്ടായിരുന്ന ഇതിന്റെ ആദ്യ ഖണ്ഡം 'എല്ലാ പൗരന്മാർക്കും രാഷ്ട്രത്തിന്റെ കീഴിലുള്ള ജീവനത്തെയോ അഥവാ ഏതെങ്കിലും ഉദ്യോഗത്തിലുള്ള നിയമനത്തെയോ സംബന്ധിച്ച വിഷയങ്ങളിൽ അവസരസമത്വം ഉണ്ടായിരിക്കുന്നതാണ്' എന്നാണ്. രണ്ടാം ഖണ്ഡത്തിൽ ഏതെങ്കിലും ജീവനത്തെയോ ഉദ്യോഗത്തെയോ സംബന്ധിച്ച് മതം, വർഗ്ഗം, ജാതി, ലിംഗം, വംശം, ജനനസ്ഥലം എന്നിവയുടെ പേരിൽ ഒരാളും അയോഗ്യനാക്കപ്പെടുകയോ വിവേചനത്തിന് വിധേയനാക്കപ്പെടുകയോ ചെയ്യാൻ പാടില്ലെന്ന് നിഷ്കർഷിക്കുന്നു. മൂന്നാം ഖണ്ഡമാകട്ടെ, ഈ അനുച്ഛേദത്തിലെ ഒന്നും തന്നെ ഉദ്യോഗത്തിലേക്കുള്ള നിയമനകാര്യത്തിൽ താമസസ്ഥലത്തിന്റെ കാര്യത്തിൽ പ്രത്യേക നിയമമുണ്ടാക്കാൻ ബന്ധപ്പെട്ട സർക്കാരുകൾക്ക് തടസ്സമല്ല എന്ന് വ്യക്തമാക്കുന്നു.

അനുച്ഛേദം 16 ന്റെ (4) –ാം ഖണ്ഡമാണ് ഉദ്യോഗസംവരണത്തിന് ഭരണഘടനാ സാധുത നല്കുന്ന ഏറ്റവും സുപ്രധാനമായ വ്യവസ്ഥ. ഭരണഘടനാനിർമ്മാണസഭയിലും പിന്നീട് പല കേസുകളിലായി കോടതികളിലും പൊതുസമൂഹത്തിലുമെല്ലാം ഏറ്റവും കൂടുതൽ ചർച്ച ചെയ്യപ്പെട്ട വ്യവസ്ഥകളിലൊന്നാണിത്. അനുച്ഛേദം 16(4) പറയുന്നത് ഇങ്ങനെയാണ്:

> ഈ അനുച്ഛേദത്തിലെ യാതൊന്നും തന്നെ രാഷ്ട്രത്തിന്റെ അഭിപ്രായത്തിൽ രാഷ്ട്രത്തിന്റെ കീഴിലുള്ള സർവ്വീസുകളിൽ മതിയാ

യിടത്തോളം പ്രാതിനിധ്യം ലഭിച്ചിട്ടില്ലാത്ത ഏതെങ്കിലും പിന്നോക്കവിഭാഗത്തിൽപ്പെട്ട പൗരന്മാർക്ക് നിയമനങ്ങളോ തസ്തികകളോ സംവരണം ചെയ്യുന്നതിന് ഏതെങ്കിലും വ്യവസ്ഥ ഉണ്ടാക്കുന്നതിൽ നിന്ന് രാഷ്ട്രത്തെ തടയുന്നതല്ല.

അതായത്, അവസരസമത്വം ഭരണഘടനാപരമായി അംഗീകരിക്കുമ്പോൾ തന്നെ പിന്നോക്ക വിഭാഗങ്ങൾക്ക് സംവരണം നല്കാൻ സർക്കാരിന് അനുവാദമുണ്ട് എന്നർത്ഥം. മൂന്നു കാര്യങ്ങളാണ് ഇതിൽനിന്നും വ്യക്തമാകുന്നത്: ഒന്ന്, സംവരണം അനുവദിക്കപ്പെട്ടിരിക്കുന്നത് പിന്നോക്ക വിഭാഗങ്ങൾക്കാണ്. രണ്ട്, സർക്കാരിന്റെ അഭിപ്രായത്തിൽ മതിയായിടത്തോളം പ്രാതിനിധ്യം ലഭിച്ചിട്ടില്ലാത്തവർക്കാണ് സംവരണത്തിന് അർഹത. മതിയായ പ്രാതിനിധ്യം (Adequate representation) എന്നാൽ ജനസംഖ്യാനുപാതികമായ പ്രാതിനിധ്യം (Proportionate representation) എന്നല്ല. മൂന്ന്, ഇതൊരു നിർബ്ബന്ധ വ്യവസ്ഥ (Mandatory provision) അല്ലെന്ന് അതിന്റെ ഭാഷയിൽ നിന്നുതന്നെ വ്യക്തമാണ്. പിന്നോക്കവിഭാഗങ്ങൾക്ക് സംവരണം നല്കണം എന്നല്ല, നല്കാൻ തടസ്സമില്ല എന്നാണ് ഈ വ്യവസ്ഥ പറയുന്നത്. സംവരണം നല്കണോ വേണ്ടയോ എന്നത് സർക്കാരിന്റെ വിവേചനാധികാരത്തിന്റെ ഭാഗമാണ് എന്ന് സാരം.

ഭരണഘടനയിൽ ഉൾപ്പെടുത്തേണ്ട മൗലികാവകാശങ്ങളുടെ കരട് നിർമ്മിക്കാൻ ഭരണഘടനാ നിർമ്മാണ സഭ ചുമതലപ്പെടുത്തിയ ഉപദേശക സമിതി (Advisory Committee on Fundamental Rights) ദീർഘമായ ചർച്ചകൾക്കുശേഷം ഒരു ഇടക്കാല റിപ്പോർട്ട് 1947 ഏപ്രിലിൽ സമർപ്പിച്ചിരുന്നു. ഉപദേശക സമിതി നിർദ്ദേശിച്ച, അവസരസമത്വത്തെ സംബന്ധിച്ച വ്യവസ്ഥയിൽ 'പിന്നോക്കക്കാർ (Backward)' എന്ന വാക്ക് ഉണ്ടായിരുന്നില്ല. ഇത് ഭേദഗതികളോടെ കരട് ഭരണഘടനയിൽ ഉൾപ്പെടുത്തപ്പെട്ടപ്പോൾ 'പിന്നോക്ക വിഭാഗങ്ങൾ' എന്ന പ്രയോഗവും ഉൾപ്പെട്ടു. ഈ വ്യവസ്ഥ പിന്നീട് 1948 നവംബർ 30 ന് ഭരണഘടനാ നിർമ്മാണ സഭയിൽ വിശദമായ ചർച്ചയ്ക്കു വിഷയമായി. സോഷ്യലിസ്റ്റ് പാർട്ടിക്കാരനായ ദാമോദർ എസ് സേത്ത് ആണ് ഈ വ്യവസ്ഥയെ എതിർത്തുകൊണ്ട് ആദ്യം സംസാരിച്ചത്. കാര്യക്ഷമതയുടെയും സദ്ഭരണത്തിന്റെയും നിഷേധമാണ് സംവരണം എന്ന വാദമാണ് അദ്ദേഹം ഉയർത്തിയത്. ഹൃദയനാഥ് ഖുൻസ്രുവാകട്ടെ, ഉദ്യോഗസംവരണം തത്ത്വത്തിൽ അംഗീകരിച്ചെങ്കിലും പത്ത് വർഷക്കാലത്തേക്ക് മാത്രമായി അത് പരിമിതപ്പെടുത്തണം എന്ന പക്ഷക്കാരനായിരുന്നു. 'പിന്നോക്കം' എന്ന പ്രയോഗം ഉപയോഗിച്ചതിനെയാണ് പലരും ശക്തമായി എതിർത്തത്. ടി ടി കൃഷ്ണമാചാരി, ലോകനാഥ് മിശ്ര, ഫൈസ് അഹമ്മദ് ഖാൻ തുടങ്ങിയവർ ഇക്കൂട്ടത്തിൽപ്പെടുന്നു. ഭരണഘടനയിലെങ്ങും ആ പദം

നിർവ്വചിച്ചിട്ടില്ല എന്ന വസ്തുതയാണ് വിമർശകർ ചൂണ്ടിക്കാട്ടിയത്. 'മാനത്തുനിന്ന് പൊട്ടി വീണ ഈ പദം കരട് നിർമ്മാണ സഭ തങ്ങളുടെ വിവേകത്താൽ കൈയേറ്റുവാങ്ങിയതായിരിക്കും' എന്ന് കൃഷ്ണമാചാരി പരിഹസിച്ചു. എല്ലാ സമുദായങ്ങളിലും ഒരു വിഭാഗമെങ്കിലും പിന്നോക്കാവസ്ഥ അനുഭവിക്കുന്നവരാണ് എന്ന് ധരം പ്രകാശ് ഓർമ്മപ്പെടുത്തി. പിന്നോക്ക വിഭാഗങ്ങളെ പ്രതിനിധീകരിച്ച ആർ എം നലവഡേ, സംവരണത്തെ അനുകൂലിച്ചെങ്കിലും ആശയക്കുഴപ്പം ഒഴിവാക്കാൻ 'പിന്നോക്കം' എന്ന പ്രയോഗത്തിന് പകരം 'പട്ടികജാതി' എന്നുപയോഗിക്കണമെന്ന് ആവശ്യപ്പെട്ടു. എച്ച് ജെ ഖാണ്ഡേക്കറാകട്ടെ പിന്നോക്കവിഭാഗങ്ങൾ എന്ന പ്രയോഗത്തിന്റെ അഭാവത്തിൽ പട്ടികജാതിക്കാർ എന്ന സങ്കല്പത്തിന് തന്നെ പ്രസക്തി ഇല്ലാതെയാവും എന്ന അഭിപ്രായക്കാരനായിരുന്നു. ഇപ്പോൾത്തന്നെ സർക്കാർ സർവ്വീസുകളിലേക്ക് നടക്കുന്ന തെരഞ്ഞെടുപ്പുകളിൽ ഒരു ശതമാനം പോലും പട്ടികജാതിക്കാരായ ഉദ്യോഗാർത്ഥികൾക്ക് അവസരങ്ങൾ കിട്ടുന്നില്ല. ജനകീയ മന്ത്രിസഭകൾ ഭരണം കൈയാളുന്ന പ്രവിശ്യകളിലും ഇതുതന്നെയാണ് സ്ഥിതി. അതുകൊണ്ടു തന്നെ പിന്നോക്കക്കാർ എന്ന പ്രയോഗത്തിന് മുൻപോ പിൻപോ പട്ടികജാതിക്കാർ എന്നുകൂടി ഉൾപ്പെടുത്തുകയാണെങ്കിൽ താൻ അങ്ങേയറ്റം സന്തുഷ്ടനാവും എന്നാണ് ഖാണ്ഡേക്കർ പറഞ്ഞത്. ഈ വ്യവസ്ഥയെ അനുകൂലിച്ച മറ്റൊരു പ്രമുഖൻ കെ എം മുൻഷിയായിരുന്നു. താൻ പിന്നോക്കവിഭാഗത്തിൽപ്പെടുന്ന ആളല്ല എന്ന മുൻകൂർ ജാമ്യത്തോടെയാണ് അദ്ദേഹം സംസാരിച്ചത്. അങ്ങേയറ്റത്തെ കാര്യക്ഷമത പ്രധാനപ്പെട്ടതായിരിക്കുമ്പോൾത്തന്നെ അധികാര പ്രാതിനിധ്യമില്ലാത്ത വിഭാഗങ്ങൾക്ക് സ്റ്റേറ്റ് സർവ്വീസിൽ അർഹമായ അവസരങ്ങളുണ്ടാകേണ്ടതും അനിവാര്യമാണ് എന്നദ്ദേഹം പറഞ്ഞു. ഇവ ഉറപ്പുവരുത്തുന്നതിന് ഒരു പൊതുപദം ഉപയോഗിക്കേണ്ടതുണ്ടെന്നും അതിനു ഏറ്റവും അനുയോജ്യമായത് 'പിന്നോക്ക വിഭാഗങ്ങൾ' എന്നതുതന്നെയാണെന്നും അദ്ദേഹം അഭിപ്രായപ്പെട്ടു.

വിശദമായചർച്ചകൾക്കുശേഷം മറുപടി പറയാൻ അംബേദ്കർ എഴുന്നേറ്റു. സഭയിലെ അംഗങ്ങൾക്കിടയിൽ നിലവിലുള്ള മൂന്നുതരം കാഴ്ചപ്പാടുകളെ സമന്വയിപ്പിച്ച് പൊതുസമ്മതമായ ഒരു തീർപ്പിലെത്തുന്നതിനു വേണ്ടിയാണ് 'പിന്നോക്ക വിഭാഗങ്ങൾ' എന്ന പദം ഉപയോഗിച്ചത് എന്ന് അംബേദ്കർ വ്യക്തമാക്കി:

> ഈ മൂന്നു കാഴ്ചപ്പാടുകളിൽ ആദ്യത്തേത്, എല്ലാ പൗരന്മാർക്കും അവസരസമത്വം ഉറപ്പാക്കണം എന്നുള്ളതാണ്. അവസരസമത്വത്തിന്റെ തത്ത്വത്തിന് തടസ്സമാകാത്ത വിധം, അർഹതയുള്ള എല്ലാ വ്യക്തികൾക്കും ഒരു സവിശേഷ സ്ഥാനത്തേക്ക് അപേക്ഷിക്കാനും പരീക്ഷ എഴുതുവാനും അയാളുടെ യോഗ്യത പരി

> ശോധിക്കപ്പെടാനും നിയമിക്കപ്പെടാനും അവസരമുണ്ടാകണം എന്നതാണ് സഭയിലെ ഒരു വിഭാഗത്തിന്റെ താല്പര്യം. സഭയിലെ മറ്റൊരു വിഭാഗം മുന്നോട്ടുവെക്കുന്ന രണ്ടാമത്തെ കാഴ്ചപ്പാട്, ഈ തത്ത്വം പ്രാവർത്തികമാക്കുന്നതിനായി ഒരു സമുദായത്തിലും വർഗ്ഗത്തിലുംപെട്ട ഒരു വിഭാഗം പൗരന്മാർക്കും ഒരു തരത്തിലുള്ള സംവരണവും നല്കാൻ പാടുള്ളതല്ല എന്നതാണ്. എന്നാൽ മറ്റൊരു ശക്തമായ അഭിപ്രായം നിലവിലുള്ളത്, അവസരസമത്വം ഉണ്ടാവുന്നത് തത്ത്വത്തിൽ നല്ലതാണെങ്കിലും, അതിനൊപ്പം തന്നെ ഭരണരംഗത്തുനിന്ന് ഇതുവരെ അകറ്റിനിർത്തപ്പെട്ട ജനവിഭാഗങ്ങൾക്കും അതിലേക്ക് പ്രവേശനം സാദ്ധ്യമാക്കുന്ന തരത്തിലുള്ള വ്യവസ്ഥകൾ ഉൾപ്പെടുത്തേണ്ടതുണ്ട് എന്നതാണ്.

ഈ മൂന്ന് അഭിപ്രായങ്ങളെയും സമന്വയിപ്പിച്ചുകൊണ്ട്, ഒരേ സമയം അവസരസമത്വവും അതോടൊപ്പം അധികാരത്തിൽനിന്നും മാറ്റിനിർത്തപ്പെട്ട വിഭാഗങ്ങൾക്ക് അധികാരത്തിൽ പങ്കാളിത്തവും ഉറപ്പു വരുത്തുന്ന ഫോർമുല എന്ന നിലയ്ക്കാണ് കരട് നിർമ്മാണ സഭ (Drafting Committee) ഭരണഘടനയിലെ സംവരണവ്യവസ്ഥ രൂപപ്പെടുത്തിയത് എന്ന് അംബേദ്കർ വിശദീകരിച്ചു.'ചരിത്രപരമായ കാരണങ്ങളാൽ ചില വിഭാഗങ്ങൾ മാത്രം ഭരണരംഗത്തെ തങ്ങളുടെ കുത്തകയാക്കി നിയന്ത്രിച്ചു പോന്ന അവസ്ഥ അപ്രത്യക്ഷമാകാൻ' ഇത് അനിവാര്യമായിരുന്നു. എന്നാൽ പിന്നോക്ക വിഭാഗങ്ങൾക്ക് അധികാരത്തിലുള്ള അവകാശവാദങ്ങൾ പൂർണ്ണമായും അംഗീകരിച്ചാൽ, അത് അവസരസമത്വമെന്ന തത്ത്വത്തിന്റെ മരണമണിയാകും. അതുകൊണ്ട് അതിനൊരു പരിഹാരവും അദ്ദേഹം നിർദ്ദേശിച്ചു:

> ഉദാഹരണത്തിന്, ഒരു സമുദായത്തിനോ ഒരു കൂട്ടം സമുദായങ്ങൾക്കോ വേണ്ടി 70 ശതമാനം സീറ്റുകളിൽ സംവരണം അനുവദിച്ചു എന്ന് കരുതുക. ബാക്കി സംവരണം ചെയ്യപ്പെടാത്ത 30 ശതമാനം സീറ്റുകളും ഉണ്ടാവും. ആകെ 30 ശതമാനം സീറ്റുകൾ മാത്രം പൊതു മത്സരത്തിന് (General Competition) അനുവദിക്കപ്പെടുന്ന അവസ്ഥ അവസരസമത്വമെന്ന തത്ത്വത്തിന്റെ അടിസ്ഥാനത്തിൽ നോക്കിയാൽ തൃപ്തികരമാണെന്ന് ആർക്കെങ്കിലും പറയാനാവുമോ? എന്റെ അഭിപ്രായത്തിൽ ഇല്ല. അതുകൊണ്ട് സംവരണം നടപ്പിലാക്കേണ്ടത്........ന്യൂനപക്ഷം സീറ്റുകളിൽ മാത്രമായിരിക്കണം. എന്നാൽ മാത്രമേ ആദ്യത്തെ തത്ത്വത്തിന് ഭരണഘടനയിൽ നിലനില്പുണ്ടാവൂ. ഒരേ സമയം അവസരസമത്വമെന്ന തത്ത്വം അംഗീകരിക്കുകയും ഭരണകൂടത്തിൽ പ്രാതിനിധ്യം ലഭിച്ചിട്ടില്ലാത്ത സമുദായങ്ങളുടെ ആവശ്യം അനുവദിക്കുകയും

ചെയ്യേണ്ടതുണ്ട് എന്ന നിലപാട് ബഹുമാനപ്പെട്ട അംഗങ്ങൾ മനസ്സിലാക്കിയാൽ, ഒരു അപവാദം (exception) ആ നിയമത്തെത്തന്നെ വിഴുങ്ങുന്ന അവസ്ഥ ഒഴിവാക്കാൻ 'പിന്നോക്കം' എന്ന ഒരു വിശേഷണ പദം കൂടിയേ തീരൂ എന്നവർ തിരിച്ചറിയും എന്നെനിക്ക് ഉറപ്പുണ്ട്.

ഭരണഘടനയിലെ സംവരണവ്യവസ്ഥയെ അവസര സമത്വത്തിന്റെ അപവാദമെന്ന നിലയിൽ പരിഗണിച്ച അംബേദ്കറുടെ കാഴ്ചപ്പാട് ഒട്ടും നീതീകരിക്കാവുന്നതായിരുന്നില്ല. സംവരണം അവസരസമത്വത്തെ ലംഘിക്കുകയോ പരിമിതപ്പെടുത്തുകയോ അല്ല, മറിച്ച് അതിനെ പൂർണ്ണവും സാർത്ഥകവുമാക്കുകയാണ് ചെയ്യുന്നത്. അനുച്ഛേദം 14 ൽ വിഭാവന ചെയ്ത സമഗ്രമായ തുല്യത (substantive equity) എന്ന ലക്ഷ്യം പൂർത്തിയാക്കുന്ന ഉപകരണമായാണ് അത് പ്രവർത്തിക്കുന്നത്. നീതിരഹിതമായ അവസരസമത്വം പൊള്ളയാണ് എന്ന് വ്യക്തമാക്കാനായി 1975 ലെ എൻ എം തോമസ് കേസിൽ സുപ്രീം കോടതി ഇംഗ്ലീഷ് തത്ത്വചിന്തകനായ ബർണാഡ് വില്യംസിന്റെ 'The Idea of Equality' എന്ന പ്രബന്ധത്തിൽനിന്നുള്ള വരികൾ ഉദ്ധരിക്കുന്നുണ്ട്. ഒരു നാട്ടിൽ യോദ്ധാക്കളുടെ ഒരു സംഘത്തിന് വലിയ സാമൂഹികാന്തസ്സ് കല്പിക്കപ്പെട്ടിരിക്കുന്നു എന്ന് സങ്കല്പിക്കുക. സ്വാഭാവികമായും മികച്ച കായികശക്തി അവരുടെ തൊഴിലിന് അനിവാര്യവുമായിരിക്കും. അതിലേക്ക് അംഗങ്ങളെ തെരഞ്ഞെടുക്കുന്നത് ആ സമൂഹത്തിലെ ധനികരായ സമുദായങ്ങളിൽ നിന്ന് മാത്രമാണ് എന്നും കരുതുക. ഇത് തുല്യനീതിയുടെ ലംഘനമാണ് എന്ന് തിരിച്ചറിഞ്ഞ അന്നാട്ടിലെ സാമൂഹിക പരിഷ്കർത്താക്കൾ ഈ വ്യവസ്ഥ നിരോധിക്കുകയും യോദ്ധാക്കളുടെ സംഘത്തിൽ സമൂഹത്തിലെ ഏതു വിഭാഗത്തിൽനിന്നും ആർക്കു വേണമെങ്കിലും ചേരാവുന്ന നിലയ്ക്ക് നിയമങ്ങൾ മാറ്റിയെഴുതി എന്നും കരുതുക. എന്നാൽ അതിനുശേഷവും ആ സംഘത്തിലേക്ക് അംഗങ്ങൾ വരുന്നത് ധനിക സമുദായങ്ങളിൽ നിന്നായിരിക്കും! കാരണം അതിലെ അംഗത്വത്തിന് അനിവാര്യഘടകമായ കായികശക്തി, ദാരിദ്ര്യവും പോഷകാഹാരക്കുറവുംകൊണ്ട് വലയുന്ന മറ്റുള്ള സാമൂഹികവിഭാഗങ്ങൾക്ക് ഉണ്ടാവില്ല എന്നതുതന്നെ. കേവലമായ അവസരസമത്വം എല്ലായ്പ്പോഴും എല്ലാവരുടെയും പങ്കാളിത്തത്തിന് വഴിയൊരുക്കും എന്നതിന് ഉറപ്പില്ല എന്നതിന്റെ തെളിവായാണ് കോടതി ഇത് ചൂണ്ടിക്കാട്ടിയത്. അനീതി ആഴത്തിൽ വേരോടിയ സമൂഹത്തിൽ തുല്യത അതിന്റെ പൂർണ്ണമായ അർത്ഥത്തിൽ നടപ്പിൽ വരാൻ സംവരണം അനിവാര്യമാണ്. എന്നാൽ സംവരണത്തെ അവസരസമത്വത്തിന്റെ വിപരീതസ്ഥാനത്ത് പ്രതിഷ്ഠിച്ചത് അംബേദ്കർക്ക് സംഭവിച്ച പാളിച്ചയാണ്. അതാകട്ടെ, അദ്ദേഹത്തിന്റെ വ്യക്തിപരമായ പിഴവായി ഒതുങ്ങാതെ രാജ്യത്തിന്റെ

ഭരണഘടനാരാഷ്ട്രീയത്തിൽത്തന്നെ ദൂരവ്യാപകമായ പ്രത്യാഘാതങ്ങൾ സൃഷ്ടിച്ചു.

ബാലാജി കേസ്

ചെമ്പകം ദൊരൈരാജൻ കേസിന് ശേഷം സംവരണം കേന്ദ്രവിഷയമായി വന്ന കേസാണ് 1963 ലെ എം ആർ ബാലാജി Vs. സ്റ്റേറ്റ് ഓഫ് മൈസൂർ കേസ് (AIR 1963 SC 649). സംസ്ഥാനത്തെ ബ്രാഹ്മണർ ഒഴികെയുള്ള മറ്റു സമുദായങ്ങൾ മുഴുവൻ പട്ടികജാതി, പട്ടികവർഗ്ഗങ്ങളിലോ സാമൂഹ്യവും വിദ്യാഭ്യാസപരവുമായി പിന്നോക്കം നില്ക്കുന്ന വർഗ്ഗങ്ങളിലോ (Socially and Educationally Backward Classes) പെടുന്നവരായി പ്രഖ്യാപിക്കുകയും അവർക്കായി വിദ്യാഭ്യാസ സ്ഥാപനങ്ങളിൽ 75 ശതമാനം സംവരണം പ്രഖ്യാപിക്കുകയും ചെയ്തുകൊണ്ടുള്ള ഒരു ഉത്തരവ് 1958ൽ മൈസൂർ സർക്കാർ പുറപ്പെടുവിച്ചിരുന്നു. തുടർന്നുള്ള മൂന്നു വർഷങ്ങളിലും ചില ഭേദഗതികളോടെ സർക്കാർ സമാനമായ ഉത്തരവുകൾ ഇറക്കിപ്പോന്നു. 1962 ൽ പുതിയ ഒരു ഉത്തരവിലൂടെ സംസ്ഥാനത്തെ എഞ്ചിനീയറിങ്, മെഡിക്കൽ കോളേജുകളിലും സാങ്കേതിക സ്ഥാപനങ്ങളിലും 68 ശതമാനം സംവരണം നടപ്പിലാക്കി. ഇതുകൂടാതെ പിന്നോക്ക വിഭാഗങ്ങളെ പിന്നെയും രണ്ടു വിഭാഗങ്ങളായി (പിന്നോക്ക വിഭാഗങ്ങൾ, അതീവ പിന്നോക്ക വിഭാഗങ്ങൾ) തിരിക്കുകയും ചെയ്തു. ഈ ഉത്തരവുകളാണ് സുപ്രീംകോടതിയിൽ റിട്ട് ഹർജികളിലൂടെ ചോദ്യം ചെയ്യപ്പെട്ടത്. സുപ്രീംകോടതിയുടെ അഞ്ചംഗ ഭരണഘടനാ ബെഞ്ചാണ് കേസിൽ വാദം കേട്ടത്. ഭരണഘടനയുടെ അനുച്ഛേദം 15(4) പ്രകാരം തങ്ങൾക്ക് ഇത്തരത്തിലുള്ള ഉത്തരവുകൾ പുറപ്പെടുവിക്കാനുള്ള അധികാരമുണ്ടെന്ന സംസ്ഥാന സർക്കാരിന്റെ വാദം പക്ഷേ, സുപ്രീം കോടതി അംഗീകരിച്ചില്ല. അനുച്ഛേദം 15(4) അപരിമിതമായ സ്വാതന്ത്ര്യം ഭരണകൂടത്തിന് നല്കുന്നില്ല എന്നും ഭരണഘടന നിശ്ചയിച്ചിട്ടുള്ള അതിർവരമ്പുകൾക്കുള്ളിൽ നിന്നുകൊണ്ട് മാത്രമേ സംവരണതത്ത്വം നടപ്പിലാക്കാൻ കഴിയൂ എന്നും ജസ്റ്റിസ് ഗജേന്ദ്രഗഡ്ക്കർ എഴുതിയ വിധിന്യായത്തിൽ ചൂണ്ടിക്കാട്ടി. പ്രധാനമായും ആറു കാര്യങ്ങളാണ് സുപ്രീം കോടതി ഈ കേസിൽ വ്യക്തമാക്കിയത്:

1) അനുച്ഛേദം 15(4) എന്നത് അനുച്ഛേദം 15(1) നും 29 (2) നും അപവാദമാണ്. (തൊട്ടുമുൻപത്തെ വർഷം ജനറൽ മാനേജർ, സതേൺ റെയിൽവേ Vs. രംഗാചാരി കേസിൽ അനുച്ഛേദം 16 (4) എന്നത് അനുച്ഛേദം 16 (1) ന് അപവാദമാണെന്ന് നിരീക്ഷിച്ചിരുന്നു. ആ കേസിലും വിധിന്യായമെഴുതിയത് ജസ്റ്റിസ് ഗജേന്ദ്രഗഡ്കർ തന്നെയായിരുന്നു).
2) അനുച്ഛേദം 15 (4) ൽ പരാമർശിച്ചിരിക്കുന്ന 'വർഗ്ഗം' എന്ന പ്രയോ

ഗവും ജാതിയും ഒന്നല്ല.

3) സാമൂഹ്യ പിന്നോക്കാവസ്ഥയുടെ പ്രധാന കാരണങ്ങളിലൊന്ന് ജാതിവ്യവസ്ഥ സൃഷ്ടിച്ച ഉച്ചനീചത്വങ്ങൾ തന്നെയാണ്. എന്നാൽ സാമ്പത്തിക പിന്നോക്കാവസ്ഥമൂലവും സാമൂഹ്യ പിന്നോക്കാവസ്ഥയുണ്ടാവാം. അതുകൊണ്ട് ജാതിയുടെ അടിസ്ഥാനത്തിൽ മാത്രം പിന്നോക്കാവസ്ഥ നിശ്ചയിക്കുന്നത് യുക്തിപരമല്ല. മറ്റു ഘടകങ്ങൾക്കൊപ്പം ജാതിയെയും പരിഗണിക്കാം എന്നുമാത്രം. ജാതിയുടെ അടിസ്ഥാനത്തിലുള്ള സംവരണം ജാതിയെ ദൃഢീകരിക്കാൻ കാരണമായേക്കും എന്ന അപകടവുമുണ്ട്. മാത്രമല്ല ജാതിവ്യവസ്ഥ നിലവിലില്ലാത്ത മറ്റു മതവിഭാഗങ്ങളെ സംബന്ധിച്ചിടത്തോളം ഏത് മാനദണ്ഡം സ്വീകരിക്കും എന്നതും പ്രശ്നമായി അവശേഷിക്കും.
4) പിന്നോക്ക വിഭാഗങ്ങളെ പിന്നെയും അതീവ പിന്നോക്ക വിഭാഗങ്ങൾ (Most Backward Classes), പിന്നോക്ക വിഭാഗങ്ങൾ (Backward Classes) എന്നിങ്ങനെ ഉപവിഭാഗങ്ങളായി തരംതിരിക്കാൻ അനുച്ഛേദം 15(4) അനുവാദം നല്കുന്നില്ല.
5) സംവരണം അവസരസമത്വത്തിന് അപവാദമായതിനാൽ അത് ന്യൂനപക്ഷം സീറ്റുകളിൽ മാത്രമായി നിജപ്പെടുത്തണം. അഥവാ പിന്നോക്കസംവരണം 50 ശതമാനത്തിൽ താഴെയായിരിക്കണം. എത്രത്തോളം താഴെയായിരിക്കണം എന്നത് നിലവിലുള്ള സാഹചര്യങ്ങളുടെയും പ്രസക്തമായ ഘടകങ്ങളുടെയും അടിസ്ഥാനത്തിൽ തീരുമാനിക്കാം. അംബേദ്കറുടെ നിലപാട് കോടതിയും പിൻപറ്റിയതിന്റെ ഫലമായിരുന്നു ഇത്.
6) പിന്നോക്കവിഭാഗമായി അംഗീകരിക്കപ്പെടണമെങ്കിൽ ആ വിഭാഗം പട്ടികജാതി, പട്ടികഗോത്രവർഗ്ഗങ്ങൾക്ക് സമാനമായ പിന്നോക്കാവസ്ഥ അനുഭവിക്കുന്നതാവണം.

പിന്നോക്കസംവരണം തത്ത്വത്തിൽ അംഗീകരിച്ചെങ്കിലും സാമ്പത്തിക സംവരണത്തിനായി വാദിച്ചിരുന്നവരുടെ ശബ്ദങ്ങൾക്ക് കരുത്തുപകരുന്ന, യാഥാസ്ഥിതിക മൂല്യങ്ങളെ ഉയർത്തിപ്പിടിച്ച വിധിയായിരുന്നു ഇത്. ഈ കേസിൽ സുപ്രീം കോടതി കൈക്കൊണ്ട നിലപാടുകൾ പലതും പിന്നീട് കൈയൊഴിയപ്പെട്ടെങ്കിലും സംവരണത്തിന് നിശ്ചയിച്ച 50 ശതമാനം മേൽപരിധി തന്നെയാണ് ഇന്നും തുടർന്നുപോരുന്നത്.

എൻ എം തോമസ് കേസ്

സംവരണ ചരിത്രത്തിലെ സുപ്രധാന നാഴികക്കല്ലാണ് 1975 ലെ എൻ എം തോമസ് Vs. സ്റ്റേറ്റ് ഓഫ് കേരള കേസ്(AIR 1976 SC 490). നിയമപണ്ഡിതരെയും നൈതികചിന്തകരെയുമെല്ലാം സമൃദ്ധമായി ഉദ്ധരിച്ച് തുല്യതയെ അതിന്റെ ആഴത്തിലും പരപ്പിലും വിശകലനം ചെയ്ത ഈ വിധിന്യായം നിയമവ്യവഹാരങ്ങളുടെ ചരിത്രത്തിലെ തന്നെ

ഒരു രജതരേഖയാണ്. കേരള സബോർഡിനേറ്റ് സർവ്വീസസ് റൂൾ പ്രകാരം സർക്കാർ സർവ്വീസിലെ എൽ ഡി ക്ലാർക്കിന് യു ഡി ക്ലാർക്കായി സ്ഥാനക്കയറ്റം കിട്ടാൻ പ്രത്യേക വകുപ്പുതല പരീക്ഷ പാസാകേണ്ടിയിരുന്നു. എന്നാൽ പട്ടികജാതി, പട്ടികവർഗ്ഗ വിഭാഗങ്ങൾക്ക് സർക്കാർ അതിൽ രണ്ടു വർഷത്തെ ഇളവ് അനുവദിച്ചു. ഇതിനെതിരെ പരാതിക്കാരൻ ഹൈക്കോടതിയെ സമീപിക്കുകയും ഹൈക്കോടതി അദ്ദേഹത്തിനനുകൂലമായി വിധിക്കുകയും ചെയ്തു. ഇതേത്തുടർന്നാണ് കേരള സർക്കാർ സുപ്രീം കോടതിയിൽ അപ്പീൽ ഫയൽ ചെയ്തത്. ഔപചാരികമായിട്ടല്ലാതെ, സമത്വം എന്ന ആശയത്തെ അതിന്റെ സമഗ്രതയിൽ മനസ്സിലാക്കേണ്ടതുണ്ട് എന്ന് സുപ്രീം കോടതിയുടെ ഏഴംഗ ബെഞ്ച് ഈ കേസിൽ വ്യക്തമാക്കി:

> ഔപചാരികമായ സമത്വം കൈവരിക്കുന്നത് എല്ലാ മനുഷ്യരെയും തുല്യരായി പരിഗണിക്കുമ്പോഴാണ്. എന്നാൽ എല്ലാ മനുഷ്യരും എല്ലാ രീതിയിലും തുല്യരല്ല... സമത്വത്തിനു വേണ്ടിയുള്ള അവകാശവാദം അനർഹവും നീതീകരിക്കാനാവാത്തതുമായ അസമത്വങ്ങൾക്കെതിരായ പോരാട്ടമാണ്... ആനുപാതികമായ സമത്വം എന്ന ലക്ഷ്യം കൈവരിക്കുന്നത് തുല്യരായവരെ തുല്യമായും തുല്യരല്ലാത്തവരെ തുല്യമല്ലാതെയും പരിഗണിക്കുമ്പോഴാണ്.... തുല്യരല്ലാത്തവർക്കിടയിലെ അവസരസമത്വം അസമത്വത്തിന്റെ വർദ്ധനവ് മാത്രമാണ്. അവസരസമത്വം യുക്തിപൂർണ്ണമായ വിവേചനം അംഗീകരിക്കുകയും യുക്തിയില്ലാത്ത വിവേചനം അംഗീകരിക്കാതിരിക്കുകയും ചെയ്യുന്നു.....
> അനുച്ഛേദം 16 (4) എന്നത് അനുച്ഛേദം 16 (1) ൽ വിഭാവനം ചെയ്യുന്ന സമത്വം എന്ന ആദർശത്തെ സാക്ഷാൽക്കരിക്കുന്ന മാർഗ്ഗങ്ങളിൽ ഒന്നാണ്.

അതുകൊണ്ടുതന്നെ അനുച്ഛേദം 16(4) എന്നത് അനുച്ഛേദം 16(1) ന്റെ അപവാദമല്ല എന്നും മറിച്ച് അതിന് അനുപൂരകമായ, അർത്ഥപൂർണ്ണത നല്കുന്ന വ്യവസ്ഥയാണ് എന്നും കോടതി പറഞ്ഞു. ഒരു പടികൂടി കടന്ന്, അനുച്ഛേദം 16(4) ഭരണഘടനയിൽ ഇല്ലായിരുന്നെങ്കിൽ പോലും സംവരണത്തിനു നിയമസാധുതയുണ്ട് എന്നും കോടതി അഭിപ്രായപ്പെട്ടു (ഇത് അനുച്ഛേദം 15(1) നെയും 15(4) നെയും സംബന്ധിച്ചും ബാധകമാണ്). സംവരണ വിഷയത്തിൽ മുൻകാലങ്ങളിൽ സുപ്രീം കോടതി സ്വീകരിച്ചുപോന്ന യാഥാസ്ഥിതിക നിലപാടുകളിൽനിന്നുള്ള വഴിതിരിയലായിരുന്നു ഇത്. പിന്നീടങ്ങോട്ടുള്ള കേസുകളിലെല്ലാം സുപ്രീം കോടതി ഈ കാഴ്ചപ്പാടാണ് സ്വീകരിച്ചുപോരുന്നത്.

എൻ എം തോമസ് കേസിലെ വിധി ചില കാര്യങ്ങളിൽ അവ്യക്ത

തകൾക്ക് വഴിവെച്ചിട്ടുണ്ട്. അതിലൊന്ന് സംവരണത്തിന്റെ മേൽപരിധി (ceiling limit) സംബന്ധിച്ചുള്ളതാണ്. ബാലാജി കേസിൽ സുപ്രീം കോടതി സംവരണത്തിന് 50 ശതമാനം പരിധി നിശ്ചയിച്ചത്, സംവരണം അവസരസമത്വത്തിന് ഒരു അപവാദമാണ് എന്നതുകൊണ്ടും ഒരു അപവാദം അതിന്റെ നിയമത്തെ തന്നെ വിഴുങ്ങാൻ അനുവദിച്ചുകൂടാ എന്നതുകൊണ്ടുമാണ്. എന്നാൽ എൻ എം തോമസ് കേസിൽ അത ങ്ങനെയല്ല എന്ന് വ്യക്തമാക്കിയ സ്ഥിതിക്ക് 50 ശതമാനത്തിന്റെ പ്രസക്തി ചോദ്യം ചെയ്യപ്പെടാവുന്നതാണ്. എൻ എം തോമസ് കേസിൽത്തന്നെ ജസ്റ്റിസ് ഫസൽ അലി ഇത് സംബന്ധിച്ച് സംശയമുന്നയിക്കുകയുണ്ടായി. ജനസംഖ്യയുടെ 80 ശതമാനമുള്ള ഒരു പിന്നോക്ക വിഭാഗത്തിന് സർക്കാർ 80 ശതമാനം സംവരണമേർപ്പെടുത്തിയാൽ അത് അനുച്ഛേദം 16(4) നു കീഴിലെ അനുവദനീയ പരിധിയിലുമധികമാണെന്ന് പറയാൻ കഴിയില്ല എന്ന് അദ്ദേഹം നിരീക്ഷിച്ചു. ജസ്റ്റിസ് വി ആർ കൃഷ്ണയ്യരും ഫസൽ അലിയുടെ നിലപാടിനോട് യോജിച്ചു. എന്നാൽ ഈ രണ്ടു ന്യായാധിപന്മാരുടെ നിരീക്ഷണങ്ങൾ ഏഴംഗ ബെഞ്ചിന്റെ പൊതുകാഴ്ച പ്പാടല്ലാതിരുന്നതിനാൽ വിധിന്യായത്തിന്റെ ഭാഗമായില്ല. ഏതായാലും ഈ വിഷയം അക്കാലത്ത് തന്നെ ആശയക്കുഴപ്പത്തിന് വഴിവെച്ചിരുന്നു. എൻ എം തോമസ് കേസിന് ശേഷം സംവരണം പ്രമേയമായി വന്ന 1985 ലെ വസന്ത് കുമാർ Vs. സ്റ്റേറ്റ് ഓഫ് കർണ്ണാടക കേസിൽ മേൽപരിധി സംബന്ധിച്ച് രണ്ടു ജഡ്ജിമാർ തീർത്തും വിപരീതമായ രണ്ടു നിഗമനങ്ങളിലാണെത്തിയത്: ജസ്റ്റിസ് ചിന്നപ്പറെഡ്ഡി 50 ശതമാനം സംവരണപരിധി ലംഘിക്കുന്നതിൽ തടസ്സങ്ങളില്ല എന്ന് വിധിച്ചപ്പോൾ ജസ്റ്റിസ് വെങ്കടരാമയ്യ അങ്ങനെ കഴിയില്ല എന്നാണ് വിധിച്ചത്. അതിനുശേഷം സംവരണവിഷയം സമഗ്രമായി പരിഗണിച്ചത് 1992 ലെ ഇന്ദ്ര സാഹ്നി കേസിലായിരുന്നു. അതിലാകട്ടെ, സുപ്രീം കോടതി ഒരു മദ്ധ്യമാർഗ്ഗമാണ് അവലംബിച്ചത്. അനുച്ഛേദം 16(4) എന്നത് 16(1) ന് അപവാദമല്ല എന്ന എൻ എം തോമസ് കേസിലെ വിധി അംഗീകരിച്ചപ്പോൾ തന്നെ, ബാലാജി കേസിൽ നിശ്ചയിച്ച 50 ശതമാനം സംവരണ മേൽപരിധിയും കോടതി അംഗീകരിച്ചു!

മറ്റൊരു വിഷയം സംവരണം മൗലികാവകാശമെന്ന നിലയിൽ പരിഗണിക്കാനാവുമോ എന്നതാണ്. ഉദ്യോഗ-വിദ്യാഭ്യാസ സംവരണ ത്തിന് അടിത്തറയായി നില്ക്കുന്ന പ്രധാന ഭരണഘടനാ വകുപ്പുകളായ 15(4), 16(4) എന്നിവ മൗലികാവകാശങ്ങൾ എന്ന അദ്ധ്യായത്തിലാണ് ഉൾപ്പെടുന്നത്. അനുച്ഛേദം 15(1), 16(1) എന്നിവ മൗലികാവകാശങ്ങളാ ണെന്ന കാര്യത്തിലും സംശയമില്ല. പക്ഷേ, പലരും തെറ്റിദ്ധരിച്ചിരിക്കു ന്നതുപോലെ സംവരണം ഒരു മൗലികാവകാശമല്ല. ഭരണഘടനയിലെ ചില വകുപ്പുകൾ നിർബ്ബന്ധ വ്യവസ്ഥകളാണ് (mandatory provision) എങ്കിൽ മറ്റു ചിലവ പ്രാപ്തമാക്കൽ വ്യവസ്ഥകൾ (enabling provision)

മാത്രമാണ്. ചില നടപടികളെടുക്കാൻ ഭരണകൂടത്തെ പ്രാപ്തമാക്കുകയോ അധികാരപ്പെടുത്തുകയോ ചെയ്യുന്ന വ്യവസ്ഥകളാണത്. അനുച്ഛേദം 15(4), 16(4) എന്നിവ ഇത്തരത്തിലുള്ളവയാണ്. സർക്കാർ സർവ്വീസിൽ മതിയായ പ്രാതിനിധ്യം ലഭിക്കാത്ത പിന്നോക്ക വിഭാഗങ്ങൾക്ക് സംവരണം നല്കാൻ ഭരണഘടനയുടെ അനുച്ഛേദം 16 (4) സർക്കാരിനെ പ്രാപ്തമാക്കുന്നു എന്നേയുള്ളൂ. അതായത്, ഉദ്യോഗനിയമനത്തിലോ സ്ഥാനക്കയറ്റത്തിലോ സംവരണം നടപ്പിലാക്കാൻ സർക്കാരിന് ഭരണഘടനാപരമായ കടമയോ ബാദ്ധ്യതയോ ഇല്ല. സംവരണം നടപ്പിലാക്കിയില്ല എന്നതിന്റെ പേരിൽ സുപ്രീം കോടതിയിൽ റിട്ട് ഹർജി ഫയൽ ചെയ്താൽ അത് തള്ളിപ്പോവുകയേയുള്ളൂ. 1962 ലെ ബാലാജി കേസ് മുതൽ 2020 ലെ മുകേഷ് സിങ് കേസ് വരെയുള്ളവയിൽ സുപ്രീം കോടതി ഇത് ആവർത്തിച്ച് വ്യക്തമാക്കിയിട്ടുമുണ്ട്. എന്നാൽ തുല്യതയെ അതിന്റെ സമഗ്രതയിലാണ് മനസ്സിലാക്കേണ്ടത് എന്നും, അനുച്ഛേദം 15(4), 16(4) എന്നിവയെ അനുച്ഛേദം 15(1), 16(1) എന്നിവയോട് കൂട്ടിച്ചേർത്തു വേണം വായിക്കാൻ എന്നുമുള്ള എൻ എം തോമസ് കേസിലെ വിധി നിലനില്ക്കെ, സംവരണതത്ത്വം പാലിക്കാതെ ഉദ്യോഗനിയമനം നടത്തുന്നത് അവസരസമത്വം എന്ന ഭരണഘടനാ ദർശനത്തിന്റെ ലംഘനമാണ് എന്ന് വ്യാഖ്യാനിക്കാവുന്നതാണ്. ഇതേക്കുറിച്ച് സുപ്രീം കോടതിതന്നെ കൂടുതൽ വ്യക്തത വരുത്തേണ്ടതുണ്ട്.

മറ്റു വ്യവസ്ഥകൾ

അനുച്ഛേദം 15 (4), 16 (4) എന്നിവയ്ക്കു പുറമേ സംവരണ തത്ത്വത്തിന് അടിത്തറ നല്കുന്ന മറ്റൊരു പ്രധാന വകുപ്പുകൂടി ഭരണഘടനയിലുണ്ട്. 16–ാം ഭാഗമായ 'ചില വിഭാഗങ്ങളെ സംബന്ധിച്ച പ്രത്യേക വ്യവസ്ഥകൾ (Special Provisions Relating to Certain Classes)' എന്നതിൽ ഉൾപ്പെട്ടിരിക്കുന്ന അനുച്ഛേദം 335 ആണത്. ഭരണത്തിന്റെ കാര്യക്ഷമതയുമായി പൊരുത്തപ്പെടുംവിധം സർക്കാർ നിയമനങ്ങളിൽ പട്ടികജാതികളിലും പട്ടികഗോത്രവർഗ്ഗങ്ങളിലുംപെട്ട അംഗങ്ങളുടെ അവകാശങ്ങൾ പരിഗണിക്കേണ്ടതാണ് എന്നാണ് ഈ അനുച്ഛേദത്തിൽ പറയുന്നത്. സംവരണത്തിന് അനുച്ഛേദം 16(4) നിഷ്കർഷിക്കുന്ന നിബന്ധനകളായ പിന്നോക്കാവസ്ഥ, പ്രാതിനിധ്യക്കുറവ് എന്നിവയ്ക്ക് പുറമേ മറ്റൊന്നുകൂടി– കാര്യക്ഷമത– കൂട്ടിച്ചേർക്കുമ്പോഴും സംവരണത്തിന്റെ ഭരണഘടനാ സാധുതയ്ക്ക് അടിവരയിടുന്ന വ്യവസ്ഥയാണിത്. എന്നാൽ അതോടൊപ്പം സങ്കുചിതമായ താല്പര്യങ്ങൾ മുൻനിർത്തി വിവേചനരഹിതമായി സംവരണാനുകൂല്യം വ്യാപിപ്പിക്കുന്നതിന് തടയിടാനും കാര്യക്ഷമതാനിബന്ധന സഹായിക്കുന്നു. 1992 ലെ ഇന്ദ്രസാഹ്നി കേസിലെ വിധിയിൽ, പട്ടികജാതികൾക്കും പട്ടികഗോത്രവർഗ്ഗങ്ങൾക്കും പുറമേ ഒ ബി സി വിഭാഗ

ങ്ങൾക്ക് സംവരണം നല്കുമ്പോഴും ഇത് ബാധകമാണെന്ന് വ്യക്തമാക്കിയിട്ടുണ്ട്. 2000 ൽ 82-ാം ഭരണഘടനാ ഭേദഗതിയിലൂടെ ഈ അനുച്ഛേദത്തിലേക്ക് ഒരു വരികൂടി കൂട്ടിച്ചേർത്തു. പട്ടികജാതി/പട്ടിക ഗോത്രവർഗ്ഗവിഭാഗങ്ങൾക്ക് സ്ഥാനക്കയറ്റത്തിൽ മാർക്കിനും മറ്റു മാനദണ്ഡങ്ങളിലും ഇളവു നല്കാൻ സർക്കാരിന് അനുവാദം നല്കുന്ന വ്യവസ്ഥയായിരുന്നു അത്.

സംവരണത്തിന്റെ വിമർശകർ എക്കാലത്തും അതിനെ മെറിറ്റിന്റെയും കാര്യക്ഷമതയുടെയും ഘാതകൻ എന്നാണ് വിശേഷിപ്പിച്ചിട്ടുള്ളത്. സംവരണം സർക്കാരിന്റെ കാര്യക്ഷമത തകർക്കുമെന്നും രാജ്യത്തിന്റെ പുരോഗമന പാതയിൽ പിന്നോട്ടടിപ്പിക്കും എന്നുമുള്ള അഭിപ്രായം ഭരണഘടനാ നിർമ്മാണസഭയിൽ ഇതു സംബന്ധിച്ച ചർച്ചകൾ ആരംഭിച്ച കാലംമുതൽ മുഴങ്ങികേൾക്കുന്നതാണ്. സാക്ഷാൽ ജവഹർലാൽ നെഹ്റുവും ഇതേ അഭിപ്രായക്കാരനായിരുന്നു എന്നത് നമ്മെ ഞെട്ടിക്കും. 1946 ഡിസംബർ 13 ന് ഭരണഘടനാ നിർമ്മാണ സഭയിൽ ലക്ഷ്യപ്രമേയം അവതരിപ്പിച്ചുകൊണ്ട് അദ്ദേഹം പറഞ്ഞത് 'ന്യൂനപക്ഷങ്ങൾക്കും പിന്നോക്കഗോത്രവർഗ്ഗ പ്രദേശങ്ങൾക്കും അധഃസ്ഥിത വർഗ്ഗങ്ങൾക്കും മറ്റു പിന്നോക്ക വിഭാഗങ്ങൾക്കുമായി പ്രത്യേക നടപടികൾ സ്വീകരിക്കേണ്ടതുണ്ട്' എന്നാണ്. എന്നാൽ ഇതേ നെഹ്റു തന്നെ 1961 ജൂൺ 27 ന് മുഖ്യമന്ത്രിമാർക്ക് അയച്ച ഒരു കത്തിൽ എഴുതിയത് ഇങ്ങനെ:

> പട്ടികജാതികളെയും പട്ടികവർഗ്ഗങ്ങളെയും സഹായിക്കാനുള്ള ചില നിയമങ്ങൾക്കും കീഴ്വഴക്കങ്ങൾക്കും നമ്മൾ ബന്ധിതരാണ്. അവർ സഹായം അർഹിക്കുകയും ചെയ്യുന്നു. എങ്കിൽപ്പോലും, ഞാൻ ഒരുതരത്തിലുള്ള സംവരണത്തെയും ഇഷ്ടപ്പെടുന്നില്ല, പ്രത്യേകിച്ചും സർക്കാർ സർവ്വീസുകളിൽ. കാര്യക്ഷമതയില്ലായ്മയ്ക്കും രണ്ടാംകിട നിലവാരത്തിനും വഴിവെക്കുന്ന എല്ലാത്തിനുമെതിരായി ഞാൻ പ്രതികരിക്കും. എനിക്ക് എന്റെ രാജ്യം എല്ലാ കാര്യത്തിലും ഒന്നാംകിടയാവണം. രണ്ടാംകിടത്വത്തെ പ്രോത്സാഹിപ്പിക്കുന്ന ആ നിമിഷം നമ്മൾ തോല്ക്കും.
>
> ഒരു പിന്നോക്ക വിഭാഗത്തിനെ സഹായിക്കാനുള്ള ഒരേയൊരു വഴി അവർക്ക് മികച്ച വിദ്യാഭ്യാസത്തിനുള്ള അവസരങ്ങളൊരുക്കുക എന്നതാണ്, കൂടുതൽ കൂടുതൽ പ്രാധാന്യമേറിക്കൊണ്ടിരിക്കുന്ന സാങ്കേതിക വിദ്യാഭ്യാസം ഉൾപ്പെടെ. ബാക്കിയെല്ലാം ശരീരത്തിന്റെ ശക്തിയോ ആരോഗ്യമോ വർദ്ധിപ്പിക്കാത്ത, ഓരോ തരത്തിലുള്ള ഊന്നുവടികൾ മാത്രമാണ്.... നമ്മൾ സാമുദായികമോ ജാതീയമോ ആയവയുടെ അടിസ്ഥാനത്തിലുള്ള സംവരണം അംഗീകരിക്കുകയാണെങ്കിൽ ബുദ്ധിശക്തിയും കഴിവുമുള്ള മനു

> ഷ്യരെ ചവിട്ടിത്താഴ്ത്തുകയും രണ്ടാം കിടയോ മൂന്നാം കിടയോ ആയി തുടരുകയുമാണ് ചെയ്യുക. ഈ സംവരണം എത്രത്തോളം അതിരുകടക്കുന്നു എന്ന കാര്യം എന്നെ ദുഃഖിപ്പിക്കുന്നു. സാമുദായികമോ ജാതിപരമോ ആയ പരിഗണനകൾക്ക് വിധേയമായാണ് പലപ്പോഴും സ്ഥാനക്കയറ്റംപോലും കൊടുക്കുന്നത് എന്നറിഞ്ഞ് ഞാൻ അത്ഭുതപ്പെട്ടുപോയിട്ടുണ്ട്. ഈ വഴി വിഡ്ഢിത്തത്തിലേക്കുള്ളത് മാത്രമല്ല, ദുരന്തത്തിലേക്കുള്ളതുകൂടിയാണ്. നമുക്ക് പിന്നോക്ക വിഭാഗങ്ങളെ എല്ലാ വിധത്തിലും സംരക്ഷിക്കാം, പക്ഷേ, അത് കാര്യക്ഷമതയെ ബലി കൊടുത്തുകൊണ്ടാവരുത്.[4]

സംവരണത്തെയും കാര്യക്ഷമതയെയും വിരുദ്ധധ്രുവങ്ങളിൽ പ്രതിഷ്ഠിക്കുന്ന ഇത്തരം കാഴ്ചപ്പാടുകളിൽ എത്രത്തോളം വസ്തുതയുണ്ട്? ഡൽഹി സ്കൂൾ ഓഫ് ഇക്കണോമിക്സിലെ അശ്വിനി ദേശ്പാണ്ഡേയും മിഷിഗൻ സർവ്വകലാശാലയിലെ തോമസ് വീസ്കോഫും ചേർന്ന് ഇന്ത്യൻ റെയിൽവേയിലെ സംവരണത്തിന്റെ ആഘാതങ്ങളെക്കുറിച്ച് ഒരു ആധികാരിക പഠനം നടത്തിയിരുന്നു.[5] 1982 നും 2002 നും ഇടയിലുള്ള ഇരുപത് വർഷക്കാലയളവിൽ എസ് സി, എസ് ടി സംവരണം റെയിൽവേയുടെ ഉല്പാദനക്ഷമതയെയും കാര്യക്ഷമതയെയും എങ്ങനെയാണ് ബാധിച്ചത് എന്നായിരുന്നു അവർ അന്വേഷിച്ചത്. സംവരണം നടപ്പിലാക്കിയിട്ടുള്ള ലോകത്തിലെ തന്നെ ഏറ്റവും വലിയ തൊഴിൽദാതാവ് എന്ന നിലയ്ക്കാണ് റെയിൽവേയെ തെരഞ്ഞെടുത്തത്. സംവരണം ഒരു തരത്തിലും റെയിൽവേയുടെ കാര്യക്ഷമതയെ മോശമായി ബാധിച്ചില്ല എന്നു മാത്രമല്ല ചില മേഖലകളിലെങ്കിലും അതിന്റെ പ്രകടനം മെച്ചപ്പെടാൻ കാരണമായിട്ടുണ്ട് എന്നായിരുന്നു ഈ പഠനത്തിന്റെ കണ്ടെത്തൽ. തങ്ങളുടെ അർഹതയിലും കഴിവിലും സംശയാലുക്കളാണ് ചുറ്റുമുള്ളവർ എന്ന് ബോദ്ധ്യമുള്ളതുകൊണ്ടുതന്നെ, തീരുമാനമെടുക്കാൻ അധികാരമുള്ള സ്ഥാനങ്ങളിൽ എത്തുന്ന പിന്നോക്കവിഭാഗക്കാർ മറ്റുള്ളവരെക്കാളുമധികം സ്വന്തം ജോലിയിൽ കൂടുതൽ കൂറും ആത്മാർത്ഥതയും പുലർത്തുന്നതുകൊണ്ടാണിത് എന്നാണ് അശ്വിനി ദേശ്പാണ്ഡേയുടെ അഭിപ്രായം. സംവരണം കാര്യക്ഷമത തകർക്കും എന്നത് ഒരു വരേണ്യ മുൻവിധി മാത്രമാണെന്ന് ഈ പഠനം തെളിയിക്കുന്നു. 2019 ൽ കർണ്ണാടകത്തിൽ എസ് സി, എസ് ടി വിഭാഗങ്ങൾക്ക് സ്ഥാനക്കയറ്റത്തിൽ സംവരണം നല്കുന്നതുമായി ബന്ധപ്പെട്ട ഒരു കേസിൽ സുപ്രീം കോടതിയുടെ രണ്ടംഗ ബെഞ്ച് വളരെ വ്യത്യസ്തവും ശ്രദ്ധേയവുമായ ചില നിരീക്ഷണങ്ങൾ നടത്തുകയുണ്ടായി. സംവരണത്തിലൂടെ നിയമിക്കപ്പെടുന്ന ഉദ്യോഗസ്ഥർ മറ്റുള്ളവരേക്കാൾ കാര്യക്ഷമത കുറഞ്ഞവരാണെന്നോ അങ്ങനെയല്ലാതെ തിരഞ്ഞെടുക്കപ്പെട്ടവർ മിടുക്കരാണ്

എന്നോ പറയാനാവില്ല. ഭരണപരമായ കാര്യക്ഷമത എന്നത് ഒരു തസ്തികയിൽ നിയമിക്കപ്പെടുകയോ സ്ഥാനക്കയറ്റം ലഭിക്കുകയോ ചെയ്ത ശേഷമുള്ള ഉദ്യോഗസ്ഥന്റെ പ്രവൃത്തികളിലാണ് വെളിവാക്കപ്പെടുന്നത് എന്നും അല്ലാതെ നിയമനവേളയിലല്ല എന്നും സുപ്രീം കോടതി ചൂണ്ടിക്കാട്ടി. പാർശ്വവല്ക്കരിക്കപ്പെട്ട സമുദായങ്ങളെ അധികാരത്തിൽനിന്നും മാറ്റി നിർത്തുന്നതിലൂടെയല്ല, മറിച്ച് വൈജാത്യവും ഉൾച്ചേർക്കലും (diversity and inclusion) അംഗീകരിക്കുന്നതിലൂടെയാണ് കാര്യക്ഷമത ഉറപ്പുവരുത്താൻ കഴിയുന്നത്. ഒരു പൊതുപരീക്ഷയിൽ ഒരാൾ നേടിയ റാങ്കിനെ മാത്രം അടിസ്ഥാനപ്പെടുത്തിയല്ല മെറിറ്റിനെ കാണേണ്ടത്. 'മെറിറ്റുള്ള മത്സരാർത്ഥി എന്നാൽ കഴിവുള്ള, വിജയിയായ ഒരാൾ എന്നു മാത്രമല്ല. അയാളുടെ നിയമനം പട്ടികജാതി, പട്ടിക ഗോത്രവർഗ്ഗത്തിൽപ്പെടുന്നവരെ ഉയർത്തിക്കൊണ്ടുവരാനും വൈവിദ്ധ്യത്തെയും പ്രാതിനിദ്ധ്യത്തെയും ഉറപ്പാക്കാനുള്ള ഭരണഘടനാലക്ഷ്യത്തിന്റെ പൂർത്തീകരണത്തിനും കാരണമാകണം' എന്നാണ് കോടതി ഈ വിധിയിൽ വ്യക്തമാക്കിയത്.[6]

പിന്നോക്ക വിഭാഗങ്ങൾക്ക് സംവരണവും മറ്റു ഇളവുകളും ആനുകൂല്യങ്ങളും നല്കാൻ ഭരണകൂടത്തെ അധികാരപ്പെടുത്തുന്ന വ്യവസ്ഥകളിൽ അനുച്ഛേദം 46 ന് സവിശേഷ പ്രാധാന്യമുണ്ട്. ഭരണഘടനയുടെ നാലാം ഭാഗമായ 'രാഷ്ട്രനയ നിർദ്ദേശക തത്ത്വങ്ങൾ (Directive Principles of State Policy)' എന്ന ഭാഗത്താണ് ഇത് ഉൾപ്പെട്ടിരിക്കുന്നത്. ന്യായവാദത്തിനർഹമല്ലാത്തതും (അതായത് രാജ്യത്തെ കോടതികൾക്ക് നടപ്പാക്കാൻ കഴിയുന്നതല്ലാത്തതും), എന്നാൽ ഒരു ക്ഷേമരാഷ്ട്രം കെട്ടിപ്പടുക്കാൻ സഹായകരമാകുന്നതുമായ വ്യവസ്ഥകളാണവ. അതിലെ അനുച്ഛേദം 46, ദുർബ്ബല ജനവിഭാഗങ്ങളുടെ, പ്രത്യേകിച്ചും പട്ടികജാതി, പട്ടിക ഗോത്രവർഗ്ഗങ്ങളുടെ വിദ്യാഭ്യാസപരവും സാമ്പത്തികവുമായ താല്പര്യങ്ങളെ സവിശേഷ ശ്രദ്ധയോടെ പ്രാവർത്തികമാക്കുകയും അവരെ സാമൂഹികമായ അനീതിയിൽനിന്നും എല്ലാ വിധത്തിലുമുള്ള ചൂഷണത്തിൽനിന്നും രക്ഷിക്കുകയും വേണം എന്നാണ് പറയുന്നത്. ഇതിൽ ഉപയോഗിച്ചിരിക്കുന്ന ദുർബ്ബലവിഭാഗങ്ങൾ (weaker sections) എന്ന പ്രയോഗം വളരെയേറെ അർത്ഥവ്യാപ്തിയുള്ള ഒന്നാണ്. അനുച്ഛേദം 16(4)ൽ പരാമർശിക്കുന്ന പിന്നോക്ക വിഭാഗങ്ങളും ഇതിൽ ഉൾപ്പെടും. 2019 ൽ കേന്ദ്രസർക്കാർ സാമ്പത്തിക സംവരണം നടപ്പിലാക്കിയത് ഈ അനുച്ഛേദത്തിന്റെ ചുവടുപിടിച്ചാണ്. ദുർബ്ബല വിഭാഗങ്ങൾ എന്നതിൽ സാമ്പത്തിക ദുർബ്ബല വിഭാഗങ്ങളും ഉൾപ്പെടും എന്നാണ് സർക്കാരിന്റെ പക്ഷം. ഇതേക്കുറിച്ച് അവസാന അദ്ധ്യായത്തിൽ വിശദമാക്കാം.

അവലംബം

1. *ഇന്ത്യൻ ഭരണഘടന*, ഡോ. എം വി പൈലി, പുറം. 119, കേരള ഭാഷാ ഇൻസ്റ്റിറ്റ്യൂട്ട്, 2014
2. *Constituent Assembly of India Debates* (Proceedings) - Volume VII, 29 November 1948
3. *Caste-based Discrimination in International Human Rights Law*, Dr. David Keane, Routlegde 2016
4. *Letters to chief ministers 1947-1964* (Volume 5), Jawaharlal Nehru, Oxford University Press, 1989, PP 456-7
5. *Does Affirmative Action Reduce Productivity? A Case Study of the Indian Railways*, Ashwini Deshpandea and Thomas E. Weisskopfb, SAGE Journals, March 2014
6. *Supreme Court just destroyed the 'merit' argument upper castes use to oppose reservations*, Anurag Bhaskar, The Print, 16 May 2019.

പട്ടികജാതി,
പട്ടികഗോത്രവർഗ്ഗ സംവരണം

ആദ്യകാല ബ്രിട്ടീഷ് രേഖകളിൽ ഉപയോഗിച്ചിരുന്ന അധഃസ്ഥിത വർഗ്ഗം (Depressed Class) എന്ന പ്രയോഗം ഇന്നത്തെ പട്ടികജാതികളെയും പട്ടികഗോത്രവർഗ്ഗങ്ങളെയും മറ്റു പിന്നോക്ക വിഭാഗങ്ങളെയുമെല്ലാം ഉൾക്കൊള്ളുന്ന ഒന്നായിരുന്നു. ഇവയ്ക്കുപുറമേ ക്രിമിനൽ ഗോത്രങ്ങൾ (Criminal Tribes) എന്നൊരു വിഭാഗത്തെയും ബ്രിട്ടീഷുകാർ സൃഷ്ടിച്ചു. അവർക്കുവേണ്ടി 1871 ൽ ഒരു ക്രിമിനൽ ഗോത്ര നിയമം പാസാക്കുകയും അവരുടെ പുനരധിവാസത്തിനായി നടപടികൾ സ്വീകരിക്കുകയും ചെയ്തിരുന്നു. 1931 ലെ സെൻസസിൽ അയിത്തജാതിക്കാരെ ബാഹ്യജാതികൾ (Exterior Castes) എന്നും, ആദിവാസികളെയും ഗിരിവർഗ്ഗക്കാരെയും പ്രാകൃത ഗോത്രങ്ങൾ (Primitive Tribes) എന്നും നാമകരണം ചെയ്തു. 1927 ൽ ഇന്ത്യയിലെ ഭരണഘടനാ പരിഷ്കാരങ്ങളെക്കുറിച്ച് പഠിക്കാൻ നിയോഗിക്കപ്പെട്ട സൈമൺ കമ്മീഷനാണ് പട്ടികജാതികൾ എന്ന പ്രയോഗം ആദ്യമായി ഉപയോഗിക്കുന്നത്. പിന്നീട് 1935 ലെ ഗവൺമെന്റ് ഓഫ് ഇന്ത്യ ആക്ടിൽ അധഃസ്ഥിത വർഗ്ഗം എന്നതിന് പകരം പട്ടിക ജാതികൾ എന്ന പ്രയോഗം ഔദ്യോഗികമായി സ്ഥാനം പിടിച്ചു. 1936 ൽ ഒരു പ്രത്യേക ഉത്തരവിലൂടെ വിവിധ പ്രവിശ്യകളിലെ പട്ടികവിഭാഗത്തിൽ ഉൾപ്പെടുന്ന ജാതികളുടെ പേരുകൾ വിജ്ഞാപനം ചെയ്യപ്പെട്ടു. പ്രാകൃത ഗോത്രവർഗ്ഗങ്ങൾ എന്നതിന് പകരം പിന്നോക്ക ഗോത്രവർഗ്ഗങ്ങൾ (Backward Tribes) എന്നാണ് ഈ നിയമത്തിൽ ഉപയോഗിക്കപ്പെട്ടത്. പട്ടിക ഗോത്രവർഗ്ഗങ്ങൾ (Scheduled Tribes) എന്ന പ്രയോഗം ഉപയോഗിക്കാൻ ആരംഭിക്കുന്നത് ഭരണഘടന നിലവിൽ വരുന്നതോടെ മാത്രമാണ്.[1] പിന്നോക്ക വിഭാഗങ്ങൾക്ക് കേന്ദ്രസർക്കാർ സർവ്വീസിൽ സംവരണം നല്കുന്നതുമായി ബന്ധപ്പെട്ട നിർദ്ദേശം

കേന്ദ്രസർക്കാർ ആദ്യമായി പുറപ്പെടുവിക്കുന്നത് 1934 ജൂലൈയിലാണ്. പൊതു മത്സരപ്പരീക്ഷയിൽ വിജയിക്കാൻ സാധിച്ചില്ല എന്നതുകൊണ്ടു മാത്രം ഇവർക്ക് നിയമനത്തിനുള്ള അവകാശം നിഷേധിക്കരുത് എന്നായിരുന്നു സർക്കാർ നിർദ്ദേശം. എന്നാൽ ഇതിനായി എത്ര ശതമാനം തസ്തികകൾ നീക്കി വെക്കണം എന്നതു സംബന്ധിച്ചു വ്യക്തതയുണ്ടായിരുന്നില്ല. 1943 ൽ മാത്രമാണ് പട്ടികജാതി വിഭാഗങ്ങൾക്ക് 8.5 ശതമാനം തസ്തികകൾ നീക്കിവെക്കാൻ തീരുമാനിക്കുന്നത്. പട്ടികജാതി സംവരണം ജനസംഖ്യാനുപാതത്തിനൊപ്പം എത്തിക്കാനായി 1946 ൽ 12.5 ശതമാനമായി ഉയർത്തി.[2] പട്ടിക ഗോത്രവിഭാഗങ്ങളുടെ വിദ്യാഭ്യാസ നിലവാരം തീരെക്കുറവായിരുന്നതിനാൽ സർക്കാർ സർവ്വീസിലേക്ക് അവരെ പരിഗണിച്ചതുപോലുമില്ല.

ഇന്ത്യൻ ഭരണഘടന നിലവിൽ വന്നതോടെയാണ് പിന്നോക്കജാതികളുടെ ഉന്നമനത്തിന് കൃത്യമായ വഴിയൊരുങ്ങിയത്. പദവിയിലും അവസരത്തിലും സമത്വവും, സാമൂഹ്യവും സാമ്പത്തികവും രാഷ്ട്രീയവുമായ നീതിയും പ്രാപ്തമാക്കുന്ന ഒരു ആധുനിക ജനാധിപത്യ റിപ്പബ്ലിക്കായി ഇന്ത്യയെ സംഘാടനം ചെയ്യണമെങ്കിൽ, പാർശ്വവല്ക്കരിക്കപ്പെട്ട പിന്നോക്ക ജാതികളുടെയും ഗോത്രവർഗ്ഗങ്ങളുടെയും ക്ഷേമം ഉറപ്പാക്കണമെന്നും അവരെ സാമൂഹ്യ മുഖ്യധാരയിലേക്ക് ഉയർത്തിക്കൊണ്ടു വരണമെന്നും അതുവരെ നിഷേധിച്ച അധികാരത്തിൽ അവർക്ക് പങ്കാളിത്തം നല്കണമെന്നും ഭരണഘടനാ ശില്പികൾ തിരിച്ചറിഞ്ഞിരുന്നു. അതിനായി രാഷ്ട്രപതിയുടെ വിജ്ഞാപനത്തിലൂടെ ഓരോ സംസ്ഥാനത്തെയും പിന്നോക്കവിഭാഗങ്ങളെ പ്രത്യേക പട്ടികയിൽപ്പെടുത്തി ഭരണഘടനാ പരിരക്ഷ ഉറപ്പുവരുത്തി. പട്ടികജാതി, പട്ടിക ഗോത്രവർഗ്ഗ വിഭാഗങ്ങൾക്ക് സർക്കാർ സർവ്വീസിലും വിദ്യാഭ്യാസ സ്ഥാപനങ്ങളിലും കേന്ദ്ര സംസ്ഥാന നിയമനിർമ്മാണസഭകളിലും സംവരണം നല്കുന്നതുൾപ്പെടെയുള്ള ഒട്ടേറെ വ്യവസ്ഥകൾ ഭരണഘടനയിൽ സ്ഥാനം പിടിച്ചു. പ്രത്യക്ഷ സംവരണത്തിനുപുറമേ വയസ്സ്, മാർക്ക്, യോഗ്യത, ഫീസ് തുടങ്ങിയവയിൽ ഇളവുകളും അവരെ സാമൂഹ്യമായ ഉന്നതിക്ക് സഹായിക്കുന്ന മറ്റു നടപടികളും സ്വീകരിക്കാൻ ഭരണഘടന സർക്കാരിനെ അധികാരപ്പെടുത്തുകയും ചെയ്തു.

സ്വാതന്ത്ര്യത്തിനുശേഷം പട്ടികജാതികൾക്ക് സംവരണം നല്കുന്നതുമായി ബന്ധപ്പെട്ട നിർദ്ദേശം കേന്ദ്രസർക്കാർ പുറപ്പെടുവിക്കുന്നത് 1947 സെപ്തംബറിലാണ്. ഇതുപ്രകാരം കേന്ദ്രസർക്കാർ സർവ്വീസുകളിൽ മത്സരങ്ങളുടെ അടിസ്ഥാനത്തിൽ നേരിട്ടു നടത്തുന്ന നിയമനങ്ങളിൽ 12.5 ശതമാനവും മറ്റുള്ള നിയമനങ്ങളിൽ 16¾ ശതമാനവും പട്ടികജാതി വിഭാഗത്തിനായി മാറ്റിവെച്ചു. ഭരണഘടന നിലവിൽവന്ന ശേഷം പട്ടികഗോത്രവർഗ്ഗങ്ങൾക്ക് 5 ശതമാനവും സംവരണം നീക്കിവെച്ചു. 1951 ലെ സെൻസസ് അനുസരിച്ച് പട്ടികജാതിക്കാർ ജനസംഖ്യയുടെ 15.05 ശതമാനമായിരുന്നു; പട്ടികഗോത്രവർഗ്ഗ വിഭാഗങ്ങൾ 6.31

ശതമാനവും. 1961 ലെ സെൻസസിൽ ഇത് യഥാക്രമം 14.64 ശതമാനവും 6.80 ശതമാനവുമായി മാറിയതിനെത്തുടർന്ന് സംവരണ ശതമാനത്തിലും മാറ്റം വരുത്തി. 1970 ൽ കേന്ദ്രസർക്കാർ സർവ്വീസിൽ പട്ടിക ജാതികൾക്കു 15 ശതമാനം സംവരണവും പട്ടിക ഗോത്രവർഗ്ഗങ്ങൾക്ക് 7.5 ശതമാനം സംവരണവും ഏർപ്പെടുത്തിയത് ഇന്നും തുടർന്നു പോരുന്നു. 2011 ലെ സെൻസസ് അനുസരിച്ച് പട്ടിക ജാതികൾ ഇന്ത്യയുടെ ജനസംഖ്യയുടെ 16.6 ശതമാനവും പട്ടിക ഗോത്രവർഗ്ഗങ്ങൾ 8.6 ശതമാനവുമാണ്. സംസ്ഥാനങ്ങളിലെ സംവരണശതമാനം അവരുടെ ജനസംഖ്യക്കനുസരിച്ച് വ്യത്യാസപ്പെട്ടിരിക്കുന്നു. ഉദാഹരണത്തിന് കേരളത്തിൽ പട്ടികജാതി, പട്ടിക ഗോത്രവർഗ്ഗ സംവരണം പത്ത് ശതമാനമാണ് (പട്ടികജാതികൾക്ക് 8 ശതമാനവും പട്ടിക ഗോത്രവർഗ്ഗങ്ങൾക്ക് 2 ശതമാനവും). ഒ ബി സി സംവരണമാകട്ടെ 40 ശതമാനവും. കേരളത്തിൽ പട്ടിക ജാതികളുടെ എണ്ണം 2001 ൽ 31,23,941 ആയിരുന്നത് 2011 ൽ 30,39,573 ആയി (ജനസംഖ്യയുടെ 9.1 ശതമാനം) കുറഞ്ഞിട്ടുണ്ട്. പട്ടിക ജാതികളിൽപെട്ട ചില വിഭാഗങ്ങളെ പട്ടിക വർഗ്ഗത്തിൽ ഉൾപ്പെടുത്തിയതായിരുന്നു കാരണം. പട്ടിക വർഗ്ഗങ്ങളുടെ എണ്ണം 2001 ൽ 3,64,189 ആയിരുന്നത് 2011 ൽ 4,84,839 ആയി (ജനസംഖ്യയുടെ 1.5 ശതമാനം) കൂടിയിട്ടുമുണ്ട്.

ത്രിലോക് നാഥ് കേസുൾപ്പെടെ നിരവധി കേസുകളിൽ പട്ടികജാതി, പട്ടികഗോത്രവർഗ്ഗങ്ങൾ അനുച്ഛേദം 16 (4)ൽ പരാമർശിക്കുന്ന പിന്നോക്ക വിഭാഗങ്ങളിൽ ഉൾപ്പെടുമെന്ന് കോടതികൾ വ്യക്തമാക്കിയിട്ടുള്ളതാണ്. ഈ അനുച്ഛേദപ്രകാരം ഉദ്യോഗങ്ങളിൽ സംവരണം നല്കുന്നതിനുള്ള മുന്നുപാധി മതിയായ പ്രാതിനിധ്യമില്ലായ്മയാണ്. മതിയായ പ്രാതിനിധ്യമില്ലായ്മ എന്നത് ജനസംഖ്യാനുപാതികമായ പ്രാതിനിധ്യമില്ലായ്മ എന്നല്ല. എന്നാൽ അനുച്ഛേദം 330, 332 എന്നിവ ലോക്സഭയിലും സംസ്ഥാന നിയമസഭകളിലും പട്ടിക ജാതികൾക്കും പട്ടികഗോത്ര വർഗ്ഗങ്ങൾക്കും ജനസംഖ്യാനുപാതികമായി സീറ്റുകൾ സംവരണം ചെയ്യാൻ നിഷ്കർഷിക്കുന്നു. ഭരണഘടന നിലവിൽ വന്നതിനെത്തുടർന്നുള്ള പത്ത് വർഷക്കാലത്തേക്കായിരുന്നു ഈ സംവരണം. ഈ കാലാവധി തീരുന്നതിനു മുൻപായി ഒരു ഭരണഘടനാ ഭേദഗതിയിലൂടെ അടുത്ത പത്തു വർഷത്തേക്കുകൂടി സംവരണം നീട്ടുന്ന രീതിയാണ് ഇപ്പോൾ പിന്തുടരുന്നത്. 2020 ജനുവരിയിൽ 104-ാം ഭരണഘടനാ ഭേദഗതിയിലൂടെ പട്ടികജാതി, പട്ടികഗോത്രവർഗ്ഗങ്ങൾക്ക് ലോക്സഭയിലും സംസ്ഥാന നിയമസഭകളിലുമുള്ള സംവരണം 2030 വരെ നീട്ടി നല്കി. ഇവയ്ക്കു പുറമേ അനുച്ഛേദം 243 D, 243 T എന്നിവപ്രകാരം പട്ടികജാതി, പട്ടിക ഗോത്രവർഗ്ഗവിഭാഗങ്ങൾക്ക് പഞ്ചായത്ത്, മുനിസിപ്പാലിറ്റി ഭരണസമിതികളിൽ ജനസംഖ്യാനുപാതികമായി സീറ്റുകൾ സംവരണം ചെയ്തിട്ടുമുണ്ട്. ഇവയിൽ മൂന്നിലൊന്ന് സീറ്റുകൾ അതാതു വിഭാഗങ്ങളിലെ വനിതകൾക്കായിരിക്കണമെന്നും നിഷ്കർഷിച്ചിട്ടുണ്ട്. പഞ്ചായത്തീരാജ് നഗരപാലിക സംവിധാനങ്ങൾക്ക് ഭരണഘടനാപദവി നല്കാൻ

ലക്ഷ്യമിട്ടുകൊണ്ട് സർക്കാർ പാസാക്കിയ 73, 74 ഭരണഘടനാഭേദഗതികളിലൂടെ കൂട്ടിച്ചേർക്കപ്പെട്ട വ്യവസ്ഥകളായിരുന്നു ഇവ.

പട്ടികജാതികൾ

ഹിന്ദു സമുദായത്തിലെ ചാതുർവർണ്ണ്യവ്യവസ്ഥയ്ക്ക് പുറത്തുള്ള അസ്പൃശ്യ ജാതികളെയാണ് പട്ടികജാതികളിൽ ഉൾപ്പെടുത്തിയിരിക്കുന്നത്. 'അയിത്താചരണംമൂലം തീവ്രമായ സാമൂഹ്യവും വിദ്യാഭ്യാസപരവും സാമ്പത്തികവുമായ പിന്നോക്കാവസ്ഥ അനുഭവിക്കുന്ന ജാതികൾ' എന്നാണ് ഔദ്യോഗിക നിർവ്വചനം. അനുച്ഛേദം 341 പ്രകാരം രാഷ്ട്രപതി, സംസ്ഥാനത്തിന്റെ ഗവർണർമാരോട് കൂടിയാലോചന നടത്തിയ ശേഷം, ഒരുപൊതുവിജ്ഞാപനംവഴി സംസ്ഥാനങ്ങളിലെ പട്ടികജാതികളുടെ ലിസ്റ്റ് പ്രസിദ്ധീകരിക്കേണ്ടതാണ്. പാർലമെന്റിന് നിയമംമൂലം ഇതിൽ കൂടുതൽ ജാതികളെ ഉൾപ്പെടുത്താനും നിലവിലുള്ളവ ഒഴിവാക്കാനും അധികാരമുണ്ട്. രാജ്യത്തെ കോടതികൾക്ക് ഇതിൽ തിരുത്തലുകൾ വരുത്താൻ അനുവാദമില്ല താനും. ഭരണഘടന നിലവിൽ വന്ന ശേഷം 1950 നും 1978 നും ഇടയ്ക്ക് വിവിധ സംസ്ഥാനങ്ങളിലെ പട്ടികജാതികളുടെ പേരുകൾ പ്രതിപാദിക്കുന്ന ആറു പ്രസിഡൻഷ്യൽ ഉത്തരവുകൾ പുറത്തിറങ്ങി. അതിൽ ആദ്യത്തേതും ഏറ്റവും വലുതുമായ ഭരണഘടനാ (പട്ടികജാതി) ഓർഡർ, 1950 ആണ് ഇക്കൂട്ടത്തിൽ പ്രധാനപ്പെട്ടത്. മിക്കവാറും എല്ലാ സംസ്ഥാനങ്ങളിലെയും പട്ടികജാതികളുടെ പേരുകൾ ഇതിൽ ഉൾപ്പെടുത്തിയിട്ടുണ്ട്. ബാക്കിയുള്ളവ ചില ചെറു സംസ്ഥാനങ്ങളിലെയും കേന്ദ്രഭരണപ്രദേശങ്ങളിലെയും പട്ടികജാതികളുടെ ലിസ്റ്റുകളാണ്. ഭരണഘടനയുടെ അനുച്ഛേദം 341 (2) പ്രകാരം 1956 മുതൽ പാർലമെന്റ് നിയമം പാസാക്കി ഈ ഓർഡറുകളിൽ തിരുത്തലുകളും കൂട്ടിച്ചേർക്കലുകളും നടത്തിപ്പോരുന്നു.

പട്ടികജാതിയിൽ ഉൾപ്പെടുന്നതിനുവേണ്ടി കേന്ദ്ര സർക്കാർ 1999 ൽ ആവിഷ്കരിച്ച നടപടിക്രമം 2002 ൽ പരിഷ്കരിച്ചിരുന്നു. ഇതനുസരിച്ച് പട്ടികയിൽ ഉൾപ്പെടുത്തേണ്ട ജാതികളുടെ പേരുകൾ സംസ്ഥാന സർക്കാരുകൾക്ക് നിർദ്ദേശിക്കാം. ഇന്ത്യയുടെ രജിസ്ട്രാർ ജനറലും ദേശീയ പട്ടികജാതി കമ്മീഷനും ഇതംഗീകരിച്ചാൽ കേന്ദ്രസർക്കാർ ഭേദഗതി നിയമം പാർലമെന്റിൽ അവതരിപ്പിച്ചു പാസാക്കും. സംസ്ഥാന സർക്കാരും രജിസ്ട്രാർ ജനറലും അംഗീകരിച്ചാൽ പോലും പട്ടികജാതി കമ്മീഷന്റെ അംഗീകാരമില്ലെങ്കിൽ ഭേദഗതി സാമൂഹ്യനീതി മന്ത്രാലയം തള്ളിക്കളയും. ഈ പട്ടികയിൽ ഉൾപ്പെട്ടുകഴിഞ്ഞാൽ ഉദ്യോഗത്തിലും വിദ്യാഭ്യാസത്തിലും 15 ശതമാനം സംവരണത്തിനു പുറമേ മറ്റുചില ആനുകൂല്യങ്ങൾക്കും അർഹതയുണ്ടായിരിക്കും. പോസ്റ്റ് മെട്രിക് സ്കോളർഷിപ്പ്, നാഷണൽ ഓവർസീസ് സ്കോളർഷിപ്പ്, രാജീവ് ഗാന്ധി നാഷണൽ ഫെല്ലോഷിപ്പ്, ദേശീയ പട്ടികജാതി സാമ്പത്തിക വികസന കോർപ്പറേഷൻ നല്കുന്ന പലിശയിളവുള്ള വായ്പകൾ, പട്ടികജാതി

ക്കാർക്കുള്ള ഹോസ്റ്റലുകളിൽ പ്രവേശനം തുടങ്ങിയവ ഇതിൽ ചിലതാണ്.

ആദ്യകാലത്ത് ഹിന്ദു മതത്തിൽപ്പെട്ട ദളിതരെ മാത്രമേ പട്ടികജാതിയായി പരിഗണിച്ചിരുന്നുള്ളൂ. 1956 ൽ സിഖ് മതത്തിലെ പിന്നോക്ക ജാതികളെയും പട്ടികജാതിയിൽ ഉൾപ്പെടുത്താനായി 1950 ലെ ഭരണഘടനാ (പട്ടികജാതി) ഓർഡർ ഭേദഗതി ചെയ്തു. 1990 ൽ ബുദ്ധമതത്തിലേക്കും ഈ ആനുകൂല്യം വ്യാപിപ്പിച്ചു. നിലവിൽ ഈ മൂന്നു മതങ്ങളിൽ പെട്ടവർക്ക് മാത്രമേ പട്ടികജാതികൾക്കുള്ള ആനുകൂല്യങ്ങൾ ലഭിക്കൂ. മറ്റു മതങ്ങളിലേക്ക് പരിവർത്തനം ചെയ്യപ്പെട്ട ദളിതരെ ഒ ബി സി വിഭാഗത്തിലാണ് ഉൾപ്പെടുത്തിയിരിക്കുന്നത്. 2009 ൽ സുപ്രീം കോടതി മുൻ ചീഫ് ജസ്റ്റിസ് രംഗനാഥ മിശ്ര അദ്ധ്യക്ഷനായുള്ള ദേശീയ മത ഭാഷാ ന്യൂനപക്ഷ കമ്മീഷൻ മറ്റു മതങ്ങളിലേക്ക് പരിവർത്തനം ചെയ്ത ദളിതർക്കും പട്ടികജാതി പദവി നല്കണമെന്ന് ശുപാർശ ചെയ്തിരുന്നു. ഭരണഘടന നിലവിൽ വന്നശേഷം രാഷ്ട്രപതി പട്ടികജാതികളുടെ പ്രാഥമിക ലിസ്റ്റ് വിജ്ഞാപനം ചെയ്യണമെന്നും തുടർന്നുള്ള ഭേദഗതികൾ പാർലമെന്റ് നിയമം മൂലം നടത്തണമെന്നും മാത്രമേ അനുച്ഛേദം 341 പറയുന്നുള്ളൂ. ഇതിൽ മതപരമായ ഒരു സൂചനയുമില്ല. അതുകൊണ്ടു തന്നെ പട്ടികജാതി പദവി ഹിന്ദുമതത്തിനു പുറമെ രണ്ടു മതങ്ങളിൽ മാത്രമായി പരിമിതപ്പെടുത്തുന്നതിന് ഭരണഘടനാ സാധുതയില്ല. അനുച്ഛേദം 25 ൽ ഹിന്ദു മതത്തെപ്പറ്റിയുള്ള പരാമർശത്തിൽ സിഖുകാർ, ജൈനമതക്കാർ, ബുദ്ധമതക്കാർ എന്നിവരും ഉൾപ്പെടുന്നതായി പറയുന്നുണ്ടെങ്കിലും അത് പിന്നോക്കജാതിക്കാർക്ക് ആരാധനാലയത്തിൽ പ്രവേശിക്കാനുള്ള അവകാശത്തെക്കുറിച്ച് വിശദീകരിക്കുന്നിടത്താണ്. ആ യുക്തി അംഗീകരിച്ചാൽ തന്നെ, ജൈനമതക്കാരെ പട്ടികജാതി പദവിയിൽനിന്നും മാറ്റി നിർത്തുന്നതിൽ എന്ത് ന്യായം പറയും? മതപരമായ വിശ്വാസങ്ങൾക്കും നിഷ്ഠകൾക്കും അതീതമായി നിലനില്ക്കുന്ന ഒരു സാമൂഹിക പ്രതിഭാസമാണ് ജാതി. മതപരിവർത്തനം ദളിതരുടെ പിന്നോക്കാവസ്ഥയ്ക്ക് അറുതി വരുത്തുകയോ സാമൂഹികപദവി ഉയർത്തുകയോ ചെയ്യുന്നില്ല എന്നും രംഗനാഥ മിശ്ര കമ്മീഷൻ ചൂണ്ടിക്കാട്ടി. മതത്തിന്റെ അടിസ്ഥാനത്തിൽ ആർക്കും പ്രത്യേക ആനുകൂല്യങ്ങൾ നല്കരുത് എന്ന് ശഠിക്കുന്നവർ തന്നെ ജാതി സംവരണം മതാടിസ്ഥാനത്തിൽ മാത്രമേ നല്കാൻ പാടുള്ളൂ എന്നും പറയുന്നത് ഇരട്ടത്താപ്പാണ് എന്നും കമ്മീഷൻ അഭിപ്രായപ്പെട്ടു. മിശ്ര കമ്മീഷൻ റിപ്പോർട്ട് വലിയ വിവാദങ്ങൾക്കും കോലാഹലങ്ങൾക്കുമാണ് വഴിവെച്ചത്. ദളിത് ക്രൈസ്തവർ ഏറ്റവും കൂടുതലുള്ള കേരളത്തിൽ ഇത് ചൂടേറിയ ചർച്ചാവിഷയമായി. പരിവർത്തിത ദളിതർക്കും പട്ടികജാതി പദവി നല്കിയാൽ അത് വൻതോതിലുള്ള മതപരിവർത്തനങ്ങൾക്ക് കാരണമാകുമെന്ന് ആരോപിച്ചുകൊണ്ടാണ് സംഘപരിവാർ സംഘടനകളും മറ്റ് ഹിന്ദുസാമുദായിക സംഘടനകളും ഇതിനെ

എതിർക്കുന്നത്. പട്ടികജാതി സംഘടനകളും ഇതിനെതിരെ ശക്തമായ നിലപാടെടുക്കുന്നു. ഏകദേശം പട്ടികജാതി ലിസ്റ്റിൽ ഉള്ളവരുടെ അത്രതന്നെ വരുന്നൊരു വിഭാഗത്തിന് പട്ടികജാതി പദവി നല്കിയാൽ, അത് തങ്ങൾക്ക് ലഭിച്ചുകൊണ്ടിരിക്കുന്ന സംവരണാനുകൂല്യങ്ങൾ കവരുമെന്ന് സംവരണ വിഭാഗങ്ങൾ ഭയപ്പെടുന്നുണ്ട്.[3] പട്ടിക ജാതി, പട്ടികഗോത്ര വർഗ്ഗവിഭാഗങ്ങൾക്ക് ഇപ്പോൾത്തന്നെ 49.5 ശതമാനം സംവരണം നിലവിലുള്ള സ്ഥിതിക്ക്, പുതുതായി കൊണ്ടുവരുന്ന ഏതു സംവരണവും സുപ്രീം കോടതി നിശ്ചയിച്ച 50 ശതമാനം എന്ന മേൽ പരിധി ലംഘിക്കും. അതല്ലെങ്കിൽ നിലവിലുള്ള സംവരണ ശതമാനത്തിൽ മാറ്റം വരുത്തേണ്ടി വരും. രണ്ടായാലും മിശ്ര കമ്മീഷന്റെ ശുപാർശകൾ അത്രയെളുപ്പം നടപ്പാകാനിടയില്ല എന്നുറപ്പാണ്.

മറ്റു വ്യവസ്ഥകൾ

തൊട്ടുകൂടായ്മയെ കുറ്റകരമാക്കുന്ന അനുച്ഛേദം 17 ഭരണഘടനാ നിർമ്മാണസഭയിൽ പാസാക്കപ്പെട്ടത് 'മഹാത്മാഗാന്ധി കീ ജയ്' മുദ്രാവാക്യങ്ങളുമായാണ്. ഇതിനു നിയമപ്രാബല്യം നല്കാനായി സർക്കാർ 1955 ൽ തൊട്ടുകൂടായ്മാ കുറ്റകൃത്യ നിയമം (Untouchability Offences Act) പാസാക്കി. പിന്നോക്കജാതിക്കാരെ ക്ഷേത്രങ്ങൾ, ആരാധനാലയങ്ങൾ, വിശുദ്ധ സ്ഥലങ്ങൾ എന്നിവിടങ്ങളിൽ വിലക്കുന്നതോ ഹോട്ടലുകൾ, പൊതു ഭക്ഷണശാലകൾ, ആശുപത്രികൾ, വിദ്യാഭ്യാസസ്ഥാപനങ്ങൾ, വിനോദകേന്ദ്രങ്ങൾ തുടങ്ങിയ ഇടങ്ങളിൽ പ്രവേശനം നിഷേധിക്കുകയോ ചെയ്യുന്നത് ഈ നിയമപ്രകാരം കുറ്റകരമാണ്. തൊട്ടുകൂടായ്മയുടെ പേരിൽ തൊഴിൽ നിഷേധിക്കുന്നതും സാമൂഹ്യബഹിഷ്കരണം നടത്തുന്നതും സാധനസാമഗ്രികൾ വില്ക്കാതിരിക്കുന്നതും കുറ്റമായി കണക്കാക്കും. 1976 ൽ ഈ നിയമം കൂടുതൽ ശക്തമാക്കുകയും പേര് പൗരാവകാശ സംരക്ഷണ നിയമം (Protection of Civil Rights Act) എന്നാക്കി മാറ്റുകയും ചെയ്തു. ഈ നിയമത്തിൻകീഴിൽ ശിക്ഷ അനുഭവിച്ച ആളെ തിരഞ്ഞെടുപ്പിൽ മത്സരിക്കുന്നതിൽനിന്ന് അയോഗ്യനാക്കി. മലംകോരൽ, മൃഗത്തിന്റെ തൊലിയുരിക്കൽ, ശവം നീക്കം ചെയ്യൽ തുടങ്ങിയ പ്രവൃത്തികൾ ചെയ്യാൻ നിർബ്ബന്ധിക്കുന്നതും കുറ്റകരമായി. എന്നാൽ നിലവിലുള്ള നിയമങ്ങൾ പിന്നോക്കവിഭാഗങ്ങളോടുള്ള അതിക്രമങ്ങൾ തടയാൻ പര്യാപ്തമല്ലെന്നു ബോദ്ധ്യപ്പെട്ടതിനെത്തുടർന്നാണ് സർക്കാർ 1989 ൽ പട്ടിക ജാതി, പട്ടികഗോത്രവർഗ്ഗ (അതിക്രമങ്ങൾ തടയൽ) നിയമം കൊണ്ടുവന്നത്. ഇത് 2015 ൽ ഭേദഗതി ചെയ്ത് പരിഷ്കരിച്ചു. ഇന്ത്യൻ ശിക്ഷാനിയമത്തിലും പൗരാവകാശ സംരക്ഷണ നിയമത്തിലും പരാമർശിക്കാത്ത കുറ്റങ്ങളും ഇതിൽ ഉൾപ്പെടുത്തിയിട്ടുണ്ട്. പട്ടിക വിഭാഗങ്ങൾക്ക് ശക്തമായ പരിരക്ഷയും കുറ്റക്കാർക്ക് വധശിക്ഷ വരെയുള്ള കഠിനമായ ശിക്ഷകളും ഈ നിയമം വ്യവസ്ഥ ചെയ്യുന്നു. ഈ നിയമപ്രകാരമുള്ള കുറ്റങ്ങൾ വിചാരണ

ചെയ്യാൻ പ്രത്യേക കോടതികൾ, സ്പെഷ്യൽ പബ്ലിക് പ്രോസിക്യൂട്ടർ മാരെ നിയമിക്കൽ, സൗജന്യ നിയമസഹായം തുടങ്ങിയവയും ഉറപ്പു നല്കുന്നു. ഈ നിയമത്തിൻകീഴിലുള്ള കുറ്റങ്ങൾ ഡി വൈ എസ് പി റാങ്കിൽ കുറയാത്ത ഉദ്യോഗസ്ഥൻ വേണം അന്വേഷിക്കാൻ. പരാതി കിട്ടിയാൽ പൊലീസ് ഉടൻതന്നെ എഫ് ഐ ആർ രജിസ്റ്റർ ചെയ്ത് പ്രതിയെ അറസ്റ്റ് ചെയ്യേണ്ടതുണ്ട്. പ്രതികൾക്ക് മുൻകൂർ ജാമ്യത്തിന് അവകാശമുണ്ടായിരിക്കില്ല. കൃത്യവിലോപം കാട്ടുന്ന ഉദ്യോഗസ്ഥരെ ശിക്ഷിക്കാനും വ്യവസ്ഥയുണ്ട്. എന്നാൽ 2017–18 ൽ പട്ടികജാതി, പട്ടികഗോത്രവർഗ്ഗ (അതിക്രമങ്ങൾ തടയൽ) നിയമത്തിനു കീഴിൽ രജിസ്റ്റർ ചെയ്യപ്പെടുന്ന കേസുകളിൽ കുറ്റം ചുമത്തപ്പെടുന്ന നിരക്ക് (conviction rate) 16 ശതമാനം മാത്രമായിരുന്നു എന്നത് ഈ നിയമത്തിന്റെ ഫലപ്രാപ്തിയെക്കുറിച്ചുള്ള ശുഭാപ്തി വിശ്വാസത്തിന് ഇളക്കം തട്ടിക്കുന്നുണ്ട്. 1993 ൽ തോട്ടിപ്പണി (manual scavenging) ഇന്ത്യയിൽ നിരോധിച്ച് നിയമം പാസാക്കപ്പെട്ടെങ്കിലും അത് ചെയ്യാൻ നിർബ്ബന്ധിതരായവരുടെ പുനരധിവാസത്തിനുൾപ്പെടെ വ്യവസ്ഥകളുള്ള ഒരു സമഗ്രമായ നിയമം സർക്കാർ പാസാക്കിയത് 2013 ലായിരുന്നു. തോട്ടിപ്പണിയെടുക്കുന്നവരിൽ ഏതാണ്ട് മുഴുവൻ പേരും പട്ടികജാതിക്കാരാണ്. 2016 നും 2018 നും ഇടയിൽ ഏതാണ്ട് 429 പേരാണ് തോട്ടിപ്പണിക്കിടയിൽ മരണപ്പെട്ടത് എന്ന വസ്തുത ഈ നിയമത്തിന്റെ പരിമിതിയും വെളിവാക്കുന്നുണ്ട്. 2012 ലെ ഭൂമി ഏറ്റെടുക്കൽ നിയമത്തിൽ പട്ടികജാതി പട്ടിക ഗോത്ര വർഗ്ഗങ്ങൾക്കുവേണ്ടി ഒരു പ്രത്യേക അദ്ധ്യായം തന്നെയുണ്ടായിരുന്നു. പട്ടികജാതി വികസന ബ്യൂറോയുടെ കീഴിൽ സാമൂഹ്യക്ഷേമ മന്ത്രാലയം പട്ടികജാതിക്കാരുടെ സാമ്പത്തികവും ഭൗതികവുമായ ഉന്നമനത്തിനായി Scheduled Caste Sub-Plan (SCSP) നടപ്പിലാക്കുന്നുണ്ട്.

പട്ടികവിഭാഗങ്ങളെ സംബന്ധിക്കുന്ന ഔദ്യോഗികരേഖകളിലും കത്തിടപാടുകളിലും ഹരിജൻ, ഗിരിജൻ എന്നീ പ്രയോഗങ്ങൾ ഒഴിവാക്കാൻ 1977 ൽ കേന്ദ്രസർക്കാർ ബന്ധപ്പെട്ട വകുപ്പുകൾക്കും സംസ്ഥാനങ്ങൾക്കും നിർദ്ദേശം നല്കിയിരുന്നു. 2018 ൽ ഔദ്യോഗികാവശ്യങ്ങൾക്കായി ദളിത് എന്ന പദത്തിനു പകരം പട്ടികജാതികൾ എന്നുമാത്രമേ ഉപയോഗിക്കാൻ പാടുള്ളൂ എന്ന് കേന്ദ്രസാമൂഹ്യനീതി മന്ത്രാലയം സർക്കുലർ പുറത്തിറക്കുകയുണ്ടായി. ഭരണഘടനയിലും മറ്റു നിയമ വ്യവഹാരങ്ങളിലും ദളിത് എന്ന പ്രയോഗം നിലനില്ക്കുന്നില്ല എന്നതാണ് സർക്കാർ ഇതിനു കാരണമായി ചൂണ്ടിക്കാട്ടിയത്.

പട്ടികഗോത്രവർഗ്ഗങ്ങൾ

ഗോത്രവർഗ്ഗം എന്നത് ഭരണഘടനയിലെങ്ങും കൃത്യതയോടെ നിർവ്വചിക്കപ്പെട്ടിട്ടില്ല. നിലവിൽ പട്ടിക ഗോത്രവർഗ്ഗമായി പരിഗണിക്കപ്പെടാനുള്ള മാനദണ്ഡങ്ങൾ ഇവയാണ്: (i) പ്രാചീനസ്വഭാവവിശേഷങ്ങളുടെ സൂചനകൾ, (ii) സവിശേഷമായ സംസ്കാരം, (iii) ഭൂമിശാസ്ത്രപരമായ

ഒറ്റപ്പെടൽ, (iv) പൊതുസമൂഹവുമായി സമ്പർക്കം പുലർത്താനുള്ള മടി, (v) പിന്നോക്കാവസ്ഥ. അനുച്ഛേദം 342 പ്രകാരം രാഷ്ട്രപതി, സംസ്ഥാനത്തിന്റെ ഗവർണർമാരോട് കൂടിയാലോചന നടത്തിയശേഷം, ഒരു പൊതുവിജ്ഞാപനം വഴി സംസ്ഥാനങ്ങളിലെ പട്ടിക ഗോത്രവർഗ്ഗങ്ങളുടെ ലിസ്റ്റ് പ്രസിദ്ധീകരിക്കേണ്ടതാണ്. പാർലമെന്റിന് കാലാകാലങ്ങളിൽ നിയമനിർമ്മാണം വഴി ഇതിൽ കൂട്ടിച്ചേർക്കലുകൾ നടത്താനും മാറ്റം വരുത്താനും അധികാരവുമുണ്ടായിരിക്കും. പട്ടികജാതികളുടെ കാര്യത്തിന് സമാനമായി 1950 നും 1978 നും ഇടയ്ക്ക് വിവിധ സംസ്ഥാനങ്ങളിലെ പട്ടിക ഗോത്രവർഗ്ഗങ്ങളുടെ പേരുകൾ പ്രതിപാദിക്കുന്ന ആറു പ്രസിഡൻഷ്യൽ ഉത്തരവുകൾ പുറത്തിറങ്ങി. 1950 ലെ ഭരണഘടനാ (പട്ടികഗോത്രവർഗ്ഗ) ഓർഡർ ആണ് ഇക്കൂട്ടത്തിൽ പ്രധാനപ്പെട്ടത്. ചെറു സംസ്ഥാനങ്ങളിലെയും കേന്ദ്ര ഭരണ പ്രദേശങ്ങളിലെയും പട്ടിക ഗോത്രവർഗ്ഗങ്ങളുടെ പേരുകളാണ് മറ്റുള്ള ഉത്തരവുകളിൽ പ്രതിപാദിച്ചിരിക്കുന്നത്. സംസ്ഥാനത്തെ ഒരു ഗോത്രവിഭാഗത്തെ പട്ടികഗോത്രവർഗ്ഗത്തിൽ ഉൾപ്പെടുത്തുന്നതിനായി സംസ്ഥാന സർക്കാരിന് ശുപാർശ നല്കാം. ഇത് ഇന്ത്യയുടെ രജിസ്ട്രാർ ജനറലും ദേശീയ പട്ടിക വർഗ്ഗ കമ്മീഷനും അംഗീകരിച്ചാൽ മാത്രം കേന്ദ്രസർക്കാർ ഭേദഗതി നിയമം പാർലമെന്റിൽ അവതരിപ്പിച്ചു പാസാക്കും. 1950 ൽ വിവിധ സംസ്ഥാന കേന്ദ്ര ഭരണ പ്രദേശങ്ങളിലെ 212 ഗോത്രങ്ങളാണ് പട്ടികയിൽ ഉൾപ്പെടുത്തപ്പെട്ടത്. 1990 ൽ ഇത് 458 ആയി ഉയർന്നു. നിലവിൽ ഏതാണ്ട് 700 ഗോത്രങ്ങളാണ് പട്ടികയിലുള്ളത്. ഏറ്റവും കൂടുതൽ പട്ടികഗോത്രങ്ങളുള്ള സംസ്ഥാനം ഒഡിഷയാണ്. ഒരു സംസ്ഥാനത്ത് പട്ടികഗോത്രമായി അംഗീകരിക്കപ്പെട്ട ഗോത്രം മറ്റൊരു സംസ്ഥാനത്തിന്റെ പട്ടികയിൽ ഉൾപ്പെടണമെന്ന് നിർബ്ബന്ധമില്ല. പട്ടികജാതികളിൽനിന്നും വ്യത്യസ്തമായി, പട്ടിക ഗോത്രവർഗ്ഗങ്ങളിൽപ്പെടുന്നവർ ഏതു മതം സ്വീകരിച്ചാലും അവരുടെ സംവരണപദവി നഷ്ടപ്പെടില്ല. പട്ടിക ഗോത്രവർഗ്ഗത്തിൽ ഉൾപ്പെടുന്നതിനുള്ള മാനദണ്ഡം പരിഷ്കരിക്കുന്നതിനായി കേന്ദ്രസർക്കാർ 2014 ൽ ഒരു ദൗത്യസംഘ (Task Force) ത്തെ നിയോഗിച്ചിരുന്നു.

സംവരണത്തെ കൂടാതെ പട്ടികഗോത്രവർഗ്ഗങ്ങളുടെ സംരക്ഷണവുമായി ബന്ധപ്പെട്ട് നിരവധി വകുപ്പുകൾ ഭരണഘടനയിലുണ്ട്. മനുഷ്യക്കടത്തും നിർബ്ബന്ധിത ജോലികളും നിരോധിക്കുന്ന അനുച്ഛേദം 23, ബാലവേല നിരോധിക്കുന്ന അനുച്ഛേദം 24 എന്നിവ പട്ടികഗോത്രവർഗ്ഗക്കാർക്കുള്ള സാമൂഹ്യപരിരക്ഷകളിൽപ്പെടുന്നു. പ്രത്യേക ഭാഷയും ലിപിയും സംസ്കാരവുമുള്ള ന്യൂനപക്ഷങ്ങൾക്ക് അത് സംരക്ഷിക്കാനുള്ള മൗലികാവകാശം ഉറപ്പു നല്കുന്ന അനുച്ഛേദം 29 പട്ടികഗോത്രവർഗ്ഗങ്ങൾക്കും ബാധകമാണ്. മദ്ധ്യപ്രദേശ്, ഒഡീഷ, ഛത്തീസ്ഗഢ്, ജാർഖണ്ഡ് എന്നീ സംസ്ഥാനങ്ങളിൽ ഗോത്രവർഗ്ഗക്കാരുടെ ക്ഷേമകാര്യങ്ങൾക്കായി ഒരു പ്രത്യേക മന്ത്രി ഉണ്ടായിരിക്കണമെന്ന് അനുച്ഛേദം

164 നിഷ്കർഷിക്കുന്നു. അനുച്ഛേദം 244 പ്രകാരം ഭരണഘടനയുടെ അഞ്ചാം പട്ടികയിലെ വ്യവസ്ഥകൾക്കനുസൃതമായിട്ടാണ് പട്ടികപ്രദേശങ്ങളുടെയും പട്ടിക ഗോത്രവർഗ്ഗങ്ങളുടെയും ഭരണവും നിയന്ത്രണവും. ആസ്സാം, മേഘാലയ, ത്രിപുര, മിസ്സോറാം എന്നീ സംസ്ഥാനങ്ങളൊഴികെ ഗോത്രവിഭാഗങ്ങൾ ഭൂരിപക്ഷമുള്ള പ്രദേശങ്ങളെ രാഷ്ട്രപതിക്ക് പട്ടിക പ്രദേശമായി പ്രഖ്യാപിക്കാം. ഈ പ്രദേശങ്ങളിലെ ഗോത്രവിഭാഗങ്ങളുടെ ക്ഷേമത്തിനായി സംസ്ഥാനതലത്തിൽ 20 അംഗങ്ങളുള്ള ഗോത്രോപദേശക സമിതികൾ (Tribal Advisory Councils) സ്ഥാപിക്കണം. പാർലമെന്റോ സംസ്ഥാന നിയമസഭയോ പാസാക്കുന്ന നിയമങ്ങളുടെ അധികാരപരിധിയിൽനിന്ന് പട്ടികപ്രദേശങ്ങളെ ഒഴിവാക്കിക്കൊണ്ട് വിജ്ഞാപനം ചെയ്യാൻ സംസ്ഥാന ഗവർണർക്ക് അധികാരമുണ്ട്. ആസ്സാം, മേഘാലയ, ത്രിപുര, മിസ്സോറാം എന്നീ സംസ്ഥാനങ്ങളിലെ ഗോത്രപ്രദേശങ്ങളിലെ ഭരണസംവിധാനത്തെക്കുറിച്ചാണ് ഭരണഘടനയുടെ ആറാം പട്ടിക പ്രതിപാദിക്കുന്നത്. പട്ടികഗോത്രങ്ങൾ കൂടുതലുള്ള ഇടങ്ങളിൽ സ്വയംഭരണ ജില്ലകളും സ്വയംഭരണ പ്രദേശങ്ങളും രൂപീകരിക്കാവുന്നതാണ്. ജില്ലാസമിതികൾക്കും പ്രാദേശികസമിതികൾക്കുമായിരിക്കും അവയുടെ ഭരണച്ചുമതല. നിലവിൽ ഈ നാല് സംസ്ഥാനങ്ങളിലായി ഇത്തരത്തിലുള്ള പത്ത് സമിതികളാണ് ഉള്ളത്. അഞ്ചാം പട്ടികയിലും ആറാം പട്ടികയിലും ഉൾപ്പെട്ട ഗോത്രപ്രദേശങ്ങളുള്ള സംസ്ഥാനങ്ങൾക്ക് പ്രത്യേക ഗ്രാൻഡ് ഇൻ എയ്ഡ് ലഭ്യമാക്കണമെന്ന് അനുച്ഛേദം 275 നിഷ്കർഷിക്കുന്നു.

2006 ൽ പാർലമെന്റ് പാസാക്കിയ വനാവകാശ നിയമം (The Scheduled Tribes and other Traditional Forest Dwellers [Recognition of Forest Rights] Act) ഗോത്രവർഗ്ഗക്കാരുടെ അവകാശങ്ങൾ ഊട്ടിയുറപ്പിക്കുന്ന ശ്രദ്ധേയമായ നിയമമാണ്. വനവാസികളായ ഗോത്രവർഗ്ഗക്കാരെ കൈയേറ്റക്കാരും മോഷ്ടാക്കളുമായി മാത്രം കണ്ടിരുന്ന കൊളോണിയൽ മനോഭാവത്തിൽ നിന്ന് സ്വാതന്ത്ര്യാനന്തര ഇന്ത്യയിലെ ഉദ്യോഗസ്ഥരും മുക്തരായിരുന്നില്ല. അതുകൊണ്ടുതന്നെ ഫോറസ്റ്റ് ഉദ്യോഗസ്ഥരുടെയും നിയമപാലകരുടെയും ഭൂമി കൈയേറ്റക്കാരുടെയുമൊക്കെ നിരന്തരമായ ചൂഷണത്തിന് അവർ വിധേയരായിരുന്നു. മാത്രമല്ല വനഭൂമി തോട്ടങ്ങൾക്കായും ഖനനത്തിനായും മറ്റു വികസന പ്രവർത്തനങ്ങൾക്കായുമൊക്കെ വകമാറ്റുമ്പോൾ ഗോത്രവർഗ്ഗക്കാർക്ക് മറ്റു നിവൃത്തിയില്ലാതെ ഇവിടങ്ങളിൽനിന്നെല്ലാം കുടിയിറങ്ങേണ്ടിവരികയും ചെയ്യുമായിരുന്നു. എന്നാൽ വനാവകാശ നിയമം ഗോത്രവർഗ്ഗക്കാർ താമസിക്കുകയും കൃഷി ചെയ്യുകയും ചെയ്യുന്ന വനഭൂമിയിൽ ഉപാധികളോടെ അവരുടെ അവകാശം അംഗീകരിച്ചു. ചെറുകിട വനോല്പന്നങ്ങൾ സംഭരിക്കാനും വില്ക്കാനുമുൾപ്പെടെ അവർക്ക് അവകാശം കൈവന്നു. പട്ടിക ഗോത്രവർഗ്ഗക്കാരുടെ ക്ഷേമത്തിനും പരിരക്ഷയ്ക്കുമായി പട്ടികജാതി, പട്ടികഗോത്രവർഗ്ഗ (അതിക്രമങ്ങൾ തടയൽ) (Provision of the Panchayats (Extension to the Scheduled Areas) Act 1996) തുടങ്ങിയവയും പാർലമെന്റ് പാസാക്കിയിട്ടുണ്ട്. ഇവയ്ക്ക് പുറമേ പട്ടികഗോത്രവർഗ്ഗങ്ങളുടെ സർവ്വതോമുഖമായ വികസനത്തിനായി Tribal Sub-Plan Strategyയും സർക്കാർ ആവിഷ്കരിച്ചിട്ടുണ്ട്.

പട്ടികജാതിക്കാർക്കും പട്ടിക ഗോത്രവർഗ്ഗങ്ങൾക്കുമായി ഭരണഘടനയും രാജ്യത്തെ മറ്റു നിയമങ്ങളും വ്യവസ്ഥ ചെയ്തിട്ടുള്ള പരിരക്ഷകളെക്കുറിച്ച് അന്വേഷിക്കാനും അവയുടെ പ്രവർത്തനം വിലയിരുത്താനും റിപ്പോർട്ട് സമർപ്പിക്കാനുമായി ഒരു പ്രത്യേക ഉദ്യോഗസ്ഥനെ രാഷ്ട്രപതി നിയമിക്കണം എന്ന് ഭരണഘടനയുടെ മൂലരൂപത്തിലെ അനുച്ഛേദം 338 അനുശാസിച്ചിരുന്നു. ഇതുപ്രകാരം 'പട്ടികജാതിക്കാരുടെയും പട്ടിക ഗോത്രവർഗ്ഗക്കാരുടെയും കമ്മീഷണർ' എന്ന സ്ഥാനപ്പേരോടുകൂടി ഒരു ഉദ്യോഗസ്ഥനെ 1950 നവംബർ 18 ന് സർക്കാർ നിയമിച്ചു. ഓരോ വർഷവും കമ്മീഷണർ രാഷ്ട്രപതിക്ക് സമർപ്പിക്കുന്ന റിപ്പോർട്ട് പാർലമെന്റിന്റെ ഇരുസഭകളിലും സമർപ്പിക്കേണ്ടതുണ്ടായിരുന്നു. എന്നാൽ പട്ടിക വിഭാഗങ്ങളുടെ ക്ഷേമത്തിന് ഈ സംവിധാനം അപര്യാപ്തമാണെന്ന തോന്നൽ ശക്തമായതിനെത്തുടർന്ന് 1978 ൽ മൊറാർജി ദേശായി സർക്കാർ സ്റ്റാറ്റ്യൂട്ടറിയല്ലാത്ത ഒരു പട്ടികജാതി, പട്ടികഗോത്രവർഗ്ഗ കമ്മീഷൻ സ്ഥാപിച്ചു. 1978 ൽ നിലവിൽ വന്ന ഈ കമ്മീഷനിൽ ചെയർമാനെ കൂടാതെ നാല് മെമ്പർമാരാണ് ഉണ്ടായിരുന്നത്. ശ്രീ. ഭോല പാസ്വാൻ ശാസ്ത്രി ആയിരുന്നു ആദ്യ ചെയർമാൻ. 1987 ൽ സർക്കാർ ഈ സംവിധാനം പരിഷ്കരിക്കുകയും ഒരു ദേശീയ തല ഉപദേശക സമിതി എന്ന നിലയിൽ അതിനെ ദേശീയ പട്ടികജാതി, പട്ടികഗോത്രവർഗ്ഗ കമ്മീഷൻ എന്ന് പുനർനാമകരണം ചെയ്യുകയും ചെയ്തു. ഈകാലത്തും 'പട്ടികജാതിക്കാരുടെയും പട്ടിക ഗോത്രവർഗ്ഗക്കാരുടെയും കമ്മീഷണർ' നിലവിലുണ്ടായിരുന്നു. കേന്ദ്രസർക്കാർ 1990 ലെ 65-ാം ഭരണഘടനാ ഭേദഗതിയിലൂടെ അനുച്ഛേദം 338 ഭേദഗതി ചെയ്യുകയും ദേശീയ പട്ടികജാതി, പട്ടികഗോത്രവർഗ്ഗ കമ്മീഷന് ഭരണഘടനാ പദവി നല്കുകയും ചെയ്തു. ശ്രീ. രാം ധൻ ആയിരുന്നു ആദ്യ ചെയർമാൻ. പിന്നീട് ഈ കമ്മീഷനെ വിഭജിക്കാനും പട്ടികജാതികൾക്കും പട്ടികഗോത്രവർഗ്ഗങ്ങൾക്കുമായി പ്രത്യേകം കമ്മീഷനുകൾ രൂപീകരിക്കാനും സർക്കാർ തീരുമാനിച്ചു. 2003 ലെ 89-ാം ഭരണഘടനാ ഭേദഗതിയിലൂടെ പട്ടികജാതികൾക്കായി ദേശീയ പട്ടികജാതി കമ്മീഷനും (അനുച്ഛേദം 338) പട്ടികഗോത്രവർഗ്ഗങ്ങൾക്കായി ദേശീയ പട്ടിക ഗോത്രവർഗ്ഗ കമ്മീഷനും (അനുച്ഛേദം 338 A) സ്ഥാപിക്കപ്പെട്ടു. ചെയർമാൻ, വൈസ് ചെയർമാൻ, മൂന്നു അംഗങ്ങൾ എന്നിങ്ങനെ അഞ്ചുപേരടങ്ങുന്നതാണ് രണ്ടു കമ്മീഷനുകളും. മൂന്നു വർഷമാണ് കമ്മീഷന്റെ കാലാവധി. കമ്മീഷനുകളുടെ ഉത്തരവാദിത്വങ്ങൾ ഇവയാണ്:

(1) ഭരണഘടനയും നിലവിലുള്ള മറ്റു നിയമങ്ങളും സർക്കാർ ഉത്ത

രവുകളും ഉറപ്പു നല്കുന്ന പരിരക്ഷകളെ സംബന്ധിച്ച എല്ലാ കാര്യങ്ങളും അന്വേഷിക്കുകയും നിരീക്ഷിക്കുകയും വിലയിരുത്തുകയും ചെയ്യുക.

(2) ഈ പരിരക്ഷകളുടെ പ്രവർത്തനത്തെക്കുറിച്ച് എല്ലാ വർഷവും രാഷ്ട്രപതിക്ക് റിപ്പോർട്ട് സമർപ്പിക്കുക.

(3) അവകാശങ്ങളും പരിരക്ഷയും ലംഘിക്കപ്പെട്ടതായുള്ള പ്രത്യേക പരാതികൾ പരിശോധിക്കുക.

(4) അതാതു വിഭാഗങ്ങളുടെ സാമൂഹ്യസാമ്പത്തിക വികസനത്തിനുള്ള പദ്ധതിരൂപീകരണത്തിൽ പങ്കാളിയാവുകയും ഉപദേശം നല്കുകയും ചെയ്യുക.

(5) അതാതു വിഭാഗങ്ങളുടെ വികസനത്തിനും പരിരക്ഷ ഉറപ്പാക്കുന്നതിനുംവേണ്ടി കേന്ദ്ര-സംസ്ഥാന സർക്കാരുകൾക്ക് ശുപാർശകൾ നല്കുക.

അവലംബം

1. *Indian Administration*, Hoshiar Singh, Pankaj Singh, Pearson, 2011
2. *Dominance and state power in modern India,* Francine R. Frankel, M S A Rao Oxford University Press, 1989
3. *നെഗ്രിറ്റ്യൂഡ്,* കെ എം സലിംകുമാർ, ഡി സി ബുക്സ്, 2011

മണ്ഡൽ കമ്മീഷനും ഒ ബി സി സംവരണവും

പട്ടികജാതി പട്ടികഗോത്രവർഗ്ഗങ്ങളിൽനിന്നും വ്യത്യസ്തമായി, ഇന്ത്യൻ ഭരണഘടന നിലവിൽ വരുമ്പോൾ ഒ ബി സി വിഭാഗങ്ങൾക്ക് കേന്ദ്രസർക്കാർ സർവ്വീസിൽ സംവരണമുണ്ടായിരുന്നില്ല. ഒ ബി സി എന്നതിന് കൃത്യമായ നിർവ്വചനം പോലുമുണ്ടായിരുന്നില്ല എന്നതാണ് സത്യം. ഭരണഘടനയിൽ എവിടെയും അങ്ങനെ ഒരു വാക്ക് ഉപയോഗിക്കുന്നില്ല. അനുച്ഛേദം 16 (4) പ്രകാരമുള്ള സംവരണാനുകൂല്യത്തിന് അർഹരായവർ സർവ്വീസിൽ മതിയായ പ്രാതിനിധ്യമില്ലാത്ത 'പിന്നോക്ക വിഭാഗങ്ങ'ളാണ് (Backward Classes). പട്ടികജാതികളും പട്ടികഗോത്രവർഗ്ഗങ്ങളും പിന്നോക്കവിഭാഗങ്ങളിൽ ഉൾപ്പെടുന്നു എന്നതിൽ സംശയമുണ്ടായിരുന്നില്ല. അനുച്ഛേദം 15(4) ആകട്ടെ, പ്രത്യേക പരിഗണന നല്കേണ്ടവരായി പട്ടികജാതികൾ, പട്ടികഗോത്രവർഗ്ഗങ്ങൾ, സാമൂഹ്യമായും വിദ്യാഭ്യാസപരമായും പിന്നോക്കം നില്ക്കുന്ന വിഭാഗങ്ങൾ (Socially and Educationally Backward Classes) എന്നിവരെ ചൂണ്ടിക്കാണിക്കുന്നുണ്ട്. ഇതിൽ അവസാനത്തെ കൂട്ടരാണ് പില്ക്കാലത്ത് പട്ടികേതര പിന്നോക്ക വിഭാഗങ്ങൾ എന്ന അർത്ഥത്തിൽ ഒ ബി സി (Other Backward Classes) എന്നറിയപ്പെട്ടത്. ഇവരെ കണ്ടെത്തുന്നതിനുള്ള മാനദണ്ഡമോ അനുവദിക്കേണ്ട ആനുകൂല്യങ്ങളോ ഭരണഘടന വ്യക്തമാക്കിയിരുന്നുമില്ല. ഇന്ത്യയിൽ സംവരണത്തെ സംബന്ധിച്ച് ഏറ്റവുമധികം ചർച്ചകളും വിവാദങ്ങളും ഉണ്ടായിട്ടുള്ളതും ഒ ബി സി സംവരണവുമായി ബന്ധപ്പെട്ടുകൊണ്ടാണ്.

കാക്കാ കലേൽക്കർ കമ്മീഷൻ

ഭരണഘടനയുടെ അനുച്ഛേദം 340 സാമൂഹ്യമായും വിദ്യാഭ്യാസപരമായും പിന്നോക്കം നില്ക്കുന്ന വിഭാഗങ്ങളുടെ ജീവിതാവസ്ഥയെയും

അവർ അനുഭവിക്കുന്ന വിഷമതകളെയുംകുറിച്ച് അന്വേഷിക്കാനും ശുപാർശകൾ സമർപ്പിക്കാനുമായി ഒരു കമ്മീഷനെ നിയമിക്കാൻ രാഷ്ട്രപതിയെ അധികാരപ്പെടുത്തുന്നുണ്ട്. ഇതുപ്രകാരം രാജ്യത്തെ ആദ്യ പിന്നോക്കവിഭാഗ കമ്മീഷനെ (Backward Class Commission) നെഹ്റു സർക്കാർ 1953 ൽ നിയമിച്ചു. പ്രമുഖ ഗാന്ധിയനും കമ്മീഷന്റെ ചെയർമാനുമായ കാക്കാ കലേൽക്കറുടെ പേരിലാണ് ഈ കമ്മീഷൻ അറിയപ്പെടുന്നത്. കമ്മീഷന്റെ പരിഗണനാ വിഷയങ്ങൾ ഇവയായിരുന്നു:

(1) പട്ടികജാതി, പട്ടികഗോത്രവർഗ്ഗങ്ങൾക്കു പുറമേ രാജ്യത്തുള്ള സാമൂഹ്യമായും വിദ്യാഭ്യാസപരമായും പിന്നോക്കം നില്ക്കുന്ന വിഭാഗങ്ങളെ കണ്ടെത്തുന്നതിനുള്ള മാനദണ്ഡങ്ങൾ രൂപീകരിക്കുക.
(2) ഇങ്ങനെ രൂപീകരിക്കപ്പെട്ട മാനദണ്ഡങ്ങളുടെ അടിസ്ഥാനത്തിൽ അത്തരം വിഭാഗങ്ങളുടെ പട്ടികയും അംഗസംഖ്യയും അവരുടെ ഭൂമിശാസ്ത്രപരമായ വിതരണവും വ്യക്തമാക്കുക.
(3) സാമൂഹ്യമായും വിദ്യാഭ്യാസപരമായും പിന്നോക്കം നില്ക്കുന്ന വിഭാഗങ്ങളുടെ നിലവിലെ ജീവിതാവസ്ഥയെക്കുറിച്ച് പഠിക്കുകയും ആവശ്യമായ ശുപാർശകൾ സമർപ്പിക്കുകയും ചെയ്യുക.

കാക്കാ കലേൽക്കർ കമ്മീഷൻ രണ്ടു വർഷത്തിനുശേഷം 1955 ൽ റിപ്പോർട്ട് സമർപ്പിച്ചു.[1]

സാമൂഹ്യമായും വിദ്യാഭ്യാസപരമായും പിന്നോക്കം നില്ക്കുന്ന വിഭാഗങ്ങളെ കണ്ടെത്തുന്നതിനായി കമ്മീഷൻ സ്വീകരിച്ച മാനദണ്ഡങ്ങൾ ഇവയായിരുന്നു:

(1) ഹിന്ദു ജാതിവ്യവസ്ഥയിലെ താഴ്ന്ന സ്ഥാനം
(2) വിദ്യാഭ്യാസ നിലവാരത്തിലെ പിന്നോക്കാവസ്ഥ
(3) സർക്കാർ സർവ്വീസിലെ പ്രാതിനിധ്യക്കുറവ്
(4) കച്ചവടം, വാണിജ്യം, വ്യവസായം എന്നീ മേഖലകളിലെ പ്രാതിനിധ്യക്കുറവ്.

ഇവയുടെ അടിസ്ഥാനത്തിൽ കമ്മീഷൻ രാജ്യത്തെ 2399 പിന്നോക്ക ജാതികളുടെയും സമുദായങ്ങളുടെയും പട്ടിക തയ്യാറാക്കി. അതിൽത്തന്നെ 837 ജാതികളെ അതീവ പിന്നോക്ക വിഭാഗങ്ങളുടെ പട്ടികയിൽ ഉൾപ്പെടുത്തി. ഇവർക്കായി സർക്കാർ സർവ്വീസിൽ ക്ലാസ് I വിഭാഗങ്ങളിൽ 25 ശതമാനവും ക്ലാസ് II വിഭാഗങ്ങളിൽ 33 ശതമാനവും ക്ലാസ് III, IV വിഭാഗങ്ങളിൽ 40 ശതമാനവും സംവരണത്തിന് ശുപാർശചെയ്തു. സാങ്കേതിക പ്രൊഫഷണൽ കോഴ്സുകളിൽ 70 ശതമാനം സീറ്റുകൾ പിന്നോക്ക വിഭാഗങ്ങൾക്കായി നീക്കിവെക്കണമെന്നും ശുപാർശയുണ്ടായിരുന്നു. സ്ത്രീകളെ മൊത്തത്തിൽ പിന്നോക്കവിഭാഗമായി പരിഗണിക്കണമെന്ന വിപ്ലവകരമായ നിർദ്ദേശവും കമ്മീഷൻ മുന്നോട്ടുവെച്ചു. എന്നാൽ കമ്മീഷന്റെ ശുപാർശകൾ ഏകകണ്ഠമായിരുന്നില്ല. പതിനൊന്ന്

അംഗങ്ങളിൽ അഞ്ച് അംഗങ്ങളും റിപ്പോർട്ടിനു വിയോജനക്കുറിപ്പെഴുതി. കമ്മീഷൻ ചെയർമാനായിരുന്ന കാക്കാ കലേൽക്കർ പോലും റിപ്പോർട്ടിനെ തള്ളിപ്പറഞ്ഞു. ഔദ്യോഗികമായി വിയോജനക്കുറിപ്പ് രേഖപ്പെടുത്തിയില്ലെങ്കിലും റിപ്പോർട്ട് രാഷ്ട്രപതിക്ക് സമർപ്പിച്ചുകൊണ്ട് അദ്ദേഹമെഴുതിയ മുപ്പതു പേജുള്ള കത്തിൽ, തന്റെ ഭിന്നാഭിപ്രായം ശക്തമായ ഭാഷയിൽ തന്നെ രേഖപ്പെടുത്തി. അദ്ദേഹത്തിന്റെ ഏറ്റവും വലിയ എതിർപ്പ് ജാതിയുടെ അടിസ്ഥാനത്തിൽ പിന്നോക്കാവസ്ഥയെ നിർണ്ണയിച്ചതിലായിരുന്നു. '(സർക്കാർ) സർവ്വീസ് സേവകന്മാർക്കുവേണ്ടിയല്ല, സമൂഹത്തെ മൊത്തം സേവിക്കാൻ വേണ്ടിയുള്ളതാണ് എന്ന ലളിതമായ കാരണം കൊണ്ടുതന്നെ സർക്കാർ സർവ്വീസിലെ സാമുദായിക സംവരണത്തിന് ഞാൻ എതിരാണ്' എന്നായിരുന്നു അദ്ദേഹത്തിന്റെ നിലപാട്. കമ്മീഷന്റെ കണ്ടെത്തലുകളെയും പിന്നോക്കാവസ്ഥ നിർണ്ണയിക്കാൻ ഉപയോഗിച്ച മാനദണ്ഡങ്ങളെയും മുന്നോട്ടുവെച്ച ശുപാർശകളെയും അദ്ദേഹത്തിന് ഉൾക്കൊള്ളാനായില്ല. കമ്മീഷന്റെ ശുപാർശകളെക്കുറിച്ച് അദ്ദേഹം പറഞ്ഞത് 'ഞങ്ങൾ പോരാടാനിറങ്ങിയ തിന്മകളേക്കാൾ കുഴപ്പം പിടിച്ചതാണ് ഞങ്ങൾ നിർദ്ദേശിച്ച പരിഹാരങ്ങൾ' എന്നായിരുന്നു. അത്യന്തം മുൻവിധികൾ നിറഞ്ഞ നിലപാടാണ് അദ്ദേഹം ഈ കത്തിൽ ഉയർത്തിപ്പിടിച്ചത് എന്ന് പില്ക്കാലത്ത് മണ്ഡൽ കമ്മീഷൻ ഉൾപ്പെടെ പലരും ചൂണ്ടിക്കാട്ടിയിട്ടുണ്ട്. ചില വിഭാഗങ്ങൾ വിദ്യാഭ്യാസപരമായി പിന്നോക്കം നില്ക്കുന്നത് അവർക്ക് അതിന്റെ ആവശ്യമില്ലാതിരുന്നതുകൊണ്ടാണ് എന്നും ഇപ്പോൾ അതിന്റെ അപകടം തിരിച്ചറിഞ്ഞ സ്ഥിതിക്ക്, അത് മാറ്റാൻ പരിശ്രമിക്കേണ്ടതിന്റെ ഉത്തരവാദിത്വവും ആ വിഭാഗങ്ങൾക്കുതന്നെയാണ് എന്നും അദ്ദേഹം പറയുകയുണ്ടായി. മുൻകാലങ്ങളിൽ ചിന്താശൂന്യമായി വിദ്യാഭ്യാസം വേണ്ടെന്നുവെച്ചവർ ഇപ്പോൾ പ്രത്യേക പരിഗണന ആവശ്യപ്പെടുന്നതും അവരുടെ ഉന്നമനത്തിനായി പൊതുഖജനാവ് പണം മുടക്കേണ്ടി വരുന്നതും അനീതിയാണ് എന്നുമായിരുന്നു അദ്ദേഹത്തിന്റെ അഭിപ്രായം. ഇതിൽ എന്തെങ്കിലും അനീതിയുണ്ടെങ്കിൽ, അത് അദ്ദേഹത്തിന്റെ പിന്തിരിപ്പൻ നിലപാട് മാത്രമായിരുന്നു എന്നതാണ് സത്യം. നൂറ്റാണ്ടുകളോളം കൊടിയ ചൂഷണങ്ങൾക്കും അടിച്ചമർത്തലുകൾക്കും വിധേയരായ മനുഷ്യർ തങ്ങൾക്ക് ഇത്രകാലം നിഷേധിച്ചുപോന്ന തുല്യതയും നീതിയും പ്രാതിനിധ്യവുമാവശ്യപ്പെടുമ്പോൾ, അവരെത്തന്നെ കുറ്റക്കാരാക്കി വാതിലുകൾ കൊട്ടിയടയ്ക്കുന്നത് ഒരു തരത്തിലും നീതീകരിക്കാവുന്നതായിരുന്നില്ല.

ഏതായാലും പിന്നോക്ക വിഭാഗങ്ങളെ കണ്ടെത്താൻ കമ്മീഷൻ വസ്തുനിഷ്ഠമായ പരിശോധന നടത്തിയില്ല എന്ന് ചൂണ്ടിക്കാട്ടി ഈ റിപ്പോർട്ട് സർക്കാർ തള്ളിക്കളഞ്ഞു. അഖിലേന്ത്യാടിസ്ഥാനത്തിൽ സാമൂഹ്യമായും വിദ്യാഭ്യാസപരമായും പിന്നോക്കം നില്ക്കുന്ന വിഭാഗങ്ങളുടെ

പട്ടിക പ്രസിദ്ധീകരിക്കേണ്ടതില്ല എന്നും സംവരണം പട്ടികവിഭാഗങ്ങൾക്ക് മാത്രമായി പരിമിതപ്പെടുത്തിയാൽ മതിയെന്നും കേന്ദ്ര സർക്കാർ തീരുമാനമെടുത്തു. എന്നാൽ സംസ്ഥാനങ്ങൾക്ക് തങ്ങളുടേതായ മാനദണ്ഡങ്ങൾ രൂപീകരിച്ച് പട്ടികേതരപിന്നോക്ക വിഭാഗങ്ങളെ കണ്ടെത്താമെന്നും സംവരണം നല്കാമെന്നും 1961 ൽ കേന്ദ്ര ആഭ്യന്തര മന്ത്രാലയം സംസ്ഥാനങ്ങളെ അറിയിച്ചു. പിന്നോക്ക വിഭാഗങ്ങളെ കണ്ടെത്തുന്നതിനായി ജാതിക്കുപകരം സാമ്പത്തികാവസ്ഥ മാനദണ്ഡമായി സ്വീകരിക്കുന്നതാവും ഉചിതം എന്നും കേന്ദ്രസർക്കാർ അറിയിച്ചിരുന്നു. ഇതേത്തുടർന്ന് ഒട്ടുമിക്ക സംസ്ഥാനങ്ങളും തങ്ങളുടേതായ കമ്മീഷനുകളെ നിയമിക്കുകയും പട്ടികേതര പിന്നോക്ക വിഭാഗങ്ങളുടെ ലിസ്റ്റ് പ്രസിദ്ധീകരിക്കുകയും ചെയ്തു. അതിനായി ഈ കമ്മീഷനുകൾ പ്രധാനമായും അവലംബിച്ചത് രണ്ടു പട്ടികകളെയായിരുന്നു: ഒന്ന്, വിദ്യാഭ്യാസ മന്ത്രാലയത്തിനുകീഴിൽ പോസ്റ്റ്മെട്രിക്ക് സ്കോളർഷിപ്പും മറ്റും വിതരണം ചെയ്യുന്നതിനായി സംസ്ഥാനങ്ങൾ സൂക്ഷിച്ചിട്ടുള്ള സ്വന്തം പിന്നോക്ക വിഭാഗങ്ങളുടെ ലിസ്റ്റ്. മറ്റേത്, ഒന്നാം പഞ്ചവത്സര പദ്ധതിയുടെ രൂപീകരണവുമായി ബന്ധപ്പെട്ട് പട്ടികജാതി, പട്ടികവർഗ്ഗ കമ്മീഷണർ തയ്യാറാക്കിയ ലിസ്റ്റ്.[2] പട്ടികേതര വിഭാഗങ്ങളെ കണ്ടെത്തുന്നതും ആനുകൂല്യങ്ങൾ നല്കുന്നതുമായി ബന്ധപ്പെട്ട വിഷയങ്ങളിൽ ആശയവ്യക്തത ഇല്ലാത്തതുകൊണ്ടുതന്നെ, സംസ്ഥാനങ്ങൾ പല സന്ദർഭങ്ങളിലായി ഒന്നിലധികം കമ്മീഷനുകളെ നിയമിക്കുകയുണ്ടായി. വി വിശ്വനാഥൻ കമ്മീഷൻ, ജി കുമാരപിള്ള കമ്മീഷൻ, നെട്ടൂർ ദാമോദരൻ കമ്മീഷൻ (കേരളം), സട്ടനാഥൻ കമ്മീഷൻ, അംബാശങ്കർ കമ്മീഷൻ (തമിഴ്നാട്), അനന്തരാമൻ കമ്മീഷൻ, മുരളീധർ റാവു കമ്മീഷൻ (ആന്ധ്ര പ്രദേശ്), ഹവനൂർ കമ്മീഷൻ, ചിന്നപ്പറെഡ്ഡി കമ്മീഷൻ (കർണ്ണാടക) തുടങ്ങിയ നിരവധി കമ്മീഷനുകൾ 1960–90 കാലയളവിൽ നിയമിക്കപ്പെട്ടതിന്റെ പശ്ചാത്തലമിതാണ്. ഇവരുടെ ശുപാർശകളുടെ അടിസ്ഥാനത്തിൽ സംസ്ഥാനങ്ങളിലെ പട്ടികേതര പിന്നോക്ക വിഭാഗങ്ങൾക്കും ഉദ്യോഗവിദ്യാഭ്യാസ സംവരണവും മറ്റ് ആനുകൂല്യങ്ങളും ലഭിക്കാൻ അവസരമൊരുങ്ങി.

മണ്ഡൽ കമ്മീഷൻ

മൊറാർജി ദേശായി പ്രധാനമന്ത്രിയായിരിക്കുമ്പോഴാണ് രാജ്യത്തെ രണ്ടാം പിന്നോക്ക കമ്മീഷൻ നിയമിക്കപ്പെടുന്നത്. 1979 ജനുവരി ഒന്നിന് നിലവിൽ വന്ന ഈ കമ്മീഷന്റെ തലവൻ ബീഹാർ മുൻ മുഖ്യമന്ത്രിയും പാർലമെന്റ് അംഗവുമായിരുന്ന ബി പി മണ്ഡലായിരുന്നു. രാജ്യത്ത് സാമൂഹ്യവും വിദ്യാഭ്യാസപരവുമായി പിന്നോക്കം നില്ക്കുന്നവരെ കണ്ടെത്തുന്നതിനായുള്ള മാനദണ്ഡങ്ങൾ വികസിപ്പിക്കുക, അവരുടെ

ജീവിതസാഹചര്യങ്ങൾ മെച്ചപ്പെടുത്തുന്നതിനായുള്ള ശുപാർശകൾ സമർപ്പിക്കുക, അവർക്ക് സർക്കാർ സർവ്വീസിൽ സംവരണം നല്കേണ്ട തിന്റെ അഭിലഷണീയത പരിശോധിക്കുക എന്നിവയായിരുന്നു കമ്മീഷന്റെ ദൗത്യം. മണ്ഡലിനു പുറമേ ദിവാൻ മോഹൻ ലാൽ, ആർ ആർ ഭോലെ, ദീനബന്ധു സാഹു, കെ സുബ്രഹ്മണ്യം എന്നിവരായിരുന്നു കമ്മീഷനിലെ മറ്റ് അംഗങ്ങൾ. അനാരോഗ്യംമൂലം ദീനബന്ധു സാഹു രാജിവെച്ചപ്പോൾ പകരം എൽ ആർ നായിക് അംഗമായി. കമ്മീഷൻ പ്രവർത്തനം ആരംഭിച്ച കാലത്ത് തന്നെ മുന്നണിയിലെ തർക്കങ്ങൾ മൂലം മൊറാർജി ദേശായി രാജിവെച്ചു. അധികം വൈകാതെ പാർലമെന്റ് പിരിച്ചുവിടപ്പെടുകയും 1980 ൽ ഇന്ദിരാഗാന്ധി അധികാരത്തിൽ തിരിച്ചെത്തുകയും ചെയ്തു. പ്രവർത്തനമാരംഭിച്ച് രണ്ടു വർഷം പൂർത്തിയാകുന്നതിനു തൊട്ടു മുൻപായി, 1980 ഡിസംബർ 30 ന് കമ്മീഷൻ റിപ്പോർട്ട് രാഷ്ട്രപതിക്ക് സമർപ്പിച്ചു. ഇന്ത്യയിൽ നടന്നിട്ടുള്ളതിൽവെച്ച് ഏറ്റവും വിപുലവും ശാസ്ത്രീയവും സത്യസന്ധവുമായ കമ്മീഷൻ പ്രവർത്തനമായിരുന്നു മണ്ഡൽ കമ്മീഷന്റേത് എന്ന് കരുതപ്പെടുന്നു. രാജ്യത്തെ ഒട്ടുമിക്ക ജില്ലകളിലും ഫീൽഡ് സർവ്വേ നടത്തിയും ജനങ്ങളുമായും ജനപ്രതിനിധികളുമായും സംസ്ഥാന സർക്കാരുകളുമായും ഉദ്യോഗസ്ഥരുമായും ചർച്ചകൾ നടത്തിയും വിദഗ്ദ്ധ ഏജൻസികളെക്കൊണ്ട് സർവ്വേകൾ നടത്തിച്ചും സെൻസസും മറ്റ് സ്ഥിതിവിവരക്കണക്കുകളും അപഗ്രഥിച്ചും കഴിയാവുന്നിടത്തോളം സമഗ്രമായ ഒരു റിപ്പോർട്ടാണ് കമ്മീഷൻ തയ്യാറാക്കിയത്.[3]

ലളിതമായ ഭാഷയിൽ, എന്നാൽ ശക്തമായ തെളിവുകളും വസ്തുതകളും നിരത്തി കമ്മീഷൻ തങ്ങളുടെ കണ്ടെത്തലുകളും നിരീക്ഷണങ്ങളും അവതരിപ്പിച്ചു. മണ്ഡൽ കമ്മീഷൻ ജാതിയെയാണ് പിന്നോക്കാവസ്ഥ തിരിച്ചറിയുന്നതിനുള്ള അടിസ്ഥാനയൂണിറ്റായി സ്വീകരിച്ചത്. പിന്നോക്കാവസ്ഥയുടെ പ്രധാന കാരണം ജാതിവ്യവസ്ഥയിൽ ഒരുവന് കല്പിക്കപ്പെട്ടിരിക്കുന്ന താഴ്ന്ന ആചാരപദവിയാണ് എന്നും, മറ്റുള്ള വൈകല്യങ്ങൾ അതിന്റെ അനുബന്ധമാണ് എന്നും കമ്മീഷൻ ചൂണ്ടിക്കാട്ടി. പിന്നോക്കവിഭാഗങ്ങളിൽപ്പെട്ട ഒരാൾക്ക് സംവരണത്തിലൂടെ അധികാരത്തിൽ പങ്കാളിത്തം നല്കുമ്പോൾ, അത് വ്യക്തിപരമായ ഉയർച്ച എന്നതിനേക്കാൾ ഭരണഘടന വിഭാവനം ചെയ്യുന്ന ആദർശസമൂഹത്തിലേക്കുള്ള യാത്രയുടെ ഒരു കാൽവെയ്പാണ്. സ്വാതന്ത്ര്യത്തിനുശേഷം ജാതിക്കുണ്ടായ മാറ്റങ്ങൾ അതിന്റെ മാറിയ ഊന്നലുകളെയാണ് പ്രതിനിധീകരിക്കുന്നത്, അല്ലാതെ അതിന്റെ അടിസ്ഥാനഘടനയിലുണ്ടായ മാറ്റത്തിനെയല്ല. പുതിയ കാലത്ത് ജാതിയുടെ സാമ്പ്രദായികമായ അധികാരഘടന ദുർബ്ബലപ്പെടുന്നുണ്ട് എന്നത് സത്യമാണ്. പക്ഷേ, ആചാരത്തിന്റെ മേഖലയിൽ ജാതിക്ക് നഷ്ടമാകുന്നത്, രാഷ്ട്രീയത്തിന്റെ മേഖലയിൽ അത് നേടിയെടുക്കുന്നുണ്ട് എന്ന്

കമ്മീഷൻ ഓർമ്മിപ്പിച്ചു.[4]

സാമൂഹ്യവും വിദ്യാഭ്യാസപരവുമായി പിന്നോക്കം നില്ക്കുന്നവരെ കണ്ടെത്തുന്നതിനായി, കമ്മീഷൻ പതിനൊന്ന് സൂചകങ്ങളാണ് ഉപയോഗിച്ചത്. അവയെ സാമൂഹ്യം, വിദ്യാഭ്യാസപരം, സാമ്പത്തികം മൂന്നു വിഭാഗങ്ങളായി തിരിച്ചു. ഓരോ സൂചകത്തിനും വ്യത്യസ്ത വെയിറ്റേജും നല്കി. സാമൂഹ്യ സൂചകങ്ങൾക്ക് 3 പോയിന്റുകൾ വീതവും വിദ്യാഭ്യാസ സൂചകങ്ങൾക്ക് 2 പോയിന്റുകൾ വീതവും സാമ്പത്തിക സൂചകങ്ങൾക്കു 1 പോയിന്റ് വീതവുമാണ് നല്കിയത് (അങ്ങനെ മൊത്തം 22 പോയിന്റുകൾ).

മണ്ഡൽ കമ്മീഷൻ ഉപയോഗിച്ച സൂചകങ്ങൾ ഇവയാണ്:

സാമൂഹ്യ സൂചകങ്ങൾ

1) സാമൂഹ്യമായി പിന്നോക്കം എന്ന് മറ്റുള്ളവർ കരുതുന്ന ജാതികൾ/ വിഭാഗങ്ങൾ
2) ജീവിക്കാനായി കായികാദ്ധ്വാനത്തിൽ ഏർപ്പെടുന്ന ജാതികൾ/ വിഭാഗങ്ങൾ
3) താഴെപ്പറയുന്ന ജാതികൾ:
   a. ഗ്രാമപ്രദേശങ്ങളിൽ സംസ്ഥാന ശരാശരിയേക്കാൾ 17 വയസ്സിനു മുൻപേ വിവാഹിതരാവുന്ന പുരുഷന്മാർ 10 ശതമാനവും സ്ത്രീകൾ 25 ശതമാനവും കൂടുതലുള്ള ജാതികൾ/വിഭാഗങ്ങൾ
   b. നഗരപ്രദേശങ്ങളിൽ സംസ്ഥാന ശരാശരിയേക്കാൾ 17 വയസ്സിനു മുൻപേ വിവാഹിതരാവുന്ന പുരുഷന്മാർ 5 ശതമാനവും സ്ത്രീകൾ 10 ശതമാനവും കൂടുതലുള്ള ജാതികൾ/വിഭാഗങ്ങൾ
4) സംസ്ഥാന ശരാശരിയേക്കാൾ സ്ത്രീകളുടെ തൊഴിൽ പങ്കാളിത്തം 25% എങ്കിലും കൂടുതലുള്ള ജാതികൾ/വിഭാഗങ്ങൾ

വിദ്യാഭ്യാസ സൂചകങ്ങൾ

1) ഒരിക്കൽപ്പോലും സ്കൂളിൽ പോകാത്ത 5 വയസ്സിനും 15 വയസ്സിനുമിടയിൽ പ്രായമുള്ള കുട്ടികൾ സംസ്ഥാന ശരാശരിയേക്കാൾ 25% കൂടുതലുള്ള ജാതികൾ/വിഭാഗങ്ങൾ.
2) ഇടയ്ക്കുവെച്ച് വിദ്യാഭ്യാസം നിർത്തിയ 5 വയസ്സിനും 15 വയസ്സിനുമിടയിൽ പ്രായമുള്ള കുട്ടികൾ സംസ്ഥാന ശരാശരിയേക്കാൾ 25% കൂടുതലുള്ള ജാതികൾ/വിഭാഗങ്ങൾ.
3) സ്കൂൾ ഫൈനൽ പാസായ വിദ്യാർത്ഥികളുടെ എണ്ണം സംസ്ഥാന ശരാശരിയേക്കാൾ 25% എങ്കിലും കുറവുള്ള ജാതികൾ/വിഭാഗങ്ങൾ

സാമ്പത്തിക സൂചകങ്ങൾ

1) കുടുംബത്തിന്റെ ആസ്തി സംസ്ഥാന ശരാശരിയേക്കാൾ 25% എങ്കിലും കുറവുള്ള ജാതികൾ/വിഭാഗങ്ങൾ
2) ദരിദ്രകുടിലുകളിൽ താമസിക്കുന്ന കുടുംബങ്ങളുടെ എണ്ണം സംസ്ഥാന ശരാശരിയേക്കാൾ 25% എങ്കിലും കൂടുതലുള്ള

ജാതികൾ/വിഭാഗങ്ങൾ

3) കുടിവെള്ള സ്രോതസ്സിനായി അര കിലോമീറ്ററിലധികം സഞ്ചരിക്കേണ്ടിവരുന്ന 50% കുടുംബങ്ങളുള്ള ജാതികൾ/വിഭാഗങ്ങൾ
4) ഉപജീവനത്തിനായി കടമെടുത്തവരുടെ എണ്ണം സംസ്ഥാന ശരാശരിയേക്കാൾ 25% എങ്കിലും കൂടുതലുള്ള ജാതികൾ/വിഭാഗങ്ങൾ

ഈ സൂചകങ്ങളുടെ അടിസ്ഥാനത്തിൽ ഓരോ സംസ്ഥാനങ്ങളിലെയും വിവിധ ജാതികളുടെ ജീവിതനിലവാരം കമ്മീഷൻ പരിശോധിച്ചു. മൊത്തം പോയിന്റുകളുടെ പകുതിയെങ്കിലും–അതായത് 11 പോയിന്റെങ്കിലും–നേടിയ ജാതിയെ 'സാമൂഹ്യവും വിദ്യാഭ്യാസപരവുമായി പിന്നോക്കം നില്ക്കുന്ന വിഭാഗങ്ങൾ (Socially and Educationally Backward Classes)' എന്നതിൽ ഉൾപ്പെടുത്തി. അല്ലാത്തവരെ മുന്നോക്ക വിഭാഗമായും പരിഗണിച്ചു. ഇതിൽ സാമൂഹ്യ സൂചകങ്ങൾക്ക് കൊടുത്ത പ്രാമുഖ്യം മനഃപ്പൂർവമായിരുന്നു. ഒരു ജാതി നാല് സാമ്പത്തിക സൂചകങ്ങളും തൃപ്തിപ്പെടുത്തിയാൽപ്പോലും പിന്നോക്കമായി അംഗീകരിക്കപ്പെടണമെങ്കിൽ ചില വിദ്യാഭ്യാസ–സാമൂഹ്യ സൂചകങ്ങളിലെങ്കിലും പോയിന്റ് നേടണമായിരുന്നു.

കമ്മീഷൻ നേരിട്ട ഏറ്റവും വലിയ വെല്ലുവിളി ജാതിയുടെ അടിസ്ഥാനത്തിലുള്ള ജനസംഖ്യാ വിവരങ്ങൾ ഇല്ലാതിരുന്നതാണ്. 1881 ൽ ഇന്ത്യയിൽ സെൻസസ് ആരംഭിച്ച കാലംമുതൽ ജാതിയുമായി ബന്ധപ്പെട്ട വിവരങ്ങളും ശേഖരിക്കുന്നുണ്ടായിരുന്നെങ്കിലും, ഇത് 1931 ൽ അവസാനിപ്പിച്ചിരുന്നു. അതുകൊണ്ടുതന്നെ 1931 ലെ സെൻസസ് വിവരങ്ങളെ തൊട്ടു മുൻപ് നടന്ന സെൻസസുമായി താരതമ്യപ്പെടുത്തിയാണ് പിന്നോക്ക ജാതികളുടെ ജനസംഖ്യാശതമാനം കണ്ടെത്തിയത്. എന്നാൽ ഇതര മതസമുദായങ്ങളിലെ ഒ ബി സി വിഭാഗങ്ങളെ കണ്ടെത്താൻ ഈ രീതിശാസ്ത്രമുപയോഗിച്ച് കഴിയാതെ വന്നു. ക്രിസ്തുമതം, ഇസ്ലാം, പാഴ്സിമതം തുടങ്ങിയവയിൽ ജാതി ഹിന്ദുസമുദായത്തിലെന്നപോലെ നിലനില്ക്കുന്നില്ല എന്നതായിരുന്നു പ്രതിബന്ധം. അതുകൊണ്ട് ഹൈന്ദവേതര ഒ ബി സി ജാതികളെ കണ്ടെത്താൻ കമ്മീഷൻ രണ്ടു മാനദണ്ഡങ്ങൾ കൂടി ഉപയോഗിച്ചു: (1) മറ്റു മതങ്ങളിലേക്ക് പരിവർത്തനം ചെയ്യുന്നതിന് മുൻപ് അവർ ഹിന്ദു സമുദായത്തിലെ അയിത്ത വിഭാഗമായി കരുതപ്പെട്ടിരുന്നോ? (2) അതേ തൊഴിൽ നാമമുള്ള ഹിന്ദു ജാതികൾ നിലവിൽ പിന്നോക്കക്കാരായി പരിഗണിക്കപ്പെടുന്നുണ്ടോ? (ഉദാഹരണത്തിന് ഡോബി, ലോഹർ, തേളി തുടങ്ങിയവ). ഇവയ്ക്ക് രണ്ടിനും 'ഉണ്ട്' എന്നാണ് ഉത്തരമെങ്കിൽ അവരെയും ഒ ബി സി പട്ടികയിൽ ഉൾപ്പെടുത്തി.

മൊത്തം ജനസംഖ്യയുടെ 43.73 ശതമാനവും ഹിന്ദു സമുദായത്തിന്റെ 52 ശതമാനവുമാണ് ഹൈന്ദവ ഒ ബി സി വിഭാഗങ്ങൾ എന്ന് കമ്മീഷൻ കണ്ടെത്തി. ഹൈന്ദവേതര ഒ ബി സി ജാതികളുടെ ജനസം

ഖ്യാശതമാനം കണ്ടെത്താൽ കമ്മീഷൻ ഉപയോഗിച്ച യുക്തി ഇതായിരുന്നു: ഇന്ത്യയിൽ 17.5 ശതമാനം ഹിന്ദു മുന്നോക്ക ജാതികളും 16.6 ശതമാനം അഹിന്ദുക്കളും 43.7 ശതമാനം ഹിന്ദു ഒ ബി സികളും 22.56 ശതമാനം പട്ടിക ജാതി, പട്ടിക ഗോത്രവർഗ്ഗ വിഭാഗങ്ങളുമാണുള്ളത്. ഹിന്ദു സമുദായത്തിന്റെ 52 ശതമാനമാണ് ഹൈന്ദവ ഒ ബി സികൾ എങ്കിൽ അഹിന്ദുക്കളിലും അവരുടെ അനുപാതം അത്രതന്നെ ആയിരിക്കും. അതായത് 8.4 ശതമാനം (16.6 ന്റെ 52%). അങ്ങനെയെങ്കിൽ രാജ്യത്തെ മൊത്തം ഒ ബി സികളുടെ എണ്ണം 52 ശതമാനം (43.7+8.4) ആണെന്ന് കമ്മീഷൻ തീർച്ചപ്പെടുത്തി.[5] ഇങ്ങനെ ഇന്ത്യയിലെ 3,743 ജാതികളെ മണ്ഡൽ കമ്മീഷൻ 'സാമൂഹ്യമായും വിദ്യാഭ്യാസപരമായും പിന്നോക്കം നില്ക്കുന്ന വിഭാഗങ്ങൾ' എന്ന പട്ടികയിൽ ഉൾപ്പെടുത്തി. അവരിൽത്തന്നെ 2,108 ജാതികളെ ഉൾപ്പെടുത്തി 'അധഃസ്ഥിത പിന്നോക്ക വിഭാഗങ്ങൾ' എന്ന ഒരു ഉപപട്ടികയും തയ്യാറാക്കി.

മണ്ഡൽ കമ്മീഷൻ ശുപാർശകൾ

മണ്ഡൽ കമ്മീഷൻ മുന്നോട്ടുവെച്ച ഏറ്റവും സുപ്രധാനമായ ശുപാർശ ഒ ബി സി വിഭാഗങ്ങൾക്ക് കേന്ദ്രസർക്കാർ സർവ്വീസിൽ 27 ശതമാനം സംവരണമായിരുന്നു. ജനസംഖ്യയുടെ 52 ശതമാനമുള്ള ഒ ബി സി വിഭാഗങ്ങൾക്ക് ന്യായമായും 52 ശതമാനം സംവരണം അർഹതപ്പെട്ടതാണ് എന്ന കാര്യത്തിൽ കമ്മീഷന് സംശയമുണ്ടായിരുന്നില്ല. എന്നാൽ ബാലാജി കേസിൽ മൊത്തം സംവരണം 50 ശതമാനത്തിൽ പരിമിതപ്പെടുത്തണം എന്ന സുപ്രീം കോടതിവിധി നിലവിലുള്ളകാര്യം കമ്മീഷൻ പരിഗണിച്ചു. പട്ടിക വിഭാഗങ്ങൾക്ക് ഇതിനോടകം 22.5 ശതമാനം സംവരണം നല്കിക്കഴിഞ്ഞ നിലയ്ക്ക്, അവശേഷിക്കുന്ന 27 ശതമാനം സംവരണം ഒ ബി സി വിഭാഗങ്ങൾക്കായി നീക്കിവെക്കാൻ കമ്മീഷൻ ആവശ്യപ്പെട്ടു. സർക്കാർ സ്ഥാപനങ്ങൾ, പൊതുമേഖലാ സ്ഥാപനങ്ങൾ, സർക്കാർ സഹായം പറ്റുന്ന സ്വകാര്യ സ്ഥാപനങ്ങൾ, പൊതുമേഖലാ ബാങ്കുകൾ, കോളേജുകൾ, സർവ്വകലാശാലകൾ എന്നിവിടങ്ങളിലെല്ലാം ഒ ബി സി സംവരണം നടപ്പാക്കണം. നിയമനത്തിൽ മാത്രമല്ല, സ്ഥാനക്കയറ്റത്തിലും സംവരണതത്ത്വം പാലിക്കണം. മണ്ഡൽകമ്മീഷന്റെ മറ്റു ശുപാർശകൾ ഇവയായിരുന്നു:

- പട്ടിക വിഭാഗങ്ങൾക്ക് ലഭിക്കുന്നതിനു സമാനമായി, ഒ ബി സി വിഭാഗത്തിൽപ്പെട്ട ഉദ്യോഗാർത്ഥികൾക്കും മത്സരപ്പരീക്ഷകളിൽ ഉയർന്ന പ്രായപരിധിയിൽ ഇളവു നല്കണം.
- ഒരു വർഷത്തെ ഒ ബി സി ക്വാട്ട നികത്തപ്പെട്ടില്ലെങ്കിൽ തുടർന്നുള്ള മൂന്നു വർഷത്തേക്കും ആവശ്യമെങ്കിൽ അതിലധികം കാലത്തേക്കും

പ്രസ്തുത ഒഴിവുകൾ ക്യാരി ഫോർവേഡ് ചെയ്യാം.

- കേന്ദ്ര സംസ്ഥാന സർക്കാരുകൾക്ക് കീഴിലുള്ള ശാസ്ത്ര, സാങ്കേതിക, പ്രൊഫഷണൽ സ്ഥാപനങ്ങളിൽ ഒ ബി സി വിദ്യാർത്ഥികൾക്ക് 27 ശതമാനം സംവരണം നല്കണം.
- കേന്ദ്രസംസ്ഥാന തലങ്ങളിൽ പിന്നോക്കവിഭാഗ വികസന കോർപ്പറേഷനുകൾ സ്ഥാപിക്കണം.
- സംസ്ഥാന സർക്കാരുകൾ പിന്നോക്ക വിഭാഗങ്ങളുടെ ഉന്നമനത്തിന് ഉതകുന്ന തരത്തിൽ പുരോഗമനപരമായ ഭൂപരിഷ്കരണനിയമങ്ങൾ നടപ്പാക്കണം. ഭൂപരിധി ലംഘിച്ചതിന്റെ പേരിൽ പിടിച്ചെടുക്കുന്ന മിച്ചഭൂമി പട്ടികവിഭാഗങ്ങൾക്ക് പുറമേ ഒ ബി സി വിഭാഗങ്ങൾക്കിടയിലും വിതരണം ചെയ്യണം.
- ഒ ബി സി വിഭാഗങ്ങളുടെ പുരോഗമനത്തിനുവേണ്ടി ഒരു പ്രത്യേക മന്ത്രാലയം/വകുപ്പ് കേന്ദ്ര സംസ്ഥാന സർക്കാരുകൾ രൂപീകരിക്കണം.
- തൊട്ടുകൂടായ്മ അനുഭവിക്കുന്ന ചില തൊഴിൽ വിഭാഗങ്ങളെ (ഉദാഹരണത്തിന് മുക്കുവർ, ബഞ്ചാരകൾ) കമ്മീഷൻ ഒ ബി സി പട്ടികയിൽ ഉൾപ്പെടുത്തിയിട്ടുണ്ട്. അവരെ പട്ടികജാതി/പട്ടികവർഗ്ഗങ്ങളുടെ കൂട്ടത്തിൽ ഉൾപ്പെടുത്താൻ നടപടി സ്വീകരിക്കണം.

സ്വാഭാവികമായും മണ്ഡൽ കമ്മീഷൻ ശുപാർശകൾ നിശിതമായ വിമർശനത്തിനു വിധേയമായി. സംവരണം തുല്യതയ്ക്ക് എതിരാണ് എന്നും അത് കാര്യക്ഷമതയ്ക്ക് തുരങ്കം വയ്ക്കുമെന്നൊക്കെയുള്ള പതിവ് വാദം ഇത്തവണയും ഉയർന്നു. പിന്നോക്കാവസ്ഥ നിർണ്ണയിക്കാൻ ജാതിയെ അടിസ്ഥാന യൂണിറ്റായി ഉപയോഗിച്ചതും പലർക്കും ഉൾക്കൊള്ളാനായില്ല. എന്നാൽ കമ്മീഷൻ റിപ്പോർട്ടിനെതിരായ ചില വിമർശനങ്ങളിൽ കഴമ്പുണ്ടായിരുന്നു എന്നത് വസ്തുതയാണ്. കമ്മീഷൻ ഒ ബി സികളുടെ അനുപാതമായി കണ്ടെത്തിയ 52% വളരെ കൂടുതലാണ് എന്ന വിമർശനം അതിലൊന്നാണ്. മറ്റു നിവൃത്തിയില്ലാതെ, അരനൂറ്റാണ്ട് മുൻപത്തെ സെൻസസ് കണക്കുകളെ അവലംബിക്കേണ്ടി വന്നപ്പോൾ അത് സ്വാഭാവികവുമായിരുന്നു. നാഷണൽ സാമ്പിൾ സർവേ ഓർഗ്ഗനൈസേഷൻ 1999–2000 കാലയളവിൽ രാജ്യത്തെ ഒ ബി സികൾ ജനസംഖ്യയുടെ 36 ശതമാനമാണ് എന്നാണ് കണ്ടെത്തിയത്. എൻ എസ് എസ് ഒയുടെ തന്നെ 2004–05 കാലയളവിലെ സർവെയിൽ അത് 41 ശതമാനമെന്നാണ് പറയുന്നത്. ഇതു സംബന്ധിച്ച കണക്കുകളിൽ അവ്യക്തതയുണ്ടെങ്കിലും അത് മണ്ഡൽ കമ്മീഷൻ കരുതിയ അത്രയും കൂടുതലായിരിക്കാൻ ഇടയില്ല. മറ്റൊരു പ്രസക്തമായ വിമർശനം ഉന്നയിച്ചത് മണ്ഡൽ കമ്മീഷനിലെ ഒരേയൊരു ദളിത് അംഗമായിരുന്ന എൽ ആർ നായിക്ക് ആയിരുന്നു. അദ്ദേഹത്തിന്റെ വിയോജനക്കുറിപ്പിൽ ഒ ബി സി

വിഭാഗത്തിന് മൊത്തത്തിൽ സംവരണം നല്കിയാൽ, അത് ആ കൂട്ടത്തിലെ പ്രബല പിന്നോക്ക സമുദായങ്ങൾ കൈയടക്കാൻ ഇടയുണ്ടെന്ന് ചൂണ്ടിക്കാട്ടി. അതുകൊണ്ട് ഒ ബി സി വിഭാഗങ്ങളിലെ അതീവ പിന്നോക്കക്കാരായ വിഭാഗങ്ങൾക്ക് പ്രത്യേക സംവരണം നല്കണം എന്നായിരുന്നു അദ്ദേഹത്തിന്റെ അഭിപ്രായം. എന്നാലിത് ബാലാജി കേസിൽ സുപ്രീം കോടതി നിശ്ചയിച്ച മേൽപരിധി ലംഘിക്കാൻ ഇടയാക്കും എന്ന് ചൂണ്ടിക്കാട്ടി മറ്റ് അംഗങ്ങൾ തള്ളിക്കളഞ്ഞു. ഏതായാലും ഇന്ദിരാഗാന്ധി സർക്കാർ മണ്ഡൽ കമ്മീഷൻ റിപ്പോർട്ടിന് മേൽ പ്രത്യേകിച്ച് നടപടികളൊന്നും സ്വീകരിച്ചില്ല. കാക്കാ കലേൽക്കർ കമ്മീഷന്റെ വിധി തന്നെയാവും മണ്ഡൽ കമ്മീഷനും എന്നാണ് പലരും കരുതിയത്. എന്നാൽ 1989 ൽ വി പി സിങ്ങിന്റെ നേതൃത്വത്തിൽ ദേശീയ മുന്നണി (National Front) സർക്കാർ അധികാരത്തിലേറിയതോടെ ചിത്രം മാറി. അദ്ദേഹം നേതൃത്വം കൊടുത്ത ദേശീയ മുന്നണിയുടെ തിരഞ്ഞെടുപ്പ് പ്രകടനപത്രികയിൽ പൊതുമേഖലയിലും സ്വകാര്യമേഖലയിലും സംവരണം കൊണ്ടുവരുമെന്നും മണ്ഡൽ കമ്മീഷൻ റിപ്പോർട്ട് നടപ്പാക്കുമെന്നും വാഗ്ദാനം ചെയ്തിരുന്നു. ഇത് പതിവ് തിരഞ്ഞെടുപ്പ് ഗിമ്മിക്കാണെന്നാണ് മിക്കവരും കരുതിയത്.

മണ്ഡൽ തിരിച്ചുവരുന്നു

മണ്ഡൽ കമ്മീഷൻ ശുപാർശകൾ നടപ്പിലാക്കാനുള്ള കേന്ദ്രസർക്കാരിന്റെ തീരുമാനം പ്രധാനമന്ത്രി വി പി സിങ് 1990 ആഗസ്ത് 7 ന് പാർലമെന്റിനെ അറിയിച്ചതോടെ കുപ്പിയിൽനിന്നും ഭൂതത്തെ പുറത്തുവിട്ട അവസ്ഥയായി. ചിലർ അദ്ദേഹത്തെ പിന്നോക്കക്കാരുടെ പുതിയ മിശിഹയായി വാഴ്ത്തിയപ്പോൾ മറ്റു ചിലർ ഈ നീക്കത്തിൽ രാഷ്ട്രീയ ദുഷ്ടലാക്ക് കണ്ടു. ഒ ബി സികൾക്കിടയിൽ തന്റെ സ്വാധീനം വർദ്ധിപ്പിക്കാനാണ് വി പി സിങ് ശ്രമിക്കുന്നത് എന്ന് എതിരാളികൾ ആരോപിച്ചു. ഉപപ്രധാനമന്ത്രിയും ജാട്ട് നേതാവുമായിരുന്ന ദേവിലാൽ കുറച്ചുനാൾ മുൻപുമാത്രമാണ് മന്ത്രിസഭയിൽ നിന്ന് രാജി വെച്ചത്. ദേശീയമുന്നണി സർക്കാർ അധികാരത്തിലേറിയശേഷം മണ്ഡൽ കമ്മീഷൻ റിപ്പോർട്ട് നടപ്പാക്കുന്നതിനുവേണ്ടി രൂപീകരിച്ച കമ്മിറ്റിയുടെ തലവൻ ദേവിലാൽ ആയിരുന്നു. എന്നാൽ അതിനുവേണ്ടി ആത്മാർത്ഥമായ ശ്രമങ്ങൾ നടത്തുന്നതിനുപകരം അദ്ദേഹം സ്വന്തം സമുദായമായ ജാട്ടിനെ ഒ ബി സി പട്ടികയിൽ ഉൾപ്പെടുത്താനാണ് ശ്രമിക്കുന്നത് എന്ന് ആരോപണമുയർന്നിരുന്നു. ദേവിലാലിന്റെ രാജിയെത്തുടർന്ന് രാംവിലാസ് പാസ്വാനെയാണ് ഈ ചുമതല വി പി സിങ് ഏല്പിച്ചത്. ദേവിലാൽ രാജിവെച്ച് ദിവസങ്ങൾക്കുള്ളിൽത്തന്നെ പ്രധാനമന്ത്രിയുടെ മണ്ഡൽ പ്രഖ്യാപനം വന്നു.[6] ഇതേത്തുടർന്ന് ഡൽഹിയും മറ്റ്

ഉത്തരേന്ത്യൻ നഗരങ്ങളും മുൻപുണ്ടായിട്ടില്ലാത്തവിധം വലിയ പ്രതിഷേധസമരങ്ങൾക്ക് സാക്ഷ്യം വഹിച്ചു. ഒ ബി സി സംവരണം തങ്ങളുടെ തൊഴിലവസരങ്ങൾ കവരുമെന്ന് ഭയപ്പെട്ട മദ്ധ്യവർഗ്ഗ മുന്നോക്ക വിഭാഗങ്ങളിലെ വിദ്യാർത്ഥികൾ തെരുവുകളിലേക്കിറങ്ങി. അവർ ക്ലാസുകൾ ബഹിഷ്കരിക്കുകയും ഗതാഗതം സ്തംഭിപ്പിക്കുകയും സർക്കാർ സേവനങ്ങൾക്ക് തടസ്സമുണ്ടാക്കുകയും വൻതോതിൽ പൊതു മുതൽ നശിപ്പിക്കുകയും ചെയ്തു. ഡൽഹി സർവ്വകലാശാലയിലെ രാജീവ് ഗോസ്വാമി എന്ന വിദ്യാർത്ഥി ശരീരത്തിൽ പെട്രോളൊഴിച്ച് ആത്മാഹുതിക്ക് ശ്രമിച്ചു. ഇതേത്തുടർന്ന് രാജ്യത്തെമ്പാടും സമാനമായ നൂറോളം ആത്മാഹുതി ശ്രമങ്ങൾ റിപ്പോർട്ടു ചെയ്യപ്പെട്ടു. പക്ഷേ, തീരുമാനത്തിൽനിന്നു പിന്നോട്ട് പോകാൻ വി പി സിങ് തയ്യാറായില്ല. ഒ ബി സി വിഭാഗങ്ങൾക്ക് കേന്ദ്രസർക്കാർ സർവ്വീസിൽ 27 ശതമാനം സംവരണം അനുവദിച്ചുകൊണ്ടുള്ള ഓഫീസ് മെമ്മോറാണ്ടം 1990 ആഗസ്ത് 13 ന് സർക്കാർ പുറത്തിറക്കി. നിരവധിപ്പേർ ഇതിനെതിരെ സുപ്രീം കോടതിയിൽ ഹർജികൾ ഫയൽ ചെയ്തതിനെത്തുടർന്ന് കോടതി സർക്കാർ നടപടി സ്റ്റേ ചെയ്തു. അധികം വൈകാതെ വി പി സിങ്ങിന്റെ ദേശീയ മുന്നണി സർക്കാർ രാജിവെച്ചൊഴിഞ്ഞു. പിന്നീട് 1991 ലെ പൊതുതിരഞ്ഞെടുപ്പിനുശേഷം അധികാരത്തിൽ വന്നത് പി വി നരസിംഹറാവുവിന്റെ കോൺഗ്രസ് സർക്കാരായിരുന്നു. ഒ ബി സി സംവരണവുമായി മുന്നോട്ടുപോകാൻ തന്നെയാണ് സർക്കാർ തീരുമാനിച്ചത്. അതിനായി പഴയ ഓഫീസ് മെമ്മോറാണ്ടത്തിൽ ചില മാറ്റങ്ങൾ വരുത്തിക്കൊണ്ട് പുതിയ മെമ്മോറാണ്ടം 1991 സെപ്തംബർ 25 ന് പുറത്തിറക്കി. കേന്ദ്രസർക്കാർ സർവ്വീസിൽ ഒ ബി സികൾക്ക് അനുവദിച്ച 27 ശതമാനം സംവരണത്തിൽ സാമ്പത്തിക മാനദണ്ഡംകൂടി ഉൾപ്പെടുത്തി. അതായത് സാമ്പത്തികമായി പിന്നോക്കം നില്ക്കുന്നവർക്ക് സംവരണത്തിൽ മുൻഗണന നല്കിയശേഷം അവശേഷിക്കുന്ന സീറ്റുകളിൽ മാത്രമായിരിക്കും ഒ ബി സികളിലെതന്നെ മറ്റു വിഭാഗങ്ങളെ പരിഗണിക്കുക. ഏറ്റവും ശ്രദ്ധേയമായ പരിഷ്കാരം, നിലവിലുള്ള 49.5 ശതമാനം സംവരണത്തിന് പുറമേ, സാമ്പത്തികമായി പിന്നോക്കം നില്ക്കുന്നവർക്കായി 10 ശതമാനം സംവരണം കൂടി സർക്കാർ ഏർപ്പെടുത്തി എന്നതായിരുന്നു. ആദ്യമായിട്ടായിരുന്നു കേന്ദ്രസർക്കാർ സർവ്വീസിൽ സാമ്പത്തിക മാനദണ്ഡത്തിന്റെ മാത്രം അടിസ്ഥാനത്തിൽ സംവരണം ആരംഭിക്കാൻ തീരുമാനിക്കുന്നത്. കേന്ദ്ര സർക്കാരിന്റെ രണ്ടു മെമ്മോറാണ്ടങ്ങൾക്കുമെതിരെ മാധ്യമപ്രവർത്തകയായ ഇന്ദ്ര സാഹ്നി ഒരു പൊതുതാല്പര്യ ഹർജി സുപ്രീം കോടതിയിൽ ഫയൽ ചെയ്തു. സമാനമായ മറ്റു ഹർജികളും ഇതുമായി ചേർത്തു പരിഗണിക്കാൻ കോടതി തീരുമാനിച്ചു. ഇതാണ് പ്രശസ്തമായ ഇന്ദ്ര സാഹ്നി കേസ്.

അവലംബം

1. *Report of the Bacward Classes Commission* (Kaka Kalelkar Commission), Part I & II, India by the Manager, Government of India Press Simla, 1955
2. *Encyclopaedia of Backward Castes,* M L Mathur, Gyan Publishing House, 2004
3. *സംവരണത്തിന്റെ രാഷ്ട്രീയം*, രാജഗോപാൽ വാകത്താനം, സഹോദരൻ പ്രസിദ്ധീകരണം, 1995
4. *Report of the Backward Classes Commission* (Mandal Commission), Part I & II, Government of India, 1980
5. *The Mandal Commission and Mandalisation: A Critique*, Shriram Maheshwari, Concept Publishing Company, 1991
6. *Religion, Caste, and Politics in India,* Christophe Jaffrelot, Primus Books, 2010

ഇന്ദ്ര സാഹ്നി കേസ്

പിന്നോക്കവിഭാഗങ്ങളുടെ മാഗ്നാകാർട്ട എന്നാണ് മണ്ഡൽ കമ്മീഷൻ റിപ്പോർട്ട് അറിയപ്പെടുന്നതെങ്കിൽ, സംവരണവ്യവസ്ഥകളുടെ മാഗ്നാ കാർട്ട എന്ന വിശേഷണത്തിന് തീർത്തും അനുയോജ്യമാണ് ഇന്ദ്ര സാഹ്നി കേസിൽ സുപ്രീം കോടതി പുറപ്പെടുവിച്ച വിധിന്യായം. സംവരണവിഷയം അതുവരെ പരിഗണിച്ച ബെഞ്ചുകളിൽ വെച്ച് ഏറ്റവും വലുതായിരുന്നു ഈ കേസിലേത്. ചീഫ് ജസ്റ്റിസ് എം എച്ച് കനിയ ഉൾപ്പെടെ ഒൻപതു ജഡ്ജിമാരടങ്ങിയ ബെഞ്ചാണ് കേസിൽ വാദം കേട്ടത്. കേന്ദ്രസർക്കാർ മണ്ഡൽ കമ്മീഷൻ ശുപാർശകൾ നടപ്പാക്കാൻ ശ്രമിച്ചതായിരുന്നു പ്രധാനമായും കേസിനാധാരമായത് എങ്കിലും, സംവരണത്തിന്റെ വിവിധങ്ങളായ വശങ്ങളെല്ലാംതന്നെ ഈ കേസിൽ പരിഗണനയ്ക്കുവന്നു. ഭരണഘടനയിലെ സംവരണവ്യവസ്ഥകളും സുപ്രീംകോടതിയുടെ തന്നെ മുൻകാല വിധികളിലെ ശരിതെറ്റുകളുമെല്ലാം തലനാരിഴ കീറി പരിശോധിക്കപ്പെട്ടു. തർക്ക വിഷയമായിരുന്ന ഒട്ടേറെ വിഷയങ്ങളിൽ സുപ്രീം കോടതി ഈ കേസിലാണ് തീർപ്പ് കല്പിച്ചത്. ഉദ്യോഗ സംവരണത്തെ സംബന്ധിച്ച ഭരണഘടനയുടെ അനുച്ഛേദം 16(4) ആയിരുന്നു സുപ്രീം കോടതിയുടെ പ്രധാന പരിഗണനാവിഷയം. വിധിന്യായം ഏകസ്വരത്തിലായിരുന്നില്ല. നാല് ജഡ്ജിമാർ ഒരു പൊതുവിധി പുറപ്പെടുവിച്ചു. മറ്റ് ഓരോരുത്തരും താന്താങ്ങളുടെ പ്രത്യേക വിധികളും. തർക്ക വിഷയങ്ങളിൽ 6:3 എന്ന ഭൂരിപക്ഷത്തോടെ എല്ലാ ചോദ്യങ്ങൾക്കും കോടതി വ്യക്തത വരുത്തി. ചീഫ് ജസ്റ്റിസ് കനിയ, ബി പി ജീവൻ റെഡ്ഡി, എം വെങ്കിടചെല്ലയ്യ, എ എം അഹമ്മദി എന്നിവർക്കുവേണ്ടി ബി പി ജീവൻ റെഡ്ഡി എഴുതിയ ഭൂരിപക്ഷ വിധിയാണ് ഏറ്റവും പ്രധാനം. എസ് ആർ പാണ്ഡ്യൻ, ജെ ജെ സാവന്ത് എന്നിവർ തങ്ങളുടെ പ്രത്യേകം

വിധികളിലൂടെ ഇതുമായി യോജിച്ചു. എന്നാൽ തൊമ്മൻ, കുൽദീപ് സിങ്, ആർ എം സഹായ് എന്നിവർ ഇതിനോട് വിയോജിച്ചുകൊണ്ട് ന്യൂന പക്ഷവിധികളെഴുതി.

തർക്കവിഷയങ്ങളിൽ ഒരു മദ്ധ്യപാതയാണ് ഇന്ദ്ര സാഹ്നി കേസിൽ സുപ്രീം കോടതി സ്വീകരിച്ചത് എന്ന് നിരീക്ഷിക്കപ്പെട്ടിട്ടുണ്ട്. പട്ടികജാതി കൾക്ക് സമാനമായി ഒ ബി സികൾക്ക് സംവരണം നല്കിയത് ചോദ്യം ചെയ്യപ്പെട്ടപ്പോൾ, ഒ ബി സി സംവരണത്തിന് അനുകൂലമായി നിലപാ ടെടുക്കുകയും അതേസമയം അതിലെ ക്രീമിലെയർ വിഭാഗത്തെ ഒഴിവാ ക്കുകയും ചെയ്തു. ജാതിയുടെ അടിസ്ഥാനത്തിൽ സംവരണം നല്കു ന്നതിലെ ഔചിത്യം ചോദ്യം ചെയ്യപ്പെട്ടപ്പോൾ പിന്നോക്കാവസ്ഥ നിർ ണ്ണയിക്കുന്നതിൽ ജാതിയുടെ പ്രാധാന്യം ഉയർത്തിപ്പിടിക്കുകയും ഒപ്പം തൊഴിൽവരുമാനത്തിന്റെ അടിസ്ഥാനത്തിലുള്ള സംവരണത്തെ അംഗീ കരിക്കുകയും ചെയ്തു. സംവരണം തുല്യതയ്ക്ക് വിരുദ്ധമല്ലെന്ന് വ്യക്ത മാക്കിയപ്പോൾത്തന്നെ, അത് 50 ശതമാനത്തിൽ പരിമിതപ്പെടുത്തണ മെന്നു നിബന്ധന വെച്ചു. പട്ടികജാതി, പട്ടികവർഗ്ഗ സംവരണവുമായി ബന്ധപ്പെട്ട വിഷയങ്ങളിൽ കോടതി പുതിയ നിയമങ്ങളൊന്നും കൊണ്ടുവന്നില്ല, ഒരു കാര്യത്തിലൊഴികെ-നിലവിൽ പട്ടിക വിഭാഗ ങ്ങൾക്ക് സർക്കാർ സർവ്വീസിൽ അനുവദിച്ചിരുന്ന സ്ഥാനക്കയറ്റത്തിലെ സംവരണം കോടതി ഭരണഘടനാവിരുദ്ധമാണെന്ന് കണ്ടെത്തി റദ്ദാക്കി.

കോടതിക്ക് മുൻപിൽ ഉയർന്ന ചോദ്യങ്ങളും അവയ്ക്ക് നല്കിയ മറുപടികളും

1) അനുച്ഛേദം 16(4)ന് കീഴിൽ സംവരണം ഏർപ്പെടുത്താൻ നിയമ നിർമ്മാണസഭയ്ക്ക് മാത്രമേ അനുവാദമുള്ളോ?

കോടതി പറഞ്ഞത്: അനുച്ഛേദം 16(4) ന് കീഴിലുള്ള സംവരണം സംബന്ധിച്ച ചട്ടങ്ങൾ രാഷ്ട്രത്തിന്റെ നിയമനിർമ്മാണസഭ രൂപീകരി ക്കണമെന്ന് നിർബ്ബന്ധമില്ല. അത് ഒരു എക്സിക്യൂട്ടീവ് ഉത്തരവ് വഴിയും നടപ്പാക്കാം.

(വിശദീകരണം: വി പി സിങ്ങും പിന്നീട് നരസിംഹറാവുവും എക് സിക്യൂട്ടീവ് ഉത്തരവിലൂടെയാണ് ഒ ബി സി സംവരണം നടപ്പിലാക്കാൻ ശ്രമിച്ചത്. എന്നാൽ ഈ നടപടി തെറ്റാണെന്നും ഇതിനുവേണ്ടി പാർ ലമെന്റ് പ്രത്യേക നിയമം പാസാക്കേണ്ടതുണ്ട് എന്നും ചിലർ വാദിച്ചി രുന്നു. ഇത് ആവശ്യമില്ലെന്ന് കോടതി വ്യക്തമാക്കി.)

2) അനുച്ഛേദം 16 ന്റെ അപവാദമാണോ അനുച്ഛേദം 16(4)?

കോടതി പറഞ്ഞത്: അനുച്ഛേദം 16(1) ന്റെ അപവാദമല്ല അനുച്ഛേദം 16(4). മറിച്ച് അതിനെ പൂർണ്ണവും സമ്പുഷ്ടവുമാക്കുന്നതാണ്. അനുച്ഛേദം 16(4) ഇല്ലായിരുന്നുവെങ്കിൽ പോലും, അനുച്ഛേദം 16(1) ന്റെ അടിസ്ഥാ നത്തിൽ സംവരണം നല്കാൻ സാദ്ധ്യമാണ്. അനുച്ഛേദം 16(4) സംശയ ത്തിനതീതമായി അത് പ്രഖ്യാപിക്കുന്നു എന്നേയുള്ളൂ.

(വിശദീകരണം: ബാലാജി കേസിൽ സുപ്രീം കോടതി അനുച്ഛേദം 16(4)നെ 16(1)ന്റെ അപവാദമായിട്ടാണ് പരിഗണിച്ചത്. എന്നാലിത് എൻ എം തോമസ് കേസിൽ തള്ളിക്കളഞ്ഞിരുന്നു. ഇതേ കാഴ്ചപ്പാടാണ് ഇന്ദ്ര സാഹ്നി കേസിലും സുപ്രീം കോടതി സ്വീകരിച്ചത്.)

3) പിന്നോക്കവിഭാഗക്കാർക്കായുള്ള പ്രത്യേക വ്യവസ്ഥകളെല്ലാം ഉൾക്കൊള്ളുന്നതാണോ അനുച്ഛേദം 16(4)?

കോടതി പറഞ്ഞത്: സംവരണമാണ് പ്രത്യേക വ്യവസ്ഥകളുടെ ഏറ്റവും ഉയർന്ന രൂപം. മുൻഗണന (preference), ഇളവുകൾ (concession), ഒഴിവാക്കൽ (exemption) തുടങ്ങിയവ താഴ്ന്ന രൂപങ്ങളും. സംവരണത്തിന്റെ ലക്ഷ്യങ്ങൾ പൂർണ്ണമായി നടപ്പിലാക്കാൻ മറ്റു രൂപങ്ങളും അനിവാര്യമാണെന്ന് ഭരണകൂടം കരുതുന്നുണ്ടെങ്കിൽ, അവയും അനുച്ഛേദം 16(4)ൽ ഉൾപ്പെടും.

(വിശദീകരണം: അനുച്ഛേദം 16(4) ന് കീഴിൽ സംവരണത്തിന് പുറമേ മറ്റ് ആനുകൂല്യങ്ങൾക്കും പിന്നോക്കവിഭാഗങ്ങൾ അർഹരാണോ എന്നതാണ് ഇവിടെ വിഷയം. പിന്നോക്കവിഭാഗങ്ങൾക്ക് മാർക്ക്, യോഗ്യത, ഫീസ് തുടങ്ങിയവയിൽ ഇളവുകൾ നല്കുന്നതും തിരഞ്ഞെടുപ്പുകളിൽ മുൻഗണന നല്കുന്നതുമെല്ലാം സാധാരണയാണ്. ഇവ സംവരണത്തിന്റെ ഉദ്ദേശ്യലക്ഷ്യങ്ങൾ സാദ്ധ്യമാക്കുന്ന ഉപാധികളാണ് എന്നാണ് കോടതി വിലയിരുത്തിയത്. അതുകൊണ്ടുതന്നെ ഇവയെല്ലാം ഭരണഘടനാപരമായി സാധുതയുള്ളവയാണ്.)

4) അനുച്ഛേദം 16(4) പ്രകാരം മാത്രമേ സംവരണം നടത്താൻ കഴിയുകയുള്ളോ? അനുച്ഛേദം 16(1) അനുസരിച്ച് സംവരണം സാദ്ധ്യമാണോ?

കോടതി പറഞ്ഞത്: അനുച്ഛേദം 16(4) പ്രകാരം മാത്രമല്ല സംവരണം അനുവദനീയമായിട്ടുള്ളത്. അത് പിന്നോക്കവിഭാഗങ്ങൾക്കുള്ള സംവരണവ്യവസ്ഥ മാത്രമാണ്. അനുച്ഛേദം 16(1) അനുസരിച്ചും സംവരണം സാദ്ധ്യമാണ്. പക്ഷേ, അത് പ്രത്യേക സാഹചര്യങ്ങളിൽ മാത്രമേ പാടുള്ളൂ.

(വിശദീകരണം: അനുച്ഛേദം 16(1) യുക്തിപരവും ഏകപക്ഷീയമല്ലാത്തതുമായ വർഗ്ഗീകരണത്തിന് അനുവാദം നല്കുന്നുണ്ട്. തുല്യരെ തുല്യമായും തുല്യരല്ലാത്തവരെ തുല്യമല്ലാതെയും പരിഗണിക്കണം എന്ന സാമാന്യനീതിയുടെ അടിസ്ഥാനത്തിലാണ് ഈ വർഗ്ഗീകരണം. അതായത്, അർഹതപ്പെട്ട വിഭാഗങ്ങൾക്ക് പ്രത്യേക പരിഗണന നല്കുന്നത് തുല്യതയുടെ ലംഘനമല്ല. അതിൽ (സാമൂഹ്യ) പിന്നോക്കാവസ്ഥയുടെ അടിസ്ഥാനത്തിലുള്ള വർഗ്ഗീകരണം മാത്രമാണ് അനുച്ഛേദം 16(4)ൽ കാണുന്നത്. ഇതിനുപുറമേ പ്രത്യേക പരിഗണന അർഹിക്കുന്ന മറ്റു വിഭാഗങ്ങളും ഉണ്ടാവാം. ഭിന്നശേഷിക്കാർക്ക് സംവരണം നല്കുന്നത് ഇതിനുദാഹരണമാണ്. ഇവർ സാമൂഹ്യമായ പിന്നോക്കാവസ്ഥ അനുഭവിക്കുന്ന വിഭാഗങ്ങളല്ല എന്നതുകൊണ്ടുതന്നെ അനുച്ഛേദം 16(4) പ്രകാരം സംവരണം നല്കാൻ സാധിക്കില്ല. ഇവർക്ക് സംവരണം നല്കുന്നത് അനുച്ഛേദം 16(1)ന് കീഴിലാണ്.

5) അനുച്ഛേദം 16(4)ൽ പരാമർശിക്കുന്ന പിന്നോക്കവിഭാഗങ്ങൾ (Backward Classes) എന്ന പ്രയോഗത്തിന്റെ അർത്ഥമെന്താണ്?

കോടതി പറഞ്ഞത്: അനുച്ഛേദം 16(4) ൽ പരാമർശിക്കുന്ന പിന്നോക്ക വിഭാഗങ്ങൾ എന്ന പ്രയോഗം, അനുച്ഛേദം 15(4)ൽ പരാമർശിക്കുന്ന 'സാമൂഹ്യമായും വിദ്യാഭ്യാസപരമായും പിന്നോക്കം നില്ക്കുന്ന വിഭാഗങ്ങൾ' എന്ന പ്രയോഗത്തെക്കാളും വിസ്തൃതമാണ്. പിന്നോക്ക വിഭാഗങ്ങൾ എന്ന പ്രയോഗത്തിൽ പട്ടികജാതികളും പട്ടികഗോത്രവർഗ്ഗങ്ങളും സാമൂഹ്യവും വിദ്യാഭ്യാസപരവുമായ പിന്നോക്കാവസ്ഥ അനുഭവിക്കുന്ന വിഭാഗങ്ങളുൾപ്പെടെയുള്ള മറ്റു പിന്നോക്ക വിഭാഗങ്ങളും ഉൾപ്പെടും. അതായത്, അനുച്ഛേദം 15(4)ൽ ഉൾപ്പെടാത്തവർ പോലും അനുച്ഛേദം 16(4)ൽ ഉൾപ്പെടാം.

6) സംവരണം സംബന്ധിച്ച ഭരണഘടനാ വ്യവസ്ഥകളിൽ 'വർഗ്ഗം' (Class) എന്ന പ്രയോഗമാണ്, അല്ലാതെ 'ജാതി' (Caste) എന്നല്ല കാണുന്നത്. അങ്ങനെയെങ്കിൽ ജാതിയുടെ അടിസ്ഥാനത്തിൽ പിന്നോക്കാവസ്ഥ നിർണ്ണയിക്കുന്നത് ശരിയാണോ?

കോടതി പറഞ്ഞത്: സ്വാതന്ത്ര്യത്തിന് മുൻപുതന്നെ, വർഗ്ഗം എന്ന വാക്കും ജാതി എന്ന വാക്കും ഒരേ അർത്ഥം ദ്യോതിപ്പിക്കുന്ന തരത്തിലാണ് ഉപയോഗിച്ചിരുന്നത്. ഉദാഹരണത്തിന്, അയിത്തജാതിക്കാരെ സൂചിപ്പിക്കാൻ 'അധ:സ്ഥിതവർഗ്ഗം (Depressed Class)' എന്നാണ് ഉപയോഗിച്ചിരുന്നത്. 1925 ൽ ബോംബെ പ്രവിശ്യയിൽ മുന്നോക്ക ജാതിക്കാരും ക്രിസ്ത്യാനികളും ഒഴികെയുള്ളവരെ സൂചിപ്പിക്കാൻ 'പിന്നോക്ക വർഗ്ഗം' എന്ന പ്രയോഗം ഉപയോഗിച്ചിരുന്നു. 'പിന്നോക്ക വർഗ്ഗങ്ങൾ എന്നാൽ ചില ജാതികളുടെ കൂട്ടമല്ലാതെ മറ്റൊന്നുമല്ല' എന്ന് അംബേദ്കർ ഭരണഘടനാനിർമ്മാണസഭയിൽ പറഞ്ഞിട്ടുണ്ട്. അതുകൊണ്ടുതന്നെ, ഭരണഘടനയിൽ വർഗ്ഗം എന്നുപയോഗിച്ചിരിക്കുന്നതുകൊണ്ട് അത് ജാതിക്ക് എതിരാണെന്ന് കരുതാൻ ന്യായമില്ല. ജാതി എന്നത് അടച്ചുകെട്ടപ്പെട്ട വർഗ്ഗമാണെന്ന (Caste is an enclosed class) അംബേദ്കറുടെ കാഴ്ചപ്പാടും ഇതോടു കൂട്ടിവായിക്കണം. അനുച്ഛേദം 16(4) ന്റെ ഊന്നൽ സാമൂഹ്യ പിന്നോക്കാവസ്ഥയിലാണ്. സാമൂഹ്യ പിന്നോക്കാവസ്ഥ വിദ്യാഭ്യാസ പിന്നോക്കാവസ്ഥയിലേക്കും സാമ്പത്തിക പിന്നോക്കാവസ്ഥയിലേക്കും നയിക്കുന്നു. മണ്ഡൽ കമ്മീഷൻ സാമൂഹ്യസൂചകങ്ങൾക്ക് പ്രാധാന്യം നല്കിയത് ഇതുകൊണ്ടാണ്.

പിന്നോക്കവിഭാഗങ്ങളെ കണ്ടെത്താനായി പ്രത്യേക മാനദണ്ഡങ്ങളൊന്നും ഭരണഘടനയോ മറ്റു നിയമങ്ങളോ ആവിഷ്കരിച്ചിട്ടില്ല. അതിനുള്ള നിർദ്ദേശങ്ങൾ പുറപ്പെടുവിക്കാൻ കോടതിക്ക് കഴിയുകയുമില്ല. അതിനുവേണ്ടി ഒരു അധികാരസ്ഥാപനത്തെ ചുമതലപ്പെടുത്തുകയാണ് വേണ്ടത്. മറ്റു മാനദണ്ഡങ്ങൾക്കൊപ്പം ജാതിയുമായി ബന്ധപ്പെട്ടും പിന്നോക്കവിഭാഗങ്ങളെ കണ്ടെത്താം. ജനസംഖ്യയിലെ വലിയൊരു വിഭാഗത്തെയും ഉൾക്കൊള്ളുന്നതിനാൽ ജാതിയിൽനിന്ന്

തന്നെ തുടങ്ങുകയും ചെയ്യാം. നിശ്ചയിച്ച മാനദണ്ഡങ്ങൾ എല്ലാ ജാതികളിലും പ്രയോഗിക്കുക. അവ തൃപ്തികരമാണെങ്കിൽ, ആ ജാതി മുഴുവനായി തന്നെ 'പിന്നോക്ക വിഭാഗങ്ങൾ' എന്നതിൽ ഉൾപ്പെടും. ഇതേ മാനദണ്ഡങ്ങൾ എല്ലാ തൊഴിൽ സമൂഹങ്ങളിലും സമുദായങ്ങളിലും വർഗ്ഗങ്ങളിലും തുടർന്ന് പ്രയോഗിക്കുക. ഇപ്രകാരം സംവരണത്തിന് അർഹരായ പിന്നോക്കവിഭാഗങ്ങളെ കണ്ടെത്താം.

7) പിന്നോക്കവിഭാഗമായി അംഗീകരിക്കപ്പെടണമെങ്കിൽ ഒരു സാമൂഹ്യവിഭാഗം പട്ടികജാതി, പട്ടികഗോത്രവർഗ്ഗങ്ങൾക്ക് സമാനമായ പിന്നോക്കാവസ്ഥ അനുഭവിക്കേണ്ടതുണ്ടോ?

കോടതി പറഞ്ഞത്: അതിന്റെ ആവശ്യമില്ല. പട്ടികജാതി പട്ടിക ഗോത്രവർഗ്ഗങ്ങളുടെ പിന്നോക്കാവസ്ഥ തിരിച്ചറിയാനുള്ള മാനദണ്ഡം മറ്റു പിന്നോക്ക വിഭാഗങ്ങളിൽ പ്രയോഗിക്കേണ്ട ആവശ്യം തന്നെയില്ല.

(വിശദീകരണം: 15(4) ന് കീഴിലുള്ള പരിരക്ഷയ്ക്ക് അർഹമാവണ മെങ്കിൽ ആ വിഭാഗം പട്ടികവിഭാഗങ്ങൾക്ക് സമമായ പിന്നോക്കാവസ്ഥ അനുഭവിക്കേണ്ടതുണ്ടെന്ന് ബാലാജി കേസിൽ സുപ്രീം കോടതി വിധിച്ചിരുന്നു. എന്നാൽ ഈ കേസിൽ പിന്നോക്കാവസ്ഥ പരിശോധി ക്കാനുള്ള മാനദണ്ഡം രൂപീകരിക്കേണ്ടത് സർക്കാർ നിയമിച്ച കമ്മീ ഷനാണെന്നും അതിൽ പിശകുള്ളതായി ചൂണ്ടിക്കാണിച്ചാൽ കോടതി പരിശോധിക്കും എന്നും കോടതി വ്യക്തമാക്കി. മണ്ഡൽ കമ്മീഷൻ ഉപ യോഗിച്ച മാനദണ്ഡത്തിന്റെ പ്രസക്തി ഈ കേസിൽ ചോദ്യം ചെയ്യപ്പെ ട്ടിട്ടില്ല എന്നും കോടതി ഓർമ്മിപ്പിച്ചു.)

8) പിന്നോക്ക വിഭാഗങ്ങളെ കണ്ടെത്താനുള്ള നടപടികളുടെ കൂട്ട ത്തിൽ 'അർഹതാപരിശോധന' (means test) ഉൾപ്പെടുത്തേണ്ടതുണ്ടോ? ഉണ്ടെങ്കിൽ അത്തരം പരിശോധന നിർബ്ബന്ധമാണോ?

കോടതി പറഞ്ഞത്: അർഹതാപരിശോധന എന്നതുകൊണ്ട് ഉദ്ദേ ശിക്കുന്നത് ഒരു വരുമാന മേൽപരിധി നിശ്ചയിക്കുകയും അതിനു മുകളിലുള്ളവരെ സംവരണാനുകൂല്യത്തിൽനിന്ന് ഒഴിവാക്കുകയും ചെയ്യുക എന്നതാണ്. ഇത് പൊതുവേ ക്രീമിലെയർ വാദം എന്നാണ് അറിയപ്പെടുന്നത്. കോടതി ഇതിനോട് യോജിക്കുന്നു. ഒ ബി സി വിഭാഗ ങ്ങളിൽപ്പെട്ട ഒരാൾ വളരെയധികം സാമൂഹ്യ ഉന്നതി കൈവരിച്ചാൽ (കൃത്യമായിപ്പറഞ്ഞാൽ സാമ്പത്തികമായും ചിലപ്പോൾ വിദ്യാഭ്യാസ പരമായും) അയാളെ അയാളുടെ സമുദായത്തിലെ മറ്റുള്ളവരുമായി ബന്ധിപ്പിക്കുന്ന കണ്ണി അറ്റുപോകുകയാണ്. അയാളെ ഒഴിവാക്കിയാലും ആ വിഭാഗത്തിന്റെ കെട്ടുറപ്പിനു ഇടിവ് തട്ടുന്നില്ല. ഉദാഹരണത്തിന്, ഒരു നിശ്ചിത പിന്നോക്ക വിഭാഗത്തിൽപ്പെട്ട ഒരാൾക്ക് ഐ എ എസോ ഐ പി എസോ ലഭിച്ചാൽ, സമൂഹത്തിൽ അയാളുടെ പദവി ഉയർന്നുകഴി ഞ്ഞു. ഇനിയങ്ങോട്ട് അയാൾ സാമൂഹ്യമായി പിന്നോക്കക്കാരനല്ല. അയാ ളുടെ മക്കൾക്ക് തങ്ങളുടെ കഴിവുകൾ തെളിയിക്കാൻ എല്ലാവിധ അവസ രങ്ങളുമുണ്ട്. അതുകൊണ്ടുതന്നെ അത്തരം വ്യക്തികളെ സംവരണ

പരിധിയിൽനിന്നും ഒഴിവാക്കേണ്ടത് അനിവാര്യമാണ്. അത് ആ സമുദായ ത്തിലെ ഏറ്റവും പിന്നോക്കം നില്ക്കുന്ന മനുഷ്യരെയാണ് സഹായിക്കുക. അതോടൊപ്പംതന്നെ ഓർക്കേണ്ട കാര്യം, ആ സമുദായത്തിലെ ക്രീമിലെയറിനെ ഒഴിവാക്കുന്നത് അവർ കൈവരിച്ച സാമൂഹ്യപുരോഗതി കാരണമാണ്, അല്ലാതെ സാമ്പത്തിക മാനദണ്ഡം മാത്രം പരിഗണിച്ചു കൊണ്ടല്ല. അതേസമയം തന്നെ, ഒരു വ്യക്തിയുടെ വരുമാനവും അയാ ളുടെ ആസ്തിവകകളും അടിസ്ഥാനപ്പെടുത്തി അയാളുടെ സാമൂഹിക പുരോഗതി അളക്കാനാവും. അതുകൊണ്ട് വരുമാനത്തിന്റെയും ആസ് തിയുടെയും അടിസ്ഥാനത്തിൽ ക്രീമിലെയർ പരിധി നിർണ്ണയിക്കാൻ സർക്കാരിന് അധികാരമുണ്ടായിരിക്കും.

(വിശദീകരണം: ഒ ബി സി വിഭാഗങ്ങളിലെ ക്രീമിലെയറിനെ സംവര ണത്തിൽനിന്ന് ഒഴിവാക്കുന്നത് അവർ തങ്ങളുടെ സമുദായത്തിന്റെ പൊതുസാമൂഹ്യനിലയുമായി താരതമ്യം ചെയ്യാനാകാത്തവിധം ഉന്നത മായ നില കൈവരിച്ചു എന്നതുകൊണ്ടാണ്. ഒരു വ്യക്തി സാമ്പ ത്തികമായ വലിയ ഉന്നതി കൈവരിച്ചാൽ (ഉദാഹരണത്തിന് അയാൾ ഒരു ഫാക്ടറിയുടെ ഉടമസ്ഥനും ഒട്ടേറെപ്പേർക്ക് ജോലി കൊടുക്കുകയും ചെയ്യുന്ന ഒരാൾ ആണെങ്കിൽ) സ്വാഭാവികമായും അയാളുടെ സാമൂഹ്യ പദവിയും അതിനോട് ബന്ധപ്പെട്ട് ഉയരും. അത്തരം സാഹചര്യങ്ങളിൽ അയാളുടെ വരുമാനവും വസ്തുവകകളും ആ ഉന്നത പദവിയുടെ സൂച കങ്ങളാണ് എന്നതുകൊണ്ട് അതിന്റെ അടിസ്ഥാനത്തിൽ ക്രിമിലെയർ നിർണ്ണയിക്കാം എന്ന് ജർണയിൽ സിങ് കേസിലും സുപ്രീം കോടതി പറയുന്നുണ്ട്. എന്നാൽ പട്ടികജാതി, പട്ടികഗോത്രവിഭാഗങ്ങൾക്ക് ഇത് ബാധകമല്ല. അവരെ പട്ടികകളിൽ ഉൾപ്പെടുത്തിയിരിക്കുന്നതുതന്നെ അവരുടെ സാമൂഹ്യനില അത്രത്തോളം പിന്നോക്കമാണ് എന്നതുകൊ ണ്ടാണ്.)

9) പിന്നോക്ക വിഭാഗങ്ങളെ സാമ്പത്തിക മാനദണ്ഡങ്ങളുടെ മാത്രം അടിസ്ഥാനത്തിൽ നിർണ്ണയിക്കാമോ?

കോടതി പറഞ്ഞത് : സാമ്പത്തിക മാനദണ്ഡം മാത്രം ഉപയോഗിച്ച് പിന്നോക്കാവസ്ഥ നിർണ്ണയിക്കാൻ പാടില്ല. എന്നാൽ സാമൂഹ്യ പിന്നോ ക്കാവസ്ഥയ്ക്കും മറ്റു ഘടകങ്ങൾക്കുമൊപ്പം അതിനെയും പരിഗ ണിക്കാം.

(വിശദീകരണം: അതായത് സാമ്പത്തികമായി പിന്നോക്കം നില്ക്കു ന്ന വിഭാഗങ്ങൾക്ക് 16(4)ന് കീഴിലുള്ള സംവരണത്തിന് അർഹതയില്ല. ഇനി അവർക്ക് സംവരണം നല്കുകയാണെങ്കിൽ അത് സാമൂഹ്യമായ പിന്നോക്കാവസ്ഥകൂടി പരിഗണിച്ചുകൊണ്ടായിരിക്കണം. ഇതോടെ നില വിലുള്ള ഭരണഘടനാ വ്യവസ്ഥകൾക്ക് കീഴിൽ സാമ്പത്തിക സംവരണം സാദ്ധ്യമല്ല എന്നുറപ്പായി.)

10) പിന്നോക്ക വിഭാഗങ്ങളെ നിർണ്ണയിക്കാനായി ജാതിയുടെ പരാമർ ശമില്ലാതെതന്നെ തൊഴിൽ-വരുമാന (Occupation-cum-income) മാന

ദണ്ഡം ഉപയോഗിക്കാൻ അനുവാദമുണ്ടോ?

കോടതി പറഞ്ഞത്: പിന്നോക്കാവസ്ഥ നിർണ്ണയിക്കാനായി ജാതി ഉപയോഗിക്കാൻ അനുവാദമുണ്ടെങ്കിലും അത് മാത്രമേ ഉപയോഗിക്കാവു എന്ന് നിർബ്ബന്ധമില്ല. സാമൂഹ്യ പിന്നോക്കാവസ്ഥ വലിയപങ്കും ജാതിയുടെ സംഭാവനയാണ് എന്നതുകൊണ്ട് അതിനു പ്രാധാന്യമുണ്ട് എന്നത് സത്യം. എന്നാൽ അതുമാത്രമല്ല പിന്നോക്കാവസ്ഥയ്ക്ക് കാരണമാവുക. ജാതി പ്രസക്തമല്ലാത്ത വിഭാഗങ്ങളും പിന്നോക്കവിഭാഗങ്ങളുടെ കൂട്ടത്തിലുണ്ടാവാം. ഉദാഹരണത്തിന് കർഷക തൊഴിലാളികൾ, റിക്ഷക്കാർ, ഡ്രൈവർമാർ, തെരുവുകച്ചവടക്കാർ തുടങ്ങിയവരെല്ലാം പിന്നോക്കക്കാർ എന്ന വിഭാഗത്തിലുൾപ്പെടാൻ അർഹരാണ്.

11) പിന്നോക്ക വിഭാഗങ്ങളെ, തുടർന്നും അതീവ പിന്നോക്കക്കാരെന്നും പിന്നോക്കക്കാരെന്നും വേർതിരിക്കാൻ അനുവാദമുണ്ടോ?

കോടതി പറഞ്ഞത്: അത്തരമൊരു വേർതിരിവിന് ഭരണഘടന വിലക്ക് കല്പിക്കുന്നില്ല.

(വിശദീകരണം: അതായത് ഒ ബി സികളെ അവരുടെ സാമൂഹ്യ പിന്നോക്കാവസ്ഥയുടെ നിലയനുസരിച്ച് ഉപവിഭാഗങ്ങളായി (subcategories) തിരിക്കാനും തീവ്രമായ പിന്നോക്കാവസ്ഥ അനുഭവിക്കുന്നവർക്ക് അതിനുള്ളിൽ പ്രത്യേകം സംവരണം നല്കാനും സർക്കാരിന് അധികാരമുണ്ട്. ബാലാജി കേസിൽ ഇതിനു വിരുദ്ധമായാണ് കോടതി നിലപാടെടുത്തിരുന്നത്)

12) ഏതു പരിധിവരെ സംവരണം ആകാം? അത് 50% ആണെങ്കിൽ,

a. അനുച്ഛേദം 16(4) ന് കീഴിലുള്ള പിന്നോക്കസംവരണത്തിന് മാത്രമാണോ അതോ അനുച്ഛേദം 16 ന് കീഴിലുള്ള എല്ലാത്തരം സംവരണങ്ങൾക്കും അത് ബാധകമാണോ?

b. സംവരണം കണക്കാക്കാനായി ഒരു വർഷത്തെയാണോ ഒരു യൂണിറ്റ് ആയി പരിഗണിക്കേണ്ടത്, അതോ മൊത്തം തസ്തികകളുടെ എണ്ണത്തെയാണോ?

കോടതി പറഞ്ഞത്: അനുച്ഛേദം 16(4) അനുശാസിക്കുന്ന സംവരണം 50 ശതമാനത്തിൽ കൂടാൻ പാടില്ല. അനുച്ഛേദം 16(4) ഒരു തരത്തിലും അനുച്ഛേദം 16(1) ന് വിരുദ്ധമല്ലെങ്കിൽപ്പോലും, ആദ്യത്തേത് രണ്ടാമത്തേതുമായി ഒരു സമതുലനാവസ്ഥയിൽ വർത്തിക്കേണ്ടതുണ്ട്. എങ്കിൽ മാത്രമേ ഭരണഘടന അനുശാസിക്കുന്ന തുല്യത അതിന്റെ സമഗ്രതയിൽ നടപ്പാവുകയുള്ളൂ. (a) 50 ശതമാനം മേൽപരിധി നിശ്ചയിച്ചിരിക്കുന്നത് 16(4)ന് കീഴിലുള്ള പിന്നോക്ക സംവരണത്തിന് മാത്രമാണ്. (b) സംവരണപരിധി നിശ്ചയിക്കാനായി ഒരു വർഷത്തെയാണ് ഒരു യൂണിറ്റായി പരിഗണിക്കേണ്ടത്. ഒരു വർഷം പിന്നോക്ക വിഭാഗങ്ങൾക്കുള്ള സംവരണത്തിനായി മാറ്റിവെച്ചിരിക്കുന്ന ഒഴിവുകളും കഴിഞ്ഞ വർഷത്തെ നികത്തപ്പെടാത്ത ഒഴിവുകളും എല്ലാംകൂടി ചേർന്നാലും മേൽപരിധി കടക്കരുത്.

(വിശദീകരണം: സംവരണം രണ്ടു തരത്തിലുണ്ട് എന്ന് സുപ്രീം കോടതി നിരീക്ഷിച്ചു: നെടുകെയുള്ള സംവരണവും കുറുകെയുള്ള സംവരണവും. പട്ടിക വിഭാഗങ്ങൾക്കും മറ്റു പിന്നോക്കക്കാർക്കും നല്കുന്ന സംവരണം (അനുച്ഛേദം 16(4)ന് കീഴിൽ) ആദ്യത്തെ തരത്തിലുള്ളതും ഭിന്നശേഷിക്കാർക്കുള്ള സംവരണം (അനുച്ഛേദം 16(1)ന് കീഴിൽ) രണ്ടാമത്തെ തരത്തിലുള്ളതുമായി കണക്കാക്കാം. നെടുകെയുള്ള സംവരണം കുറുകെയുള്ള സംവരണത്തെ തിരശ്ചീനമായി വിഭജിക്കുന്നു. ഉദാഹരണത്തിന് വികലാംഗർക്ക് 3 ശതമാനം സംവരണം ഏർപ്പെടുത്തി എന്ന് കരുതുക. അയാൾ പട്ടികജാതിയിൽപ്പെട്ട ആൾ ആണെങ്കിൽ, ആ വിഭാഗത്തിലാണ് ആ സംവരണം വകക്കൊള്ളിക്കേണ്ടത്. അയാൾ സംവരണേതര വിഭാഗക്കാരനാണെങ്കിൽ ആ വിഭാഗത്തിലും. എന്തായിരുന്നാലും മൊത്തം പിന്നോക്കസംവരണം 50 ശതമാനത്തിൽ കൂടരുത്. മറ്റൊരു പ്രധാന നിരീക്ഷണം ക്യാരി ഫോർവേഡുമായി ബന്ധപ്പെട്ടായിരുന്നു. ഒരു വർഷം പിന്നോക്ക വിഭാഗങ്ങൾക്കായി മാറ്റിവെച്ചിരുന്നതും എന്നാൽ നികത്തപ്പെടാത്തതുമായ ഒഴിവുകൾ അടുത്ത വർഷത്തേക്ക് കൈമാറുന്ന രീതിയാണ് ക്യാരി ഫോർവേഡ്. ഇത് 1963 ലെ ദേവദാസൻ കേസിൽ ഭരണഘടനാ വിരുദ്ധമായി പ്രഖ്യാപിക്കപ്പെട്ടിരുന്നു. ഇന്ദ്ര സാഹ്നി കേസിൽ ഇത് കോടതി റദ്ദാക്കി. എങ്കിലും ക്യാരി ഫോർവേഡായ ഒഴിവുകളും അക്കൊല്ലത്തെ സാധാരണഗതിയിലുള്ള ഒഴിവുകളും എല്ലാം കൂടി ചേർന്നാലും സുപ്രീം കോടതി നിശ്ചയിച്ച 50 ശതമാനം മേൽപരിധി ലംഘിക്കാൻ പാടില്ല എന്ന് പ്രത്യേകം ഓർമ്മിപ്പിച്ചു. ഈ വിധി സർക്കാർ പിന്നീട് ഭരണഘടനാഭേദഗതി നടത്തി മറികടന്നു.)

13) അനുച്ഛേദം 16 നു കീഴിലുള്ള സംവരണം സ്ഥാനക്കയറ്റത്തിനും ബാധകമാണോ?

കോടതി പറഞ്ഞത്: അനുച്ഛേദം 16(4)ന് കീഴിൽ വ്യവസ്ഥ ചെയ്യപ്പെട്ടിരിക്കുന്ന സംവരണം നിയമനത്തിന്റെ സന്ദർഭത്തിൽ മാത്രമാണ് ബാധകം. സ്ഥാനക്കയറ്റത്തിൽ സംവരണം നല്കാൻ ഭരണഘടന വ്യവസ്ഥ ചെയ്യുന്നില്ല. എന്നാൽ ഭരണത്തിന്റെ കാര്യക്ഷമതയെ ബാധിക്കാത്തവിധം പിന്നോക്കവിഭാഗങ്ങൾക്ക് സ്ഥാനക്കയറ്റത്തിൽ ചില ഇളവുകൾ ചെയ്യുന്നതിന് തടസ്സമില്ല.

(വിശദീകരണം: ഇത് ഒ ബി സി വിഭാഗങ്ങളെയല്ല, പട്ടികജാതി പട്ടിക ഗോത്രവർഗ്ഗങ്ങളെയാണ് ബാധിച്ചത്. 1950 കൾ മുതൽതന്നെ പട്ടികജാതി, പട്ടികഗോത്രവർഗ്ഗവിഭാഗങ്ങൾക്ക് സ്ഥാനക്കയറ്റത്തിൽ സംവരണം നല്കിപ്പോന്നിരുന്നു. ഈ വിധിയോടെ അത് അസാദ്ധ്യമായി. പിന്നീട് ഭരണഘടനാ ഭേദഗതി കൊണ്ടുവന്നാണ് സർക്കാർ ഇത് മറികടന്നത്.)

14) സംവരണം മെറിറ്റിന് വിരുദ്ധമാണോ?

കോടതി പറഞ്ഞത്: അല്ല. പിന്നോക്ക വിഭാഗങ്ങളിൽപ്പെട്ടവർക്ക് ഒരുപക്ഷേ, മത്സരപ്പരീക്ഷയിൽ മുന്നോക്കവിഭാഗങ്ങളിൽപ്പെട്ടവർ വാങ്ങുന്ന മാർക്കിനോളം എത്താൻ കഴിഞ്ഞുവെന്നു വരില്ല. എന്നാൽ

കാലക്രമേണ അവർക്കതിന് കഴിയും. മുന്നോക്ക വിഭാഗങ്ങൾക്ക് മാത്ര മായാണ് പ്രകൃതി ബുദ്ധി നല്കിയിട്ടുള്ളതെന്ന് കരുതുന്നത് വിഡ്ഢി ത്തമാണ്. അവസരം ലഭിച്ചാൽ പിന്നോക്കക്കാരനായ ഒരാൾക്ക് അയാ ളുടെ അവശതകൾ മറികടന്ന് മറ്റുള്ളവരുമായി മത്സരിക്കാനും ചില പ്പോഴെങ്കിലും അവരെ കവച്ചുവെക്കാനും കഴിയും. അതുകൊണ്ടുതന്നെ സംവരണം മെറിറ്റിന് വിരുദ്ധമാണ് എന്ന് പറയുന്നതിൽ യുക്തിയില്ല. അതേസമയം തന്നെ, സംവരണത്തിലൂടെ മെറിറ്റ് കുറഞ്ഞ ഒരാളെ തിരഞ്ഞെടുക്കുകയാണ് എന്നത് സത്യമാണ്. എന്നാൽ ഭരണഘടന വിഭാവനം ചെയ്യുന്ന സാമൂഹ്യനീതി എന്ന സങ്കല്പം സാക്ഷാൽക്ക രിക്കാൻ നാം കൊടുക്കേണ്ട മിനിമം വിലയാണത്.

(വിശദീകരണം: സംവരണം മെറിറ്റ് കുറഞ്ഞവർക്ക് (less-merit) അവസരം നല്കുന്നു എന്നതുകൊണ്ട് മാത്രം അത് മെറിറ്റിന് വിരുദ്ധ മാവുന്നില്ല (anti-merit) എന്നാണ് കോടതി നിരീക്ഷണം. മെറിറ്റ് സങ്കല് പത്തെ യാന്ത്രികമായിട്ടല്ല നോക്കിക്കാണേണ്ടത് എന്നും കോടതി ഓർമ്മിപ്പിക്കുന്നു. എന്നാൽ അതേസമയംതന്നെ, കൈകാര്യം ചെയ്യുന്ന ജോലിയുടെ സവിശേഷത നിമിത്തം ചില സ്ഥാനങ്ങളിലേക്ക് നിയമനം നടത്തുമ്പോൾ സംവരണം പാലിക്കേണ്ടതില്ല എന്നും കോടതി വ്യക്തമാക്കി. അത്തരം ചില തസ്തികകൾ കോടതി തന്നെ ചൂണ്ടിക്കാട്ടി: (1) വിദ്യാഭ്യാസ മേഖലയിൽ പ്രൊഫസർമാരും അതിനു മുകളിലേക്കും (2) പൈലറ്റുമാർ (3) ഗവേഷണവികസന മേഖലയിലെ സാങ്കേതിക തസ്തികകൾ (ആണവ, ബഹിരാകാശ മേഖലകൾ ഉൾപ്പെടെ), സൈനി കസേവനം (സിവിലിയൻ തസ്തികകൾ ഒഴികെ) (4) മെഡിസിൻ, എഞ്ചിനീയറിങ്, മറ്റു ശാസ്ത്രസാങ്കേതിക മേഖലകളിലെ സൂപ്പർ സ്പെ ഷ്യാലിറ്റി തസ്തികകൾ)

15) സാമ്പത്തികമായി പിന്നോക്കം നില്ക്കുന്നവർക്കായി 10 ശതമാനം സംവരണം ഏർപ്പെടുത്തിയത് നിയമപരമാണോ?

കോടതി പറഞ്ഞത്: സംവരണേതര വിഭാഗങ്ങളിൽ സാമ്പത്തിക മായി പിന്നോക്കം നില്ക്കുന്നവർക്കായി സർക്കാർ 1991 ലെ ഓഫീസ് മെമ്മോറാണ്ടം വഴി 10 ശതമാനം സംവരണം ഏർപ്പെടുത്തിയത് ഏത് അനുച്ഛേദപ്രകാരമാണെന്ന് വ്യക്തമല്ല. അനുച്ഛേദം 16(4) സാമൂഹ്യമായി പിന്നോക്കം നില്ക്കുന്നവർക്ക് സംവരണം വ്യവസ്ഥ ചെയ്യുന്നതാ യതിനാൽ അതിനു കീഴിലാവാൻ ഇടയില്ല. അങ്ങനെയെങ്കിൽ അത് അനുച്ഛേദം 16(1) ന് കീഴിലായിരിക്കണം. എന്നാൽപ്പോലും അത് നില നില്ക്കാൻ അർഹമല്ല. പൊതുവിഭാഗത്തിലെ മത്സരാർത്ഥികൾക്കായി മാറ്റിവെച്ചിരിക്കുന്ന സീറ്റുകളിൽ വരുമാന–വസ്തുവകകളുടെ മാത്രം അടിസ്ഥാനത്തിൽ 10 ശതമാനം സംവരണം നല്കുക എന്നതിനർത്ഥം, ഒരു നിശ്ചിത പരിധിയുടെ മുകളിലുള്ളവർക്ക് അത്രയും സീറ്റുകൾ നിഷേ ധിക്കുക എന്നാണ്. ഒരു പൗരനെ അയാളുടെ വരുമാനത്തിന്റെയും വസ്

തുവകകളുടെയും അടിസ്ഥാനത്തിൽ മാത്രമായി സർക്കാർ നിയമനങ്ങളിൽ നിന്ന് വിലക്കുന്നത് അനുച്ഛേദം 14 ന് കീഴിലുള്ള സമത്വാവകാശത്തിന്റെ ലംഘനമാണ്.

ഇന്ദ്ര സാഹ്നി കേസിൽ സുപ്രീം കോടതി വ്യക്തമാക്കിയകാര്യങ്ങൾ ഇങ്ങനെ സംഗ്രഹിക്കാം:

1) പിന്നോക്കസംവരണം 50 ശതമാനത്തിലധികമാകാൻ പാടില്ല.
2) അനുച്ഛേദം 16(4) എന്നത് അനുച്ഛേദം 16(1) ന് അപവാദമല്ല.
3) അനുച്ഛേദം 16(1) ന് കീഴിലും സംവരണം നല്കാം. എന്നാൽ അത് അത്യസാധാരണമായ സാഹചര്യങ്ങളിൽ മാത്രമേ പാടുള്ളൂ.
4) ഭരണഘടനയിൽ സംവരണസംബന്ധിയായ വ്യവസ്ഥകളിൽ ഉപയോഗിച്ചിരിക്കുന്ന 'വർഗ്ഗം' എന്ന വാക്കിന് ജാതി എന്ന അർത്ഥവും ഉണ്ട്.
5) ഒ ബി സികളിലെ ക്രീമിലെയർ വിഭാഗത്തെ സംവരണാനുകൂല്യത്തിൽ നിന്ന് ഒഴിവാക്കണം. പട്ടികവിഭാഗങ്ങൾക്ക് ഇത് ബാധകമല്ല.
6) സാമ്പത്തിക മാനദണ്ഡങ്ങളുടെ അടിസ്ഥാനത്തിൽ മാത്രമായി പിന്നോക്കാവസ്ഥ നിർണ്ണയിക്കാൻ പാടില്ല. അതായത് സാമ്പത്തിക സംവരണം അനുവദനീയമല്ല.
7) ജാതിയുടെ പരാമർശമില്ലാതെ, തൊഴിൽവരുമാനത്തിന്റെ അടിസ്ഥാനത്തിൽ മാത്രമായും പിന്നോക്കാവസ്ഥ നിർണ്ണയിക്കാം.
8) പിന്നോക്ക വിഭാഗങ്ങളെ തുടർന്നും അതീവ പിന്നോക്കക്കാരെന്നും അല്ലാത്തവരെന്നും വേർതിരിക്കാം.
9) സംവരണം നല്കുന്നത് ഒരു വർഷത്തെ അടിസ്ഥാന യൂണിറ്റായി സ്വീകരിച്ചുകൊണ്ട് വേണം. ഒരു വർഷം നികത്തപ്പെടാത്ത ഒഴിവുകൾ അടുത്ത വർഷത്തേക്ക് കൈമാറാം. മുൻവർഷത്തെ നികത്തപ്പെടാത്ത ഒഴിവുകളും ആ വർഷത്തെ സാധാരണ ഒഴിവുകളും കൂട്ടിയാലും മേൽപരിധി പിന്നിടാൻ പാടില്ല.
10) സ്ഥാനക്കയറ്റത്തിന് സംവരണം നല്കാൻ പാടില്ല.

ഇന്ദ്ര സാഹ്നി കേസിലെ വിധിയെത്തുടർന്ന് കേന്ദ്ര പേഴ്സണൽ മന്ത്രാലയം 1993 ൽ ഒ ബി സി സംവരണത്തിന്റെ കാര്യത്തിൽ കൂടുതൽ വ്യക്തത വരുത്തിക്കൊണ്ട് ഉത്തരവിറക്കി. ഇതോടെ കേന്ദ്ര സർവ്വീസിൽ ഒ ബി സി സംവരണത്തിനും തുടക്കം കുറിക്കപ്പെട്ടു. സുപ്രീം കോടതിയുടെ നിർദ്ദേശത്തെത്തുടർന്ന് ആർ എൻ പ്രസാദ് തലവനായ ഒരു വിദഗ്ദ്ധ സമിതിയെ ക്രിമിലെയർ പരിധി നിർണ്ണയിക്കാൻ നിശ്ചയിച്ചിരുന്നു. 1993 മാർച്ചിൽ സർക്കാരിന് സമർപ്പിച്ച റിപ്പോർട്ടിൽ ഒരു ലക്ഷം രൂപയാണ് ക്രിമിലെയർ പരിധിയായി നിർദ്ദേശിച്ചത്. കേന്ദ്രസർക്കാർ ഇത് അംഗീകരിച്ചു. (2004 ൽ ഇത് 2.5 ലക്ഷമായും 2008 ൽ 4.5 ലക്ഷം രൂപയായും 2013 ൽ 6 ലക്ഷം രൂപയായും ഉയർത്തി. 2017 ൽ നിശ്ചയിച്ച 8 ലക്ഷം രൂപയാണ് നിലവിലെ ക്രീമിലെയർ പരിധി). ആദ്യ ഘട്ടത്തിൽ

മണ്ഡൽ കമ്മീഷന്റെ പട്ടികയിലും സംസ്ഥാനങ്ങളുടെ കൈവശമുള്ള പട്ടികയിലും ഒരുപോലെ ഉൾപ്പെട്ടിരുന്ന ക്രീമിലെയറേതര ഒ ബി സികൾക്കായിരുന്നു സംവരണാനുകൂല്യം ലഭിച്ചത്. ഒരു മാസത്തിനു ശേഷം സാമൂഹ്യക്ഷേമ മന്ത്രാലയം 14 സംസ്ഥാനങ്ങളിലെ ഒ ബി സികളുടെ ആദ്യ കേന്ദ്ര ലിസ്റ്റ് പുറത്തിറക്കി. അടുത്ത രണ്ടു വർഷങ്ങളിലായി 7 സംസ്ഥാനങ്ങളിലെയും നാല് കേന്ദ്രഭരണ പ്രദേശങ്ങളിലെയും പട്ടിക പുറത്തിറക്കി. നിലവിൽ മിസ്സോറാം, മേഘാലയ, നാഗാലാൻഡ്, അരുണാചൽപ്രദേശ് എന്നീ സംസ്ഥാനങ്ങളും കേന്ദ്രഭരണ പ്രദേശമായ ലക്ഷദ്വീപും ഒഴികെ മറ്റെല്ലാ സംസ്ഥാനങ്ങളിലെയും ഒ ബി സി വിഭാഗങ്ങൾ കേന്ദ്ര പട്ടികയിലുണ്ട്. ആദ്യഘട്ടത്തിൽ കേന്ദ്ര സർക്കാർ സർവ്വീസിൽ മാത്രമായിരുന്നു ഒ ബി സി സംവരണം നടപ്പിലാക്കപ്പെട്ടത്. ഉന്നതവിദ്യാഭ്യാസരംഗത്ത് ഒ ബി സി സംവരണം നടപ്പായത് 2006 ന് ശേഷം മാത്രമാണ്.

അവലംബം

1. Indra Sahney etc. v. Union of India, AIR 1993 SC 477
2. *10 Judgements that changed India,* Zia Mody, Shobha De Books, 2013
3. *Landmark Judgements that changed India*, Justice Ashok Kumar Ganguly, Rupa Publications, 2017
4. Reservations, *Equality and the Constitution,* Gautam Bhatia, www.indconlawphil.wordpress.com.

ജാതിയും ക്രീമിലെയറും

ഭരണഘടനയുടെ അനുച്ഛേദം 16 (4) ൽ ഉപയോഗിച്ചിരിക്കുന്ന 'പിന്നോക്ക വിഭാഗങ്ങൾ (Backward Classes)' എന്ന പ്രയോഗത്തിന് മനുഷ്യജീവിതത്തിലെ എല്ലാത്തരം പിന്നോക്കാവസ്ഥയെയും ഉൾക്കൊള്ളുന്ന വിശാലമായ അർത്ഥമല്ല ഉള്ളത്. സാമൂഹ്യമായ പിന്നോക്കാവസ്ഥ മൂലം അധികാരത്തിൽ അർഹമായ പ്രാതിനിധ്യം ലഭിച്ചിട്ടില്ലാത്ത വിഭാഗങ്ങളെ മാത്രമാണ് ഇവിടെ പരാമർശിക്കുന്നത്. സാമൂഹ്യമായ പിന്നോക്കാവസ്ഥ, വിദ്യാഭ്യാസപരവും തുടർന്ന് സാമ്പത്തികവുമായ പിന്നോക്കാവസ്ഥയ്ക്ക് നിദാനമാകുന്നു. സാമൂഹ്യമായ പിന്നോക്കാവസ്ഥയുടെ പ്രഥമവും പ്രധാനവുമായ കാരണം ജാതിയാണ് എന്നത് തർക്കമറ്റ വസ്തുതയാണ്. 'ശുദ്ധിയുടെയും അശുദ്ധിയുടെയും അടിസ്ഥാനത്തിൽ കെട്ടിപ്പടുത്ത ശ്രേണീകൃതമായ അസമത്വത്തിന്റെയും ചൂഷണത്തിന്റെയും വ്യവസ്ഥ' എന്നാണ് അംബേദ്കർ ജാതിയെ നിർവ്വചിച്ചത്. നൂറ്റാണ്ടുകളോളം ഇന്ത്യയിലെ ഓരോ മനുഷ്യന്റെയും സാമൂഹ്യപദവിയെ നിർണ്ണയിച്ചുപോന്നത് ജാതിവ്യവസ്ഥയിലെ അവന്റെ സ്ഥാനമാണ്.

1916 ൽ കൊളംബിയ സർവ്വകലാശാലയിലെ നരവംശശാസ്ത്ര സെമിനാറിൽ അംബേദ്കർ അവതരിപ്പിച്ച *ഇന്ത്യയിലെ ജാതികൾ: അവയുടെ പ്രവർത്തനം, ഉത്ഭവം, വികാസം* എന്ന വിഖ്യാത പ്രബന്ധത്തിൽ ജാതികളുടെ രൂപീകരണത്തെ സംബന്ധിച്ച് ശ്രദ്ധേയമായ നിരീക്ഷണങ്ങൾ മുന്നോട്ടുവെക്കുന്നുണ്ട്. ഹിന്ദുസമുദായം പരസ്പരം ഇടകലരാത്ത വിവിധഘടകങ്ങളുടെ സമുച്ചയമല്ല എന്നും, ഭൂമിശാസ്ത്രപരമായ ഏകതയ്ക്ക് പുറമേ ആഴത്തിലുള്ള സാംസ്കാരിക ഏകതയും അവർ പങ്കുവെക്കുന്നു എന്നും അദ്ദേഹം പറയുന്നു ('It has not only a geographic unity, but it has over and above all a deeper and a much more fundamental unity—the indubitable cultural untiy that covers the land from end to end'). ഈ സാംസ്കാരിക ഏകകത്തിലേക്ക് കൂട്ടിച്ചേർക്കപ്പെട്ട ചെറുഘടകങ്ങളാണ് ജാതി (caste is a parcelling into bits of a larger cultural unit). എല്ലാ സമൂഹങ്ങളും സാമൂഹ്യമോ സാമ്പത്തികമോ ധൈഷണികമോ ആയ വിവിധവർഗ്ഗങ്ങളാൽ നിർമ്മിതമാണ്. ഹിന്ദു സമുദായവും ഇതിൽനിന്ന് വ്യത്യസ്തമല്ല. അതിൽ ഒരു വർഗ്ഗമാണ് ആദ്യ മായി ജാതിയായി സ്വയം പരിവർത്തനം ചെയ്തത്. അത് പുരോഹിത വർഗ്ഗമായ ബ്രാഹ്മണരാണ്. ആ അർത്ഥത്തിൽ ജാതി എന്ന 'പ്രകൃതി വിരുദ്ധമായ' വ്യവസ്ഥയുടെ പിതാക്കന്മാർ അവരാണ്. ('the strict observance of these customs and the social superiority arrogated by the priestly class in all ancient civilizations are sufficient to prove that they were the originators of this 'unnatural institution' founded and maintained through these unnatural means'). സമജാതി വിവാഹം (endogamy) ആണ് ജാതിയുടെ രൂപീകരണത്തിനു കാരണമായ ഏറ്റവും സുപ്രധാനമായ ഘടകം. മറ്റുള്ള വർഗ്ഗങ്ങളിൽനിന്നുള്ള വിവാഹബന്ധം അവസാനിപ്പിക്കുന്നതിലൂടെ അടച്ചുകെട്ടപ്പെട്ട ഒരു വർഗ്ഗം–ജാതി–നിലവിൽ വരുന്നു (Caste is an enclosed class എന്ന് അംബേദ്കർ പറയുന്നത് ഈ സന്ദർഭത്തിലാണ്). ബ്രാഹ്മണേതര വർഗ്ഗങ്ങളാകട്ടെ ഓരോന്നും ബ്രാഹ്മണരെ അനുകരിച്ചും മറ്റു വർഗ്ഗങ്ങളെ ബഹിഷ്കരിച്ചും വ്യത്യസ്ത ജാതികളായി മാറുകയാണുണ്ടായത് (Classes have become castes through imitation and excommunication). ഇത് പലപ്പോഴും സ്വേച്ഛയാ ചെയ്തതായിരുന്നില്ല, മറിച്ച് സാഹചര്യങ്ങളുടെ സമ്മർദ്ദം കൊണ്ടു മായിരുന്നു. സമൂഹത്തിൽ A, B, C എന്നിങ്ങനെ മൂന്നു വർഗ്ഗങ്ങളുണ്ടെന്നു സങ്കല്പിക്കുക. അവയിൽ ആദ്യത്തെ രണ്ടും സമജാതി വിവാഹത്തിലൂടെ ജാതികളായി മാറിക്കഴിഞ്ഞാൽ പിന്നെ C ക്ക് സ്വയം ജാതിയായി മാറാതെ പോംവഴിയില്ല. വർഗ്ഗങ്ങൾ എല്ലാത്തരം സമൂഹങ്ങളിലും സന്നിഹിത മാണെങ്കിലും ജാതി ഇന്ത്യയുടെ മാത്രം സവിശേഷതയാണ്. ജാതിവ്യവസ്ഥ നിലവിലില്ലാത്ത ഇന്ത്യയിലെ സിഖുകാരിലും മുസ്ലിങ്ങളിലും ക്രിസ്ത്യാനികളിലുംപോലും ജാതിയുടെ ദുർഗ്ഗന്ധം വ്യാപിപ്പിക്കപ്പെട്ടു എന്ന് ജാതിനിർമ്മൂലനം (Annihilation of Caste) എന്ന കൃതിയിൽ അംബേദ്കർ പറയുന്നുണ്ട്. 'ജാതി തൊഴിലിന്റെ വിഭജനം മാത്രമല്ല, തൊഴിലെടുക്കുന്നവരുടെ വിഭജനം കൂടിയാണ്' എന്ന നിരീക്ഷണം അദ്ദേഹം നടത്തുന്നതും ഇതിലാണ്. ഭരണഘടന നിലവിൽ വന്നതിനുശേഷം മാത്രമാണ് ഇന്ത്യയിലെ ജാതിശരീരങ്ങൾ ഔപചാ രികമായ അർത്ഥത്തിലെങ്കിലും ആധുനിക പൗരന്മാർ എന്ന നിലയിൽ പുനഃസംഘാടനം ചെയ്യപ്പെട്ടത്. പക്ഷേ, അപ്പോഴേക്കും അധികാരവും വിഭവങ്ങളും സാംസ്കാരിക മൂലധനവും ജാതിശ്രേണിയിലെ ഉന്നതർ കൈയടക്കിക്കഴിഞ്ഞിരുന്നു. ചില വിഭാഗങ്ങളുടെ അധികാരക്കുത്തക പൊളിക്കാനും അധികാരത്തിന്റെ നീതിപൂർവ്വകമായ പുനർവിതരണ

ത്തിനും വേണ്ടിയാണ് ഭരണഘടന സംവരണം വിഭാവനം ചെയ്തത്.

എന്നാൽ ജാതിയെ പിന്നോക്കാവസ്ഥ നിർണ്ണയിക്കാനുള്ള മാനദണ്ഡമായി ഉപയോഗിക്കുന്നതിനെതിരെ എക്കാലത്തും എതിർപ്പുണ്ടായിട്ടുണ്ട്. പ്രൊഫസർ പി കെ ബാനർജി അതിനു പിന്നിലെ അപകടത്തെക്കുറിച്ച് വിശദീകരിക്കുന്നത് ഇങ്ങനെ:

> പിന്നോക്കാവസ്ഥ നിർണ്ണയിക്കാൻ മറ്റനേകം മാനദണ്ഡങ്ങളിൽ ഒന്നുമാത്രമായി പോലും ജാതി ഉപയോഗിക്കപ്പെട്ടാൽ, അന്തിമവിശകലനത്തിൽ അത് ഒരേയൊരു നിർണ്ണായക ഘടകമായി പ്രവർത്തിക്കുകയും ആ വർഗ്ഗീകരണം തന്നെ അസാധുവാക്കപ്പെടുകയും ചെയ്യും. ഉദാഹരണത്തിന്, ജാതിയും മറ്റു രണ്ട് മാനദണ്ഡങ്ങളും ഉപയോഗിച്ചാണ് പിന്നോക്കാവസ്ഥ നിർണ്ണയിക്കുന്നതെന്ന് കരുതുക. ഒരാൾ ഈ മൂന്നു മാനദണ്ഡങ്ങളും പാലിച്ചു എന്നും, മറ്റൊരാൾ ജാതി ഒഴികെയുള്ള രണ്ട് മാനദണ്ഡങ്ങളും പാലിച്ചു എന്നും കരുതുക. സ്വാഭാവികമായും രണ്ടാമൻ ജാതിയുടെ അടിസ്ഥാനത്തിൽ വിവേചനത്തിന് ഇരയാവുകയും പിന്നോക്കാവസ്ഥകൊണ്ടുള്ള ആനുകൂല്യങ്ങളിൽ നിന്ന് പുറത്താവുകയും ചെയ്യുന്നതായി കാണാൻ ബുദ്ധിമുട്ടില്ല.[1]

സ്വാതന്ത്ര്യലബ്ധിയുടെ ആദ്യദശകങ്ങളിൽ സുപ്രീം കോടതി പിന്നോക്കാവസ്ഥ നിർണ്ണയിക്കാൻ സാമ്പത്തിക ഘടകവും പരിഗണിക്കണം എന്ന അഭിപ്രായമാണ് പുലർത്തിപ്പോന്നത്. ബാലാജി കേസിൽ ജസ്റ്റിസ് ഗജേന്ദ്രഗഡ്കർ എഴുതിയ വിധിന്യായത്തിൽ ഇങ്ങനെ പറയുന്നുണ്ട്: 'സാമൂഹിക പിന്നോക്കാവസ്ഥ ഒരു വലിയ പരിധിവരെ ദാരിദ്ര്യത്തിന്റെ സൃഷ്ടിയാണ്. ജാതി അതിനെ തീവ്രമാക്കിയേക്കാം. അതുകൊണ്ട് പിന്നോക്കാവസ്ഥ നിശ്ചയിക്കുമ്പോൾ ജാതിക്കൊപ്പം ദാരിദ്ര്യവും പരിഗണിക്കണം.' 1964 ലെ ചിത്രലേഖ കേസിൽ, സാമ്പത്തിക ഘടകങ്ങളുടെ അടിസ്ഥാനത്തിൽ പിന്നോക്കാവസ്ഥ നിർണ്ണയിക്കുകയും സംവരണം ഏർപ്പെടുത്തുകയും ചെയ്ത മൈസൂർ സർക്കാരിന്റെ നടപടിയെ സുപ്രീം കോടതി പൂർണ്ണമായും അംഗീകരിച്ചു. ജസ്റ്റിസ് സുബ്ബറാവുവിന്റെ വിധിന്യായത്തിൽ, ജാതിയുടെ അടിസ്ഥാനത്തിൽ സംവരണം നല്കാൻ സർക്കാരിന് ബാദ്ധ്യത ഇല്ലെന്നും മറ്റു മാനദണ്ഡങ്ങളുപയോഗിക്കാൻ സ്വാതന്ത്ര്യമുണ്ടെന്നും വ്യക്തമാക്കിയിരുന്നു. എന്നാൽ പി രാജേന്ദ്രൻ കേസ് മുതൽ ഈ നിലപാടിൽ സുപ്രീം കോടതി മാറ്റം വരുത്തുകയും ജാതിയെ ഒരേയൊരു മാനദണ്ഡമായോ അല്ലെങ്കിൽ അനേകം മാനദണ്ഡങ്ങളിൽ പ്രധാനപ്പെട്ട ഒന്നായോ അംഗീകരിക്കാൻ തയ്യാറാവുകയും ചെയ്തു. എന്നാൽ 1974 ലെ പ്രദീപ് ടണ്ടൻ കേസിൽ വീണ്ടും ജാതിയെ പിന്നോക്കാവസ്ഥയുടെ മാനദണ്ഡമായി ഉപയോഗിക്കുന്നത് അപ്പാടെ വിലക്കി. ഒടുവിൽ ഇക്കാര്യത്തിൽ അന്തിമതീർപ്പുണ്ടായത് 1992 ലെ ഇന്ദ്ര സാഹ്നി കേസിലായിരുന്നു. ഈ കേസിന്റെ വിധിയിൽ സംവരണത്തിന്റെ

കാര്യത്തിൽ ജാതിക്കുള്ള പ്രാധാന്യവും അതിന്റെ അനിവാര്യതയും അടിവരയിട്ട് ഉറപ്പിക്കുകയാണ് കോടതി ചെയ്തത്. ഒരു വ്യക്തിയുടെ സാമൂഹികാസ്തിത്വത്തെ ഏറ്റവുമധികം സ്വാധീനിക്കുന്ന ഘടകം ജാതിയാണ് എന്ന് കോടതി നിരീക്ഷിച്ചു:

> ജാതി എന്നത് ഒരു സാമൂഹ്യ വർഗ്ഗമല്ലാതെ മറ്റൊന്നുമല്ല സാമൂഹ്യമായ ഒരു സമജാതി (homogenous) വർഗ്ഗം. അത് ഒരു തൊഴിൽപരമായ കൂട്ടായ്മയുമാണ്; അതിലെ അംഗത്വം പാരമ്പര്യ സിദ്ധമാണ് എന്നതാണ് വ്യത്യാസം. ഒരുവൻ ആ തൊഴിൽ അനുഷ്ഠിക്കുന്നത് അവസാനിപ്പിച്ചാൽപോലും, അവൻ ആ കൂട്ടായ്മയിൽ അംഗമായിത്തന്നെ തുടരും... സമജാതിവിവാഹമാണ് അതിന്റെ പ്രധാന പ്രത്യേകത. അതിന്റെ സാമൂഹ്യമായ നിലയും നിലനില്പും അതെടുക്കുന്ന തൊഴിലിനെ അനുസരിച്ചാണ്. എത്രത്തോളം താഴെയാണോ ആ തൊഴിൽ, അത്രത്തോളം താഴെയായിരിക്കും ആ ശ്രേണിയിൽ അവന്റെ സ്ഥാനം. ഗ്രാമീണ ഇന്ത്യയിൽ ഈ തൊഴിൽ-ജാതി ബന്ധം ഇപ്പോഴും സത്യമാണ്. ചില അംഗങ്ങൾ നഗരങ്ങളിലേക്കോ ചിലപ്പോൾ പുറംരാജ്യങ്ങളിലേക്കുപോലുമോ പോയിട്ടുണ്ടാവാം. എന്നാൽ തിരിച്ച് വരുമ്പോൾ, ചില അപവാദങ്ങളൊഴിച്ചാൽ അവർ തങ്ങളുടെ കൂട്ടത്തിലേക്ക് തന്നെയാണ് മടങ്ങുന്നത്. അവൻ പണമുണ്ടാക്കിയോ എന്നത് അപ്പോൾ വിഷയമാവില്ല. ആ തൊഴിൽ തന്നെ അയാൾ ചെയ്യണമെന്നുപോലും ഇല്ല. പക്ഷേ, ആ ലേബൽ അവിടെ തന്നെയുണ്ടാവും. അവന്റെ സ്വത്വം മാറാൻ പോകുന്നില്ല. വിവാഹം, മരണം തുടങ്ങിയ എല്ലാ സാമൂഹിക ചടങ്ങുകളിലും അവന്റെ സാമൂഹിക വർഗ്ഗം-ജാതി-മാത്രമായിരിക്കും പ്രസക്തം.

ജാതിയെ 'ഹിന്ദു സമൂഹത്തിലെ ക്യാൻസർ കോശം' എന്നും 'ഇന്ത്യയുടെ ഏറ്റവും വലിയ ശാപം' എന്നുമൊക്കെയാണ് കോടതി വിശേഷിപ്പിച്ചത്.[2] എന്നാൽ സാമൂഹ്യമായ പിന്നോക്കാവസ്ഥയുടെ കാരണം ജാതി മാത്രമാണ് എന്ന വാദത്തെ അംഗീകരിക്കാനാവില്ല എന്നും കോടതി വ്യക്തമാക്കി. സാമൂഹികപദവിയുടെ പ്രാഥമിക ഘടകം എന്ന നിലയ്ക്ക് ജാതിക്ക് പ്രാധാന്യമുണ്ടെങ്കിലും പിന്നോക്കാവസ്ഥയുടെ കാരണം എല്ലായ്പ്പോഴും ജാതി മാത്രമാവണമെന്നില്ല. അതുകൊണ്ട് മറ്റു ഘടകങ്ങൾക്കൊപ്പം ജാതിയെ പരിഗണിക്കാം. ആവശ്യമെങ്കിൽ തൊഴിലിന്റെ അടിസ്ഥാനത്തിലും പിന്നോക്കാവസ്ഥ നിർണ്ണയിക്കാവുന്നതാണെന്നും കോടതി പറയുകയുണ്ടായി. റിക്ഷക്കാർ, തെരുവുകച്ചവടക്കാർ, മുക്കുവർ തുടങ്ങിയ ചില ഉദാഹരണങ്ങളും കോടതി ചൂണ്ടിക്കാട്ടി. പിന്നോക്കാവസ്ഥയെ നിർവ്വചിക്കാൻ പൊതുസമ്മതമായ മാനദണ്ഡങ്ങൾ രൂപീകരിക്കുകയും അത് വിവിധ ജാതികളിലും തൊഴിൽ വിഭാഗങ്ങളിലും വർഗ്ഗങ്ങളിലും പ്രയോഗിക്കുകയും ചെയ്തുകൊണ്ടാ

വണം പിന്നോക്കവിഭാഗങ്ങളെ കണ്ടെത്തേണ്ടത് എന്നും സുപ്രീം കോടതി നിർദ്ദേശിച്ചു. എന്നാൽ സാമ്പത്തികഘടകത്തിന്റെ അടിസ്ഥാനത്തിൽ മാത്രം പിന്നോക്കാവസ്ഥയെ നിർവ്വചിക്കാൻ ഒരു കാരണവശാലും അനുവദിക്കാനാവില്ല. ഒരു ദാരിദ്ര്യ നിർമ്മാർജ്ജന പരിപാടി എന്ന നിലയ്ക്കോ സാമൂഹികക്ഷേമ പദ്ധതി എന്ന നിലയ്ക്കോ അല്ല അനുച്ഛേദം 16(4) ഭരണഘടനയിൽ ഉൾപ്പെടുത്തിയിരിക്കുന്നത് എന്നതുകൊണ്ടാണിത്.

ക്രീമിലെയറിന്റെ രാഷ്ട്രീയം

1965 ൽ ബി എൻ ലോക്കൂർ തലവനായ Advisory Committee on the Revision of the Lists of Scheduled Castes and Scheduled Tribes സമർപ്പിച്ച റിപ്പോർട്ടിൽ 'ദേശീയോദ്ഗ്രഥനമെന്ന ലക്ഷ്യം സാക്ഷാൽക്കരിക്കാൻ..... താരതമ്യേന പുരോഗതി നേടിയ സമുദായങ്ങളെ സംവരണ പട്ടികയിൽനിന്ന് ഒഴിവാക്കുന്ന കാര്യം അടിയന്തരമായി പരിഗണിക്കേണ്ടതുണ്ട്' എന്ന് ആവശ്യപ്പെട്ടിരുന്നു. വിവിധ സംസ്ഥാനങ്ങളിലായി ഇങ്ങനെ ഒഴിവാക്കപ്പെടേണ്ട ജാതികളുടെ പട്ടികയും കമ്മീഷൻ തയ്യാറാക്കി. എന്നാൽ ഈ റിപ്പോർട്ട് കേന്ദ്രസർക്കാർ തള്ളിക്കളയുകയാണുണ്ടായത്. സംവരണവിഭാഗങ്ങളിൽ സാമൂഹ്യമായി പുരോഗതി നേടിയവരെ സൂചിപ്പിക്കാനായി 'ക്രീമിലെയർ' എന്ന പ്രയോഗം ആദ്യമായി ഉപയോഗിക്കുന്നത് തമിഴ്നാട്ടിലെ ആദ്യ പിന്നോക്കവിഭാഗ കമ്മീഷനായിരുന്ന സട്ടനാഥൻ കമ്മീഷ (1969-70) നാണ്. 1975 ലെ എൻ എം തോമസ് കേസിൽ ജസ്റ്റിസ് വി ആർ കൃഷ്ണയ്യർ എഴുതിയ വിധിന്യായത്തിലാണ് ആദ്യമായി അത് നിയമവ്യവഹാരങ്ങളിൽ പ്രത്യക്ഷപ്പെടുന്നത്. സംവരണത്തിന്റെ മൂന്നു അപകടങ്ങളിൽ ആദ്യത്തേതായി കൃഷ്ണയ്യർ ചൂണ്ടിക്കാണിച്ചത് ഇതായിരുന്നു:

> (സംവരണത്തിന്റെ) നേട്ടങ്ങൾ വലിയ അളവിൽ പിന്നോക്ക വിഭാഗങ്ങളിലെ മേൽത്തട്ടിലുള്ള ക്രീമിലെയർ കൈയടക്കുന്നതുവഴി, ദുർബ്ബലരിൽ ദുർബ്ബലരായവർ തുടർന്നും ദുർബ്ബലരായിതന്നെ അവശേഷിക്കുകയും അക്കൂട്ടത്തിലെ ഭാഗ്യശാലികളായ വിഭാഗങ്ങൾ അതിന്റെ മൊത്തം ഗുണഫലം അനുഭവിക്കുകയും ചെയ്യുന്നു.

ഇന്ദ്ര സാഹ്നി കേസോടുകൂടി ക്രീമിലെയർ തത്ത്വം നിയമരാഷ്ട്രീയ വ്യവഹാരങ്ങളിൽ ചിരപ്രതിഷ്ഠനേടി. എല്ലാക്കാലത്തും സംവരണത്തിനെതിരെ ഉയർന്നിട്ടുള്ള വിമർശനമാണ് സംവരണവിഭാഗങ്ങളിലെ പ്രബല ജാതികൾ സംവരണത്തിന്റെ ഗുണഫലങ്ങൾ സ്വന്തമാക്കുന്നു എന്നത്. ഒ ബി സി സംവരണത്തോടനുബന്ധിച്ചാണ് ഇത് കൂടുതൽ പ്രസക്തമായത്. പട്ടിക വിഭാഗങ്ങളിൽനിന്ന് ഘടനാപരമായും സാമൂഹ്യപരമായും സാമ്പത്തികമായും വ്യത്യസ്തമാണ് ഒ ബി സികൾ. ജാതിവ്യവസ്ഥയുടെ ഏറ്റവും വലിയ തിന്മകൾ അനുഭവിക്കുകയും എല്ലാത്തരം അടിച്ചമർത്ത

ലുകൾക്കും വിധേയരാവുകയും ചെയ്തിട്ടുള്ള സമുദായങ്ങളാണ് പട്ടിക ജാതിയിൽ ഉൾപ്പെട്ടിരിക്കുന്നത്. സാംസ്കാരികമായി വ്യത്യസ്തരെങ്കിലും സാമ്പത്തികമായി ഏറക്കുറെ ഒരേ നിലയിൽ സ്ഥിതിചെയ്യുന്നവരാണ് അവർ. അതുകൊണ്ടുതന്നെ അന്തർജാതി സംഘർഷങ്ങൾ അവർക്കിടയിൽ കുറവാണ് (1990 മുതലാണ് പട്ടികജാതികളിലെ ഉപജാതികളുടെ രാഷ്ട്രീയമുന്നേറ്റങ്ങൾ കാണാൻ തുടങ്ങുന്നത്). എന്നാൽ ഹിന്ദു സമുദായത്തിലെ ശൂദ്രവർണ്ണത്തിൽ പെട്ടവർ എന്ന നിലയിൽ ഒ ബി സി കളുടെ കാര്യം അങ്ങനെയല്ല. അത്യന്തം വൈജാത്യം നിറഞ്ഞതും സാമൂഹ്യാധികാരം പലനിലകളിൽ കൈയാളിയിരുന്നവരുമായ സമുദായങ്ങളാൽ സമ്പന്നമാണത്. ജനസംഖ്യയുടെ പകുതിയോളം ഒ ബി സികളാണ് എങ്കിൽപ്പോലും ഒരു കുടക്കീഴിൽ അണിനിരത്താൻ കഴിയാത്ത വിധം വ്യത്യസ്തങ്ങളായ താല്പര്യങ്ങളാണ് അവരെ നയിക്കുന്നത്.[3] ഒ ബി സികളിലെ പ്രബല ജാതികൾ സംവരണത്തിന്റെ സിംഹഭാഗവും കൈയടക്കിയ ഉദാഹരണങ്ങൾ ഒരുപാടുണ്ട്. ഉത്തർപ്രദേശിൽ യാദവ്, പട്ടേൽ, സോനാർ, ജാട്ട് എന്നീ നാല് പ്രബല സമുദായങ്ങളാണ് ഒ ബി സി സംവരണത്തിന്റെ ഗുണഫലങ്ങൾ ഏറെയും അനുഭവിക്കുന്നത്. ഇതിനു പരിഹാരം കാണാനായി സംസ്ഥാന സർക്കാർ ഒരു കമ്മീഷനെ നിയമിച്ചിരുന്നു. ഒ ബി സി സമുദായങ്ങളെ മൂന്ന് ഉപവിഭാഗങ്ങളായി തിരിച്ച് സംവരണാനുകൂല്യം അവർക്കിടയിൽ വിഭജിച്ച് നല്കാനാണ് കമ്മീഷൻ ശുപാർശ നല്കിയത്. ഒ ബി സി വോട്ടുബാങ്ക് ലക്ഷ്യമിട്ടുള്ള രാഷ്ട്രീയ നീക്കമായാണ് നിരീക്ഷകർ ഇതിനെ കാണുന്നത്.

തമിഴ്നാടിന്റെ ഉദാഹരണം പരിശോധിക്കാം. തമിഴ്നാട്ടിൽ കരുണാനിധി സർക്കാർ 1969 ൽ നിയമിച്ച സട്ടനാഥൻ കമ്മീഷൻ തങ്ങളുടെ റിപ്പോർട്ടിൽ ഒ ബി സി ജനസംഖ്യയുടെ 11 ശതമാനം മാത്രം വരുന്ന ഒൻപത് ജാതികൾ സംസ്ഥാന സർവ്വീസിലെ 37.3 ശതമാനം നോൺ ഗസറ്റഡ് തസ്തികകളും 48.2 ശതമാനം ഗസറ്റഡ് തസ്തികകളും കൈയടക്കിയതായി ചൂണ്ടിക്കാട്ടിയിരുന്നു. ഇത്തരം പ്രവണതകൾ ഒഴിവാക്കാനായി 'അതീവപിന്നോക്ക വിഭാഗങ്ങൾ' (Most Backward Classes - MBC) എന്ന ഒരു ഉപവിഭാഗം സൃഷ്ടിച്ച് ഒ ബി സി സംവരണത്തിന്റെ ഒരു നിശ്ചിത ഭാഗം അവർക്കായി മാറ്റിവെക്കാനും കമ്മീഷൻ ശുപാർശ ചെയ്തു. മേൽത്തട്ടിലുള്ളവർ സംവരണത്തിന്റെ നേട്ടങ്ങൾ കൊയ്യുന്നത് ഒഴിവാക്കാൻ ക്രീമിലെയർ സംവിധാനം കൊണ്ടുവരാനും കമ്മീഷൻ നിർദ്ദേശിച്ചിരുന്നു. 1971 ൽ ഡി എം കെ സർക്കാർ പട്ടികജാതി സംവരണം 16 ശതമാനത്തിൽനിന്ന് 18 ശതമാനമായും ഒ ബി സി സംവരണം 25 ശതമാനത്തിൽനിന്ന് 31 ശതമാനമായും വർദ്ധിപ്പിച്ചെങ്കിലും മേൽപ്പറഞ്ഞ രണ്ടു നിർദ്ദേശങ്ങളും നടപ്പിലാക്കിയില്ല. പിന്നീട് എം ജി ആർ മുഖ്യമന്ത്രിയായപ്പോൾ 9000 രൂപയ്ക്ക് മുകളിൽ വാർഷിക വരുമാനമുള്ളവരെ പിന്നോക്ക സംവരണത്തിൽ നിന്ന് ഒഴിവാക്കിക്കൊണ്ട് ക്രീമിലെയർ സംവിധാനം നടപ്പിലാക്കാൻ ശ്രമിച്ചെങ്കിലും പ്രബല ഒ ബി

സി സമുദായങ്ങളുടെ എതിർപ്പുമൂലം ഈ നീക്കം പരാജയപ്പെടുകയാണുണ്ടായത്. പ്രതിഷേധങ്ങളെ തണുപ്പിക്കാനായി സർക്കാർ ഒ ബി സി സംവരണം 50 ശതമാനമായി ഉയർത്തി. അപ്പോഴേക്കും സംസ്ഥാനത്തെ മൊത്തം പിന്നോക്ക സംവരണം 69 ശതമാനത്തിലെത്തിക്കഴിഞ്ഞിരുന്നു (പട്ടികജാതി: 18%, പട്ടിക ഗോത്രവർഗ്ഗം: 1%, ഒ ബി സി 50%). കോടതിനിർദ്ദേശത്തെതുടർന്ന് എ ഐ എ ഡി എം കെ സർക്കാർ രണ്ടാം പിന്നോക്കവിഭാഗ കമ്മീഷനെ നിയമിച്ചു. അംബാശങ്കർ തലവനായ ഈ കമ്മീഷൻ സംസ്ഥാനത്തെ പിന്നോക്ക ജനസംഖ്യ 67 ശതമാനമാണെന്നും ഒ ബി സികളിലെ 11 പ്രബല സമുദായങ്ങൾ പിന്നോക്ക സംവരണത്തിന്റെ മുഖ്യപങ്കും കൈക്കലാക്കുന്നു എന്നുമാണ് കണ്ടെത്തിയത്. ഇതേത്തുടർന്ന് സംസ്ഥാനത്ത് ഏറ്റവും കൂടുതൽ ഒ ബി സി ജനസംഖ്യയുള്ള വണ്ണിയർ സമുദായം ആനുപാതികമായ സംവരണത്തിനായി സമരം ചെയ്യാൻ ആരംഭിച്ചു. പട്ടാളി മക്കൾ കക്ഷി എന്ന ഒരു പാർട്ടിയുണ്ടാക്കി രാഷ്ട്രീയത്തിൽ സ്വാധീനം ചെലുത്താനും അവർ ശ്രമിച്ചു. 1989 ൽ കരുണാനിധി മുഖ്യമന്ത്രിയായിരിക്കുമ്പോൾ ഒ ബി സി വിഭാഗത്തിനുള്ളിൽ അതീവപിന്നോക്ക വിഭാഗങ്ങൾക്കായി ഉപവിഭാഗം സൃഷ്ടിക്കുകയും അതിൽപ്പെടുന്ന 39 ജാതികൾക്കും 68 ഗോത്രവർഗ്ഗങ്ങൾക്കുമായി 20 ശതമാനം സംവരണം മാറ്റിവെക്കുകയും ചെയ്തു. അതിനുശേഷമാണ് സംവരണം 50 ശതമാനത്തിൽ കവിയരുത് എന്ന ഇന്ദ്രസാഹ്നി കേസിലെ വിധി വന്നത്. ഇത് മറികടക്കാനായി ജയലളിത സർക്കാർ പിന്നോക്ക സംവരണത്തിന് നിയമപ്രാബല്യം നല്കിക്കൊണ്ട് ഒരു നിയമം പാസാക്കുകയും അതിനെ ഭരണഘടനയുടെ ഒൻപതാം പട്ടികയിൽപ്പെടുത്തി സംരക്ഷിക്കുകയും ചെയ്തു (ഒൻപതാം പട്ടികയിൽ ഉൾപ്പെടുത്തിയിരിക്കുന്ന നിയമങ്ങൾ കോടതികളിൽ ചോദ്യം ചെയ്യാൻ അനുവാദമുണ്ടായിരുന്നില്ല). 2000 ൽ ഉദ്യോഗ സംവരണത്തെക്കുറിച്ചുള്ള ഒരു ധവളപത്രം മുഖ്യമന്ത്രി കരുണാനിധി നിയമസഭയിൽ സമർപ്പിക്കുകയുണ്ടായി. അതിൽ സംസ്ഥാനത്തെ അതീവ പിന്നോക്കവിഭാഗങ്ങൾക്കും പട്ടികവിഭാഗങ്ങൾക്കും സർക്കാർ സർവ്വീസിൽ അനുവദിക്കപ്പെട്ട സംവരണം ലഭിക്കുന്നില്ല എന്നും അതേസമയം ഇതര പിന്നോക്ക വിഭാഗങ്ങൾ തങ്ങൾക്ക് അനുവദിച്ചതിലും 30 ശതമാനത്തിലധികം സ്ഥാനങ്ങൾ കൈയടക്കി എന്നും കണക്കുസഹിതം വ്യക്തമാക്കിയിരുന്നു. പിന്നോക്ക സമുദായങ്ങളിലെ ശരിയായ പിന്നോക്കക്കാർക്ക് സാമൂഹ്യമായി ഉന്നതി കൈവരിക്കാനുള്ള അവസരമാണ് ഇത്തരത്തിൽ ചില പ്രബല വിഭാഗങ്ങളുടെ അമിതപ്രാതിനിധ്യത്തിലൂടെ നിഷേധിക്കപ്പെട്ടു കൊണ്ടിരിക്കുന്നത്.[4, 5]

പിന്നോക്ക സംവരണത്തെ സംബന്ധിച്ച് ഏറ്റവും യുക്തിപരമായ നയം ആദ്യമായി സ്വീകരിച്ചത് ബീഹാറാണ്. അടിയന്തരാവസ്ഥയ്ക്ക് ശേഷം ബീഹാറിൽ ജനതാ സർക്കാരിന് നേതൃത്വം കൊടുക്കുന്ന വേളയിൽ മുഖ്യമന്ത്രിയായിരുന്ന കർപ്പൂരി താക്കൂറായിരുന്നു ഈ ഫോർമുല

മുന്നോട്ടു വെച്ചത്. സി പി ഐ (എം) ജനറൽ സെക്രട്ടറി ഇ എം എസ് നമ്പൂതിരിപ്പാട്, അന്നത്തെ കേന്ദ്ര നിയമമന്ത്രി ശാന്തിഭൂഷൻ തുടങ്ങിയവരുമായി ചർച്ച നടത്തിയ ശേഷമാണ് ഈ പദ്ധതി രൂപപ്പെടുത്തിയത്. സംസ്ഥാനത്ത് നിലവിലുണ്ടായിരുന്ന 24 ശതമാനം പട്ടികജാതി പട്ടികഗോത്രവർഗ്ഗ സംവരണത്തിന് പുറമേ, പിന്നോക്കക്കാർക്കായി 26 ശതമാനം സംവരണം നീക്കിവെച്ചു. ഇതിൽ ഒ ബി സികൾക്ക് 20 ശതമാനവും സ്ത്രീകൾക്ക് 3 ശതമാനവും ഉന്നതജാതികളിലെ സാമ്പത്തികമായി പിന്നോക്കം നില്ക്കുന്ന വിഭാഗങ്ങൾക്ക് 3 ശതമാനവും സംവരണം എന്നതായിരുന്നു കർപ്പൂരി താക്കൂർ ഫോർമുല.[6] ഒ ബി സി വിഭാഗങ്ങൾക്കുള്ള 20 ശതമാനം സംവരണത്തിൽ, 12 ശതമാനം അതിതീവ്ര പിന്നോക്ക വിഭാഗങ്ങൾക്കായി (Extremely Backward Classes – EBC) മാറ്റിവെക്കുകയും അവശേഷിക്കുന്ന 8 ശതമാനം സാമ്പത്തിക മാനദണ്ഡങ്ങളുടെ അടിസ്ഥാനത്തിൽ ഒ ബി സികളിലെ മറ്റു വിഭാഗങ്ങൾക്കു നല്കുകയും ചെയ്തു. പിന്നോക്കവിഭാഗങ്ങളിൽ അതീവ പിന്നോക്കക്കാർക്കായി സംവരണം മാറ്റിവെക്കുന്ന ആദ്യ സന്ദർഭങ്ങളിലൊന്നായിരുന്നു ഇത്. ഈ ഫോർമുലയെ അടിസ്ഥാനപ്പെടുത്തിയാണ് സി പി ഐ (എം) തങ്ങളുടെ സംവരണനയം രൂപീകരിച്ചിരിക്കുന്നത്.

പട്ടികജാതി, ഒ ബി സി ഉപസംവരണം

നിലവിൽ ഇന്ത്യയിലെ ഒൻപത് സംസ്ഥാനങ്ങൾ ഒ ബി സികളെ ഉപവിഭാഗങ്ങളായി തിരിച്ചിട്ടുണ്ട്. ആന്ധ്രാപ്രദേശ്, തെലങ്കാന, കർണ്ണാടക, ഹരിയാന, ജാർഖണ്ഡ്, പശ്ചിമബംഗാൾ, പുതുച്ചേരി, ബീഹാർ, മഹാരാഷ്ട്ര, തമിഴ്നാട് എന്നിവയാണവ. കേന്ദ്ര ഒ ബി സി പട്ടികയെ ഇത്തരത്തിൽ ഉപവിഭാഗങ്ങളായി തിരിക്കണമെന്ന് കേന്ദ്ര പിന്നോക്ക വിഭാഗ കമ്മീഷനും പാർലമെന്റിന്റെ സ്റ്റാന്റിങ് കമ്മിറ്റിയും മുൻപുതന്നെ ആവശ്യപ്പെട്ടിരുന്നു. ഇതിനായി 2017 ൽ കേന്ദ്ര സർക്കാർ ജസ്റ്റിസ് ജി രോഹിണിയെ അദ്ധ്യക്ഷയാക്കിക്കൊണ്ട് ഒരു കമ്മീഷന് രൂപം നല്കി. കമ്മീഷന്റെ പരിഗണനാ വിഷയങ്ങൾ ഇവയായിരുന്നു: (1) കേന്ദ്ര ഒ ബി സി ലിസ്റ്റിനു കീഴിലുള്ള വിവിധ ജാതി, സമുദായങ്ങൾക്കിടയിൽ സംവരണത്തിന്റെ നേട്ടങ്ങൾ എത്രത്തോളം ന്യായരഹിതമായാണ് വിതരണം ചെയ്യപ്പെട്ടിരിക്കുന്നതെന്ന് പരിശോധിക്കുക (2) ഒ ബി സി വിഭാഗങ്ങളെ ഉപവിഭാഗങ്ങളായി തിരിക്കാനുള്ള സംവിധാനം, മാനദണ്ഡങ്ങൾ, പരിധികൾ എന്നിവ രൂപീകരിക്കുക. ഒ ബി സി സംവരണം അപ്പോഴും 27 ശതമാനം തന്നെയായിരിക്കണം. (3) കേന്ദ്ര ഒ ബി സി പട്ടികയിലെ പേരുകൾ പരിശോധിക്കുകയും അതിലെ ആവർത്തനങ്ങളും അക്ഷരപ്പിശകുകളും അവ്യക്തതകളും അനൗചിത്യങ്ങളും പരിഹരിക്കാനുള്ള ശുപാർശകൾ സമർപ്പിക്കുകയും ചെയ്യുക. പലതവണ കാലാവധി നീട്ടിനല്കിയെങ്കിലും കമ്മീഷൻ ഇതുവരെ റിപ്പോർട്ട് സമർപ്പിച്ചിട്ടില്ല.

പട്ടികജാതികൾക്കിടയിൽ ഉപസംവരണം ഇപ്പോഴും തർക്കവിഷയമായി തുടരുകയാണ്. പട്ടികജാതികളിൽത്തന്നെ സാമൂഹ്യമായി മെച്ചപ്പെട്ട ജീവിതസാഹചര്യം നയിക്കുന്ന സമുദായങ്ങൾ മറ്റുള്ളവരെ പിന്തള്ളി സംവരണത്തിന്റെ നേട്ടങ്ങൾ കൈയടക്കുന്നുവെന്ന ആരോപണം ശക്തമാണ്. 2000 ൽ ആന്ധ്രാ പ്രദേശ് സർക്കാർ ജസ്റ്റിസ് രാമചന്ദ്ര രാജു കമ്മീഷന്റെ ശുപാർശയിന്മേൽ സംസ്ഥാനത്തെ 57 പട്ടിക ജാതികളെ നാല് വിഭാഗങ്ങളായി തിരിക്കുകയും ഓരോവിഭാഗത്തിനും പ്രത്യേക സംവരണശതമാനം ഏർപ്പെടുത്തുകയും ചെയ്തിരുന്നു. എന്നാൽ സംവരണത്തിനായി പട്ടികജാതികളെ ഉപവിഭാഗങ്ങളായി തിരിച്ച് ക്വാട്ട നിശ്ചയിക്കുന്നത് അനുച്ഛേദം 341 ന്റെ അന്തഃസ്സത്തക്കെതിരാണെന്നതിനാൽ ഭരണഘടനാപരമായി അനുവദനീയമല്ല എന്ന് 2004 ലെ ഇ വി ചിന്നയ്യകേസിൽ സുപ്രീംകോടതിയുടെ അഞ്ചംഗബെഞ്ച് വിധിച്ചു. എന്നാൽ ഇതിനു ശേഷവും ചില സംസ്ഥാനങ്ങൾ ഉപസംവരണം ഏർപ്പെടുത്തിയിരുന്നു. പട്ടികജാതികളിലെതന്നെ ഏറ്റവും പിന്നോക്കക്കാരെ കണ്ടെത്തുന്നതിനായി ബീഹാർ സർക്കാർ 2007 ൽ ഒരു മഹാദളിത് കമ്മീഷനെ നിയമിച്ചു. തമിഴ്നാട്ടിലാകട്ടെ, കരുണാനിധി സർക്കാർ 2009 ൽ അരുന്ധതിയർ സമുദായത്തിന് പട്ടികജാതി സംവരണത്തിനുള്ളിൽ 3 ശതമാനം ഉപസംവരണം ഏർപ്പെടുത്തുകയുണ്ടായി. പട്ടികജാതി ജനസംഖ്യയിൽ 16 ശതമാനത്തോളം വരുന്ന ഇവർക്ക് സർക്കാർ സർവ്വീസിൽ അഞ്ചുശതമാനത്തിൽ താഴെ മാത്രമാണ് പ്രാതിനിധ്യമുള്ളത് എന്ന് ജസ്റ്റിസ് ജനാർദ്ദനൻ കമ്മീഷൻ കണ്ടെത്തിയതിനെത്തുടർന്നായിരുന്നു ഇത്. ഏറ്റവുമൊടുവിൽ പഞ്ചാബ് സർക്കാർ ബാൽമീകി, മസ്ഹാബി സിഖുകാർ എന്നിവർക്ക് പട്ടികജാതി ഉപസംവരണം ഏർപ്പെടുത്തിയത് കോടതിയിൽ ചോദ്യം ചെയ്യപ്പെട്ടു. ഈ കേസ് പരിഗണിച്ച സുപ്രീം കോടതിയുടെ അഞ്ചംഗബെഞ്ച് 2020 ആഗസ്തിൽ ചിന്നയ്യ കേസിലെ വിധി പുന:പരിശോധിക്കണമെന്നു ചൂണ്ടിക്കാട്ടി ഏഴംഗ ബെഞ്ചിലേക്ക് റഫർ ചെയ്യുകയുണ്ടായി. ദുർബ്ബലരിൽ ദുർബ്ബലർക്ക് ആശ്വാസം നല്കാൻ അത്തരം വിവേചനം അനിവാര്യമാണ് എന്നാണ് കോടതി നിരീക്ഷിച്ചത്. എന്നാലിത് പട്ടികവിഭാഗ സംവരണത്തിൽ ക്രീമിലെയർ നടപ്പാക്കുന്നതിനുള്ള മുന്നോടിയാണ് എന്ന് ചിലരെങ്കിലും ഭയപ്പെടുന്നുണ്ട്.

എന്തല്ല സംവരണം

സാമുദായികസംവരണം ഭരണഘടനാദത്തമായ സവിശേഷ അവകാശമാണെന്നാണ് ചിലർ ആത്മാർത്ഥമായി വിശ്വസിക്കുന്നത്. ഇന്ത്യൻ ഭരണഘടന വ്യവസ്ഥ ചെയ്യുന്ന പിന്നോക്ക സംവരണം സാമുദായിക സംവരണമല്ല എന്നതാണ് സത്യം. ഇന്ദ്ര സാഹ്നി കേസിൽ അർത്ഥശങ്കയ്ക്കിടയില്ലാത്ത വിധം സുപ്രീം കോടതി അത് വ്യക്തമാക്കുകയും ചെയ്തു:

> അനുച്ഛേദം 16 (4) ന് കീഴിൽ വ്യവസ്ഥ ചെയ്തിരിക്കുന്ന സംവരണം സാമുദായിക സംവരണമെന്ന (communal reservation) നിലയിലല്ല പ്രവർത്തിക്കുന്നത്. പട്ടികജാതിയിൽപ്പെടുന്ന ഒരാൾക്ക് മെറിറ്റിന്റെ തന്നെ അടിസ്ഥാനത്തിൽ ജനറൽ സീറ്റിലേക്ക് തിരഞ്ഞെടുക്കപ്പെടാം. അത് പട്ടികജാതി സീറ്റിലേക്കുള്ളതായി കണക്കാക്കില്ല; അവർ പൊതു മത്സരാർത്ഥി എന്ന നിലയിലേ പരിഗണിക്കപ്പെടുകയുള്ളൂ.

സാമൂഹ്യമായ കാരണങ്ങളാൽ പിന്നോക്കാവസ്ഥ അനുഭവിക്കുന്ന വിഭാഗങ്ങൾക്ക് ഉദ്യോഗപ്രവേശനത്തിൽ സമൂഹത്തിലെ മറ്റ് അംഗങ്ങൾക്കൊപ്പം തന്നെ അവസരം നല്കുകയും അതുവഴി തുല്യത എന്ന ഭരണഘടനാമൂല്യത്തെ യാഥാർത്ഥ്യമാക്കുകയും ചെയ്യുന്നതിനുവേണ്ടിയാണ് അനുച്ഛേദം 16 (4) ഭരണഘടനയിൽ ഉൾപ്പെടുത്തിയിരിക്കുന്നത്. സാമുദായിക സംവരണവും പിന്നോക്ക സംവരണവും വ്യത്യസ്തമായ രണ്ട് കാര്യങ്ങളാണ്. ഒരു സവിശേഷ ജാതിയിൽ ജനിച്ചു എന്നതല്ല, സാമൂഹ്യമായ പിന്നോക്കാവസ്ഥയാണ് സംവരണത്തിന് അർഹത നേടുന്നതിനുള്ള മാനദണ്ഡം. ജാതീയമായ അവശതകൾ പിന്നോക്കാവസ്ഥയ്ക്ക് കാരണമാകുന്നു എന്ന യാഥാർത്ഥ്യം ഉൾക്കൊണ്ടുകൊണ്ട് ജാതിയുടെ അടിസ്ഥാനത്തിലുള്ള സംവരണത്തിന് അംഗീകാരം നല്കുന്നു എന്നുമാത്രം. സംവരണം ഒരു ദാരിദ്ര്യ നിർമ്മാർജ്ജന പദ്ധതിയോ ജാതിമൂലമുള്ള അവശതകൾ പരിഹരിക്കാനോ ഉള്ള പദ്ധതിയല്ല. ജാതിയും പിന്നോക്കാവസ്ഥയും ഒന്നല്ല. ജാതിയിൽനിന്ന് മോചനം സാദ്ധ്യമല്ലെങ്കിലും പിന്നോക്കാവസ്ഥയിൽ നിന്ന് മോചനം സാദ്ധ്യമാണ്. സ്വാതന്ത്ര്യപൂർവ്വ ഫ്യൂഡൽ ഇന്ത്യയിൽ ജാതിയും പിന്നോക്കാവസ്ഥയും പരസ്പരബന്ധിതമായിരുന്നു. ഓരോ ജാതിക്കും അതിന്റേതായ ആചാരപദവിയും തൊഴിലുമുണ്ടായിരുന്നതിനാൽ അതിലെ അംഗത്തിന് അതിൽനിന്നും വേറിട്ട സ്വത്വമുണ്ടായിരുന്നില്ല; സാമൂഹ്യമായ ഉയർച്ചയ്ക്ക് അവസരവുമുണ്ടായിരുന്നില്ല. എന്നാൽ 1950 ൽ നിലവിൽ വന്ന ഇന്ത്യൻ ഭരണഘടന ഔപചാരികമായെങ്കിലും ഇവ തമ്മിലുള്ള ബന്ധം വിടർത്തി. തുല്യതയും നീതിയും സാഹോദര്യവും മുഖമുദ്രയായ ഒരു ആധുനിക സമൂഹമായി ഇന്ത്യയെ സംഘാടനം ചെയ്യുക എന്നതായിരുന്നു അതിന്റെ ലക്ഷ്യം. അത്തരമൊരു സമൂഹത്തിന്റെ കേന്ദ്രസ്ഥാനത്ത് അത് പൗരനെ പ്രതിഷ്ഠിച്ചു. സ്വന്തം ഇച്ഛകൾ സാക്ഷാൽക്കരിക്കാനും ജീവിതത്തിൽ മുന്നേറാനും പൗരന്മാർക്ക് ജാതിയോ മതമോ വിലങ്ങുതടിയാവാത്ത ഒരു രാഷ്ട്രമാണ് ഭരണഘടന വിഭാവനം ചെയ്തത്. എന്നാൽ ഭരണഘടന നിലവിൽ വരുന്നതോടെ ജാതി അപ്രത്യക്ഷമാവുകയോ അപ്രസക്തമാവുകയോ ചെയ്യുകയില്ല എന്ന് ഭരണഘടനാശില്പികൾക്ക് നല്ലവണ്ണം ബോദ്ധ്യമുണ്ടായിരുന്നു. അതുകൊണ്ടാണ് ഔപചാരികമായ തുല്യതാസങ്കല്പത്തിനപ്പുറം

സംവരണവ്യവസ്ഥകൾ കൂടി ഉൾപ്പെടുത്തിയത്. ഒരുകാൽ ആദർശത്തിലും മറുകാൽ പ്രായോഗികതയിലും ഊന്നിയ സമീപനമായിരുന്നു ഇത്. ചില വിഭാഗങ്ങളെ-പ്രത്യേകിച്ചും പട്ടിക വിഭാഗങ്ങളെ-സംബന്ധിച്ചിടത്തോളം സ്വാതന്ത്ര്യം ലഭിച്ച് എഴുപതു വർഷത്തിനു ശേഷവും ഭരണഘടന ഉറപ്പുനല്കിയ ആദർശങ്ങൾ സാക്ഷാൽക്കരിക്കപ്പെട്ടില്ല എന്നത് സത്യമാണ്. എന്നാൽ ഒ ബി സി വിഭാഗങ്ങളുടെ കാര്യം അങ്ങനെയല്ല. അത്യന്തം വൈജാത്യം നിറഞ്ഞ ഒ ബി സി ജാതികൾ സാമൂഹികസാമ്പത്തിക നിലകളിൽ പല തട്ടുകളിലാണ് സ്ഥിതി ചെയ്യുന്നത്. പട്ടിക വിഭാഗങ്ങൾക്ക് സമാനമായ പിന്നോക്കാവസ്ഥ അനുഭവിക്കുന്നവരും മുന്നോക്കസമുദായങ്ങൾക്ക് സമാനമായ സാമൂഹ്യനില കൈവരിച്ചവരും ഇക്കൂട്ടത്തിലുണ്ട്. 1970 കളിലെ ഹരിത വിപ്ലവം കർഷക ഒ ബി സി ജാതികളിലെ ഒട്ടേറെപ്പേരെ സാമ്പത്തികമായി മുന്നേറാൻ സഹായിച്ചിട്ടുണ്ട്. നരസിംഹറാവു സർക്കാരിന്റെ പുത്തൻ സാമ്പത്തിക പരിഷ്കാരങ്ങൾ പലർക്കും അവസരങ്ങളുടെ പുതിയ ആകാശവും തുറന്നു നല്കി. ഇവരിൽ സാമൂഹ്യമായി തങ്ങളുടെ നില വളരെയധികം മെച്ചപ്പെടുത്തിയ വിഭാഗത്തെ സംവരണാനുകൂല്യത്തിൽനിന്നും ഒഴിവാക്കേണ്ടത് തീർത്തും അനിവാര്യമാണ്. അല്ലാത്തപക്ഷം അവർ ആ സമൂഹത്തിലെ ശരിയായ പിന്നോക്കക്കാരുടെ അവസരമാണ് കവരുന്നത്. 2001 ലെ ബദപ്പനവർ കേസിൽ, പിന്നോക്ക വിഭാഗങ്ങളിലെ ക്രീമിലെയറിനെ മറ്റുള്ളവർക്കൊപ്പം പരിഗണിക്കുന്നതുതന്നെ, തുല്യരല്ലാത്തവരെ തുല്യമായി പരിഗണിക്കുന്നതിന് സമാനമാണ് എന്ന് ചൂണ്ടിക്കാട്ടിയിരുന്നു. ഒ ബി സികളുടെ സാമൂഹ്യനില തിരിച്ചറിയുന്നതിനു വേണ്ടിയാണ് ഒരു മാനദണ്ഡം എന്ന നിലയിൽ വരുമാന-ആസ്തി പരിധി നിശ്ചയിച്ചിരിക്കുന്നത്. അല്ലാതെ പലരും പ്രചരിപ്പിക്കുന്നതുപോലെ സമ്പത്തിന്റെ അടിസ്ഥാനത്തിൽ ചിലരെ ഒഴിവാക്കുകയല്ല. നിലവിൽ 8 ലക്ഷം രൂപയാണ് ഒ ബി സികളിലെ ക്രീമിലെയർ പരിധി. അതായത് ഒരു ദിവസം 2200 രൂപയും അതിൽക്കൂടുതലും വരുമാനമുള്ള ഒരാളെ മാത്രമാണ് സംവരണത്തിൽ നിന്ന് ഒഴിവാക്കുക. ഇന്ത്യയിലെ ദാരിദ്ര്യരേഖ നിശ്ചയിക്കാൻ നിയമിക്കപ്പെട്ട രംഗരാജൻ കമ്മിറ്റി അഖിലേന്ത്യാടിസ്ഥാനത്തിൽ ദാരിദ്ര്യരേഖയായി നിശ്ചയിച്ചത് ഗ്രാമങ്ങളിൽ പ്രതിദിനം 32 രൂപയും നഗരങ്ങളിൽ 47 രൂപയും ആയിരുന്നു എന്നോർക്കണം. എന്നാൽ ക്രീമിലെയർ സംവിധാനം പട്ടികവിഭാഗങ്ങളെ സംബന്ധിച്ചിടത്തോളം അപ്രസക്തമാണ്. അവരുടെ സാമൂഹ്യനില ഏതു മാനദണ്ഡംകൊണ്ട് അളന്നാലും പിന്നോക്കമാണ് എന്നതിന് അവരുടെ പട്ടികയിലെ സാന്നിദ്ധ്യംതന്നെ തെളിവാണ്. എന്നാലിത് ഒ ബി സികൾക്ക് അവകാശപ്പെടാനാവില്ല. സംവരണത്തിന് അർഹത നേടാൻ പട്ടിക വിഭാഗങ്ങൾക്കു സമാനമായ പിന്നോക്കാവസ്ഥ നേരിടണമെന്ന് നിർബ്ബന്ധമില്ലെന്നും മറ്റുള്ള വിഭാഗങ്ങൾക്ക് വ്യത്യസ്ത മാനദണ്ഡങ്ങളുപയോഗിക്കാമെന്നും സുപ്രീം കോടതി വ്യക്തമാക്കിയിട്ടുണ്ട്.

സ്വാഭാവികമായും ഒ ബി സികൾക്ക് മാത്രമായി ക്രീമിലെയർ സംവിധാനം കൊണ്ടുവരാൻ ഇത് സർക്കാരിന് അനുവാദം നല്കുന്നു.

പിന്നോക്കജാതിക്കാരനായ ഒരു വ്യക്തി സാമൂഹ്യമായി മുന്നേറിയാലും ചില സന്ദർഭങ്ങളിലെങ്കിലും വിവേചനങ്ങളും മുൻവിധികളും നേരിടേണ്ടി വന്നേക്കുമെന്നത് സത്യം തന്നെയാണ്. എന്നാൽ സംവരണത്തിലൂടെ ഈ പ്രശ്നങ്ങൾ പരിഹരിക്കാൻ കഴിയില്ല. ഒരു ജാതിയെ മൊത്തത്തിൽ ക്രീമിലെയറിൽപ്പെടുത്തി സംവരണപരിധിയിൽ നിന്ന് ഒഴിവാക്കുകയല്ല ചെയ്യുന്നത്, മറിച്ച് ആ ജാതിയിലെ വരേണ്യവിഭാഗത്തിനു മാത്രമാണ് സംവരണാനുകൂല്യം നിഷേധിക്കുന്നത്. അതുവഴി ആ ജാതിയിലെ ശരിയായ പിന്നോക്കക്കാർക്കുള്ള അവസരം ഉറപ്പാക്കപ്പെടുകയുമാണ്. എന്നിട്ടും എന്തുകൊണ്ടാവും സ്വത്വരാഷ്ട്രീയവാദികൾ പിന്നോക്കസംവരണത്തെ ജാതിസംവരണമായി മാത്രം ചുരുക്കിവായിക്കുകയും ക്രീമിലെയർ തത്ത്വത്തെ എതിർക്കുകയും ചെയ്യുന്നത്? ഇതിനു കാരണം സ്വത്വരാഷ്ട്രീയ പ്രസ്ഥാനങ്ങൾ നേരിടുന്ന ആന്തരികവൈരുദ്ധ്യമാണ്. ദളിത് പിന്നോക്ക സമുദായ രൂപീകരണത്തിനുള്ള ഏറ്റവും വലിയ പ്രതിബന്ധം അതിലെ വിപുലവും സങ്കീർണ്ണവുമായ ജാതി–ഉപജാതി വേർതിരിവുകളാണ്. മേൽജാതികൾ മാത്രമല്ല കീഴാളജാതികളും ശ്രേണീകൃതമായാണ് നിലനില്ക്കുന്നത്. 'മുകളിൽ നിന്നുള്ള തൊഴിക്കു മുന്നിൽ തലകുനിച്ചു കൊടുക്കുകയും ഒപ്പം താഴെയുള്ളവനെ തൊഴിക്കുകയും, ആദ്യത്തേതിനെ പ്രതിരോധിക്കാനോ രണ്ടാമത്തേതിൽ നിന്ന് മാറിനില്ക്കാനോ ശ്രമിക്കാതിരിക്കുകയും ചെയ്യുന്ന ആളുകളാൽ' നിർമ്മിതമാണ് ഹിന്ദു സമൂഹം എന്ന് മറാത്തി കവിയായ ഗോവിന്ദ രാജിനെ ഉദ്ധരിച്ചുകൊണ്ട് ഇരാവതികാർവേ എഴുതുന്നുണ്ട്.[7] അധികാരവും വിഭവങ്ങളും വ്യത്യസ്ത രീതിയിൽ വിതരണം ചെയ്യപ്പെട്ട ജാതിയുടെ ഈ ലംബമാതൃക ദളിത്ജാതി–ഉപജാതികളുടെ ഐക്യപ്പെടലുകളെ എല്ലാക്കാലത്തും അസ്ഥിരപ്പെടുത്തുകയും ചെയ്തിട്ടുണ്ട്. എന്നാൽ ജാതിസംവരണം ഈ വിഭാഗങ്ങളെയെല്ലാം ഒരുമിപ്പിക്കുന്ന പൊതുവായ ഒരു ആവശ്യമാണ്. സമുദായത്തിലെ വരേണ്യവിഭാഗങ്ങളുടെ താല്പര്യങ്ങളെ തൃപ്തിപ്പെടുത്തിക്കൊണ്ടുതന്നെ പിന്നോക്കക്കാരായ സമുദായാംഗങ്ങളെ തങ്ങടെ കൊടിക്കീഴിൽ അണിനിരത്താൻ സഹായിക്കുന്ന ഒറ്റമൂലിയാണ് ജാതിസംവരണവാദം. അതേസമയം ക്രീമിലെയർ സങ്കല്പം ഈ സമുദായങ്ങളിലെ ഭിന്നതാല്പര്യങ്ങളെ പുറത്തുകൊണ്ടുവരുന്നു. പ്രത്യേക നിയോജകമണ്ഡലം എങ്ങനെ ഹിന്ദുസമുദായത്തെ തകർക്കും എന്ന് ഗാന്ധി ഭയപ്പെട്ടോ, അതുപോലെ ക്രീമിലെയർ ദളിത് പിന്നോക്ക സമുദായ ഐക്യത്തെ തകർക്കും എന്ന് സ്വത്വവാദി ഗ്രൂപ്പുകൾ ഭയപ്പെടുന്നു. അതുകൊണ്ടാണ് തങ്ങളെ നേരിട്ടു ബാധിക്കാത്ത കാര്യമായിരുന്നിട്ടുകൂടി ക്രീമിലെയറിനെ അവർ നഖശിഖാന്തം എതിർക്കുന്നത്. എൻ എം തോമസ് കേസിൽ ജസ്റ്റിസ് കൃഷ്ണയ്യർ ചൂണ്ടിക്കാണിച്ച സംവരണത്തിന്റെ മൂന്ന് അപകടങ്ങളിൽ

ആദ്യത്തേത് ക്രീമിലെയർ വിഭാഗം സംവരണാനുകൂല്യങ്ങൾ കൈയടക്കുന്നതാണെങ്കിൽ രണ്ടാമത്തേത്, കാലക്രമേണ തങ്ങളുടെ സാമൂഹ്യപദവി മെച്ചപ്പെടുത്തിയ ഗ്രൂപ്പുകൾ പിന്നോക്കക്കാരെന്നു സ്വയംനിർണ്ണയം ചെയ്യുകയും സംവരണം ദുരുപയോഗംചെയ്ത് തങ്ങൾക്കു തുല്യരായ ജനറൽ വിഭാഗത്തോട് മത്സരിക്കുകയും ചെയ്യുന്നു എന്നതാണ്. മൂന്നാമത്തേതാകട്ടെ, പിന്നോക്കാവസ്ഥയുടെ പ്രശ്നങ്ങൾ പരിഹരിക്കാൻ സാമൂഹ്യപരിസ്ഥിതി മെച്ചപ്പെടുത്തുന്നതും മികച്ച വിദ്യാഭ്യാസ സൗകര്യങ്ങൾ ലഭ്യമാക്കുന്നതും അന്തർജാതി, മിശ്ര വിവാഹങ്ങൾ പ്രോത്സാഹിപ്പിക്കുന്നതുമൊക്കെയാണ് മാർഗ്ഗങ്ങൾ എന്ന വസ്തുത സംവരണത്തിന്റെ ഗുണഫലങ്ങൾ മാത്രം കാംക്ഷിക്കുന്ന വിഭാഗങ്ങൾ സൗകര്യപൂർവ്വം മറച്ചുവെക്കുന്നു എന്നതാണ്. ജാതിമൂലമുണ്ടാകുന്ന പ്രശ്നങ്ങൾ പരിഹരിക്കാനുള്ള ഉത്തരവാദിത്വം മുഴുവനായും സംവരണത്തിനുമേൽ കെട്ടിയേല്പിക്കപ്പെടുന്നതും അത് ക്രീമിലെയർരഹിത ജാതിസംവരണത്തിനുള്ള ന്യായവാദമാകുന്നതും ജസ്റ്റിസ് കൃഷ്ണയ്യർ മുൻകൂട്ടി കാണാത്ത അപകടമായിരുന്നു.

അവലംബം

1. *Cited in Indian Constitution,* Madhav Khosla, Oxford India, 2012
2. ജ. കുൽദീപ് സിങ്ങിന്റെ വിധിന്യായം
3. *Maoism, Democracy and Globalisation: Cross-currents in Indian Politics,* Ajay Gudavarthy, SAGE Publications, 2014
4. It's High Time Tamil Nadu Rationalises Its Quota System, Venkatanarayanan S., The Wire, 17 August 2019
5. India's Affirmative Action Politics As Seen Through Tamil Nadu's Specious Quota Law - P Radhakrishnan, Countercurrent.org , 10 February2012
6. *Ideology and Identiy: The Changing Party Systems of India*, Pradeep K. Chhibber, Rahul Varma, Oxford University Press, 2018
7. *Cited in The Indians: Portrait of A People*, Katharina Kakar & Sudhir Kakar, Penguin India, 2009.

വിധിക്ക് ശേഷം:
സംവരണത്തിന്റെ വർത്തമാനം

ഇന്ദ്ര സാഹ്നി കേസിന് ശേഷമുള്ള രണ്ടു പതിറ്റാണ്ടുകൾ സംവരണത്തെ സംബന്ധിച്ചിടത്തോളം സംഭവബഹുലമായിരുന്നു. ആ കേസിൽ സുപ്രീം കോടതി ചുമത്തിയ നിബന്ധനകൾ മറികടക്കാനും പട്ടികജാതികൾക്കു സമാനമായി ഒ ബി സി സംവരണം എല്ലാ മേഖലകളിലും നടപ്പിലാക്കാനുമായി കേന്ദ്രസർക്കാർ ഒട്ടേറെ ഭരണഘടനാ ഭേദഗതികളും നിയമങ്ങളും പാർലമെന്റിൽ പാസാക്കി. ഇതിൽ മിക്കവയും സുപ്രീം കോടതിയിൽ ചോദ്യം ചെയ്യപ്പെടുകയും ഏതാണ്ട് മൂന്ന് ദശാബ്ദക്കാലത്തോളം സംവരണവിഷയത്തെ സജീവമാക്കി നിർത്തുകയും ചെയ്തു. പട്ടിക ജാതി, പട്ടികഗോത്രവർഗ്ഗങ്ങൾക്ക് സ്ഥാനക്കയറ്റത്തിൽ സംവരണം നിർത്തലാക്കിയത് സർക്കാർ മറികടന്നതായിരുന്നു ആദ്യചുവടുവെയ്പ്. 1955 മുതൽ നിലവിലുണ്ടായിരുന്ന ഈ പ്രത്യേക വ്യവസ്ഥ കാര്യക്ഷമതയെ പ്രതികൂലമായി ബാധിക്കുമെന്ന് ചൂണ്ടിക്കാട്ടി സുപ്രീംകോടതി നിർത്തലാക്കിയിരുന്നു. ഇത് തിരിച്ചുകൊണ്ടുവരുന്നതിനായി സർക്കാർ 1995 ൽ 77 -ാം ഭരണഘടനാ ഭേദഗതിയിലൂടെ അനുച്ഛേദം 16 (4A) എന്ന ഒരു ഭാഗം കൂട്ടിച്ചേർത്തു. സർക്കാരിന്റെ അഭിപ്രായത്തിൽ മതിയായ പ്രാതിനിധ്യം ലഭിച്ചിട്ടില്ലാത്ത പട്ടികജാതി, പട്ടികഗോത്രവർഗ്ഗങ്ങൾക്ക് സർക്കാർ സർവ്വീസിൽ സ്ഥാനക്കയറ്റം നല്കാൻ അനുവാദം നല്കുന്നതായിരുന്നു ഈ വകുപ്പ്. അനുച്ഛേദം 16 (4)ൽ നിന്നു വ്യത്യസ്തമായി, പിന്നോക്ക വിഭാഗങ്ങൾ എന്ന പ്രയോഗത്തിന് പകരം ഒ ബി സി വിഭാഗങ്ങളെ ഒഴിവാക്കിക്കൊണ്ട് പട്ടിക വിഭാഗങ്ങളുടെ കാര്യം പ്രത്യേകം എടുത്തുപറഞ്ഞത് ശ്രദ്ധേയമാണ്. ഇതോടെ മറ്റൊരു പ്രശ്നം ഉയർന്നു വന്നു. ജൂനിയറായ പട്ടികവിഭാഗങ്ങളിൽപ്പെട്ടവർ മുൻപേ തന്നെ സ്ഥാനക്കയറ്റം നേടി സീനിയറായ ജനറൽ

വിഭാഗത്തിലുള്ളവരേക്കാൾ മുകളിലെത്തുന്ന സ്ഥിതിയുണ്ടായി. ഈ പ്രശ്നം പല കേസുകളിലായി സുപ്രീം കോടതിയിലെത്തി. വീർപാൽ സിങ് (1995), അജിത് സിങ് (1996) കേസുകളിൽ സുപ്രീം കോടതി ഇതിനു പരിഹാരം കാണാനായി ഒരു നിയമം കൊണ്ടുവന്നു. ക്യാച്ച് അപ്പ് നിയമം എന്നറിയപ്പെടുന്ന ഇതനുസരിച്ച്, ജനറൽ വിഭാഗത്തിൽപ്പെട്ട സീനിയറായ ഒരു ഉദ്യോഗസ്ഥൻ പട്ടികവിഭാഗക്കാരായ ജൂനിയർ ഉദ്യോഗസ്ഥർക്ക് ശേഷമാണ് സ്ഥാനക്കയറ്റം നേടുന്നതെങ്കിലും, അയാൾക്ക് മുൻപേ സ്ഥാനക്കയറ്റം നേടിയ ജൂനിയർമാരെക്കാൾ സീനിയോറിറ്റിക്ക് അർഹതയുണ്ടായിരിക്കും. ഈ ക്യാച്ച് അപ്പ് നിയമത്തെ റദ്ദാക്കാനായാണ് സർക്കാർ 2001 ൽ 85–ാം ഭരണഘടനാ ഭേദഗതി കൊണ്ടുവന്നത്. അതുപ്രകാരം, അനുച്ഛേദം 16 (4A) യെ ഭേദഗതി ചെയ്ത് 'സ്ഥാനക്കയറ്റത്തിന്റെ സംഗതിയിൽ' എന്ന വാചകത്തിന് പകരം 'സ്ഥാനക്കയറ്റത്തിന്റെ സംഗതിയിൽ, അനന്തരഫലമായ സീനിയോറിറ്റി സഹിതം' എന്നാക്കി.

ക്യാരി ഫോർവേഡുമായി ബന്ധപ്പെട്ടതായിരുന്നു മറ്റൊരു പ്രശ്നം. മുൻവർഷം നികത്തപ്പെടാത്ത സംവരണ ഒഴിവുകൾ (Backlog vacancies) തൊട്ടടുത്ത വർഷത്തേക്കോ തുടർന്നുള്ള വർഷങ്ങളിലേക്കോ കൈമാറുകയും അതിനുവേണ്ടി പ്രത്യേക റിക്രൂട്ട്മെന്റുകൾ നടത്തുകയും ചെയ്യുന്ന ഈ രീതി 1952 മുതൽ നിലവിലുണ്ടായിരുന്ന ഒന്നാണ്. ഇങ്ങനെ കൈമാറിക്കിട്ടിയ ഒഴിവുകൾ ആ വർഷത്തെ സാധാരണ ഒഴിവുകൾക്കൊപ്പം കൂട്ടാറുണ്ടായിരുന്നില്ല. 1963 ലെ ദേവദാസൻ കേസിൽ ഈ സമ്പ്രദായം ഭരണഘടനാവിരുദ്ധമായി പ്രഖ്യാപിക്കപ്പെട്ടിരുന്നു. ബാലാജി കേസിൽ സുപ്രീം കോടതി നടത്തിയ നിരീക്ഷണങ്ങളെ ആധാരമാക്കിയാണ് ജസ്റ്റിസ് മുധോൽക്കർ ഇത്തരമൊരു വിധി പുറപ്പെടുവിക്കുന്നത്. എന്നാൽ ഇന്ദ്ര സാഹ്നി കേസിൽ ക്യാരി ഫോർവേഡ് സമ്പ്രദായം സുപ്രീം കോടതി അംഗീകരിച്ചു. പക്ഷേ, ഒരു വർഷത്തെ മൊത്തം സംവരണം ക്യാരി ഫോർവേഡ് ഉൾപ്പെടെ സംവരണ പരിധിയായ 50 ശതമാനത്തിനുള്ളിൽ നില്ക്കണം എന്നുകൂടി നിബന്ധന വെച്ചു. ഇത് പിന്നോക്ക വിഭാഗങ്ങൾക്ക് അർഹമായ സീറ്റുകൾ നഷ്ടപ്പെടാൻ ഇടയാക്കുമെന്ന് ബോദ്ധ്യപ്പെട്ട സർക്കാർ ഈ വിധിയെ മറികടക്കാൻ 2000 ൽ 81–ാം ഭരണഘടനാ ഭേദഗതിയിലൂടെ അനുച്ഛേദം 16 (4B) എന്ന പുതിയ ഒരു ഭാഗം കൂട്ടിച്ചേർത്തു. ക്യാരി ഫോർവേഡിലൂടെ മുൻവർഷങ്ങളിൽ നിന്ന് കൈമാറിക്കിട്ടിയ ഒഴിവുകൾ ഒരു പ്രത്യേക വിഭാഗമായി കണക്കാക്കണമെന്നും ആ വർഷത്തെ ഒഴിവുകളോടൊപ്പം പരിഗണിക്കേണ്ടതില്ല എന്നും ഇതിൽ വ്യവസ്ഥ ചെയ്തു.

സർക്കാർ സർവ്വീസിലേക്ക് നിയമനങ്ങൾ നടത്തുമ്പോൾ പിന്നോക്ക വിഭാഗങ്ങളുടെ സംവരണത്തെ സംബന്ധിച്ച അവകാശങ്ങൾക്കൊപ്പം തന്നെ കാര്യക്ഷമതയും ഉറപ്പാക്കപ്പെടണമെന്ന ഭരണഘടനാ നിബന്ധന(അനുച്ഛേദം 335) പലപ്പോഴും നിയമപ്രശ്നങ്ങൾക്ക് വഴിവെച്ചിരുന്നു.

കാര്യക്ഷമതയെന്നത് എവിടെയും നിർവ്വചിക്കപ്പെട്ടിട്ടില്ല എന്നതുകൊണ്ട് തന്നെ, പലർക്കും പല നിലകളിൽ വ്യാഖ്യാനിക്കാൻ അത് അവസരം നല്കി. സംവരണത്തിന്റെ അന്ത:സത്ത തന്നെ ചോർത്തിക്കളയുന്ന ചില നടപടികളും അതിനെ ആധാരമാക്കി സ്വീകരിക്കപ്പെട്ടു. ഇന്ദ്ര സാഹ്നി കേസിൽ നേരിട്ടുള്ള നിയമനങ്ങളിൽ മാർക്കിളവ് നല്കാമെന്നും എന്നാൽ പട്ടികവിഭാഗങ്ങൾക്ക് സ്ഥാനക്കയറ്റത്തിൽ ഇത്തരം ഇളവുകൾ നല്കുന്നത് അനുച്ഛേദം 335 ന് വിരുദ്ധമാണ് എന്നും വ്യക്തമാക്കിയിരുന്നു. ക്യാരി ഫോർവേഡ്, സംവരണ വിഭാഗങ്ങൾ യോഗ്യതാപരീക്ഷ പാസാവാൻ വേണ്ട കാലയളവിൽ ഇളവ് തുടങ്ങിയവ മാത്രമാണ് അനുവദനീയം. 1996 ലെ എസ് വിനോദ് കുമാർ കേസിൽ ഈ വിഷയം സുപ്രീം കോടതി വീണ്ടും പരിഗണിക്കുകയും പട്ടിക വിഭാഗങ്ങൾക്ക് സ്ഥാനക്കയറ്റത്തിനുവേണ്ടി നടത്തുന്ന പരീക്ഷകളിൽ മാർക്കിളവ്, മൂല്യനിർണ്ണയ മാനദണ്ഡങ്ങളിൽ കുറവുചെയ്യൽ എന്നിവ റദ്ദാക്കുകയും ചെയ്തു. ഇതിനെത്തുടർന്ന് 1997 ൽ ഈ ആനുകൂല്യങ്ങൾ അവസാനിപ്പിച്ചുകൊണ്ട് സർക്കാർ ഉത്തരവ് പുറപ്പെടുവിച്ചു. എന്നാൽ ഈ നടപടി പിന്നോക്ക വിഭാഗങ്ങളുടെ അധികാരപങ്കാളിത്തത്തെ പ്രതികൂലമായി ബാധിക്കുമെന്ന് വിവിധ സംഘടനകളും പാർലമെന്റ് അംഗങ്ങളും ചൂണ്ടിക്കാട്ടിയതിനെത്തുടർന്ന് ഒരു പുതിയ ഭേദഗതിയിലൂടെ കോടതി വിധി മറികടക്കാൻ സർക്കാർ തീരുമാനിച്ചു. 2001 ൽ സർക്കാർ 82–ാം ഭരണഘടനാഭേദഗതി പാസാക്കി പട്ടികവിഭാഗങ്ങളുടെ സ്ഥാനക്കയറ്റം സംബന്ധിച്ച് യോഗ്യതാ മാർക്കിൽ ഇളവുവരുത്താനും മൂല്യനിർണ്ണയ മാനദണ്ഡങ്ങളിൽ കുറവുചെയ്യാനും അനുച്ഛേദം 335 തടസ്സമല്ല എന്ന് വ്യവസ്ഥപ്പെടുത്തി. മേൽപ്പറഞ്ഞ നാല് ഭരണഘടനാ ഭേദഗതികളുടെയും നിയമസാധുത ചോദ്യം ചെയ്യപ്പെട്ടത് നാഗരാജ് കേസിലായിരുന്നു.

നാഗരാജ് കേസ് (2006)

ഇന്ദ്ര സാഹ്നി കേസിന് ശേഷം സംവരണവുമായി ബന്ധപ്പെട്ട് സുപ്രീം കോടതി പരിഗണിച്ച രണ്ട് പ്രാധാന കേസുകളിൽ ആദ്യത്തേതാണ് നാഗരാജ് Vs. യൂണിയൻ ഓഫ് ഇന്ത്യ കേസ്. പട്ടികവിഭാഗങ്ങൾക്കുള്ള സ്ഥാനക്കയറ്റ സംവരണം, മാർക്കിലും മാനദണ്ഡങ്ങളിലും ഇളവ് നല്കൽ, ക്യാരി ഫോർവേഡ് ഒഴിവുകൾ സംവരണപരിധിയിൽനിന്ന് ഒഴിവാക്കൽ എന്നീ വിഷയങ്ങളാണ് ഈ കേസിൽ പ്രധാനമായും പരിഗണിക്കപ്പെട്ടതെങ്കിലും, ഭരണഘടനാഭേദഗതികളുടെ സാധുത തീർച്ചപ്പെടുത്തുന്നതിന് പുതിയ മാർഗ്ഗങ്ങൾ ആവിഷ്കരിച്ചതുവഴി നിമയവ്യവഹാരങ്ങളിൽ സവിശേഷ ശ്രദ്ധ നേടിയ കേസുകൂടിയാണ് ഇത്. പ്രശസ്തമായ കേശവാനന്ദഭാരതി കേസിൽ (1973) ഭരണഘടന ഭേദഗതി ചെയ്യാൻ പാർലമെന്റിന് അനിയന്ത്രിതമായ അധികാരമില്ല എന്നും ഒരു ഭേദഗതിയും ഭരണഘടനയുടെ അടിസ്ഥാന ഘടനയിൽ മാറ്റം വരുത്താൻ പാടില്ല എന്നും സുപ്രീംകോടതി വിധിക്കുകയുണ്ടായി. എന്നാൽ ഭരണഘടന

യുടെ അടിസ്ഥാനഘടനയിൽ എന്തൊക്കെ ഉൾപ്പെടുന്നു എന്ന തർക്ക വിഷയമായി തുടരുന്നു. നാഗരാജ് കേസിൽ ഒരു ഭരണഘടനാ ഭേദഗതി ഭരണഘടനയുടെ അടിസ്ഥാനഘടനയെ ഭഞ്ജിക്കുന്നുണ്ടോ എന്ന് കണ്ടെത്തുന്നതിനായി രണ്ട് പരിശോധനകൾ സുപ്രീം കോടതി മുന്നോട്ടു വെച്ചു: വൈപുല്യ പരിശോധനയും തന്മാപരിശോധനയും (Width test and Identity test). വൈപുല്യ പരിശോധനയിൽ പുതിയഭേദഗതിയുടെ അധികാരവ്യാപ്തിയും ഏതെങ്കിലും തരത്തിൽ അത് നിലവിലുള്ള ഭരണഘടനാനിബന്ധനകളെ ലംഘിക്കുന്നുണ്ടോ എന്നും പരിശോധിക്കുന്നു. തന്മാപരിശോധനയിലാകട്ടെ, പ്രസ്തുത ഭേദഗതി തിരിച്ചറിയാൻ കഴിയാത്തവിധം ഭരണഘടനയുടെ തന്മയെ മാറ്റിമറിക്കുന്നുണ്ടോ എന്നും പരിശോധിക്കുന്നു. കോടതിയുടെ അഭിപ്രായത്തിൽ 50 ശതമാനം സംവരണ പരിധി (അളവുപരമായ പരിമിതപ്പെടുത്തൽ), ക്രീമിലെയർ (ഗുണപരമായ ഒഴിവാക്കൽ), പിന്നോക്കാവസ്ഥയും മതിയായ പ്രാതിനിധ്യമില്ലായ്മയും, ഭരണപരമായ കാര്യക്ഷമത (സവിശേഷ കാരണങ്ങൾ) എന്നിവയാണ് സംവരണത്തെ സംബന്ധിക്കുന്ന ഭരണഘടനാപരമായ നിബന്ധനകൾ. ഇവയുടെ അഭാവത്തിൽ അനുച്ഛേദം 16 വിഭാവനംചെയ്യുന്ന അവസര സമത്വത്തിന്റെ ഘടന തകരുമെന്നും കോടതി നിരീക്ഷിച്ചു. പാർലമെന്റ് പാസാക്കിയ നാല് ഭരണഘടനാ ഭേദഗതികളും ഇവ ലംഘിക്കുന്നില്ല എന്ന് കോടതിക്ക് ബോദ്ധ്യപ്പെട്ടു. തിരിച്ചറിയാൻ കഴിയാത്തവിധം അത് ഭരണഘടനയെ വികലമാക്കുകയും ചെയ്യുന്നില്ല. അതുകൊണ്ടുതന്നെ ഈ ഭേദഗതികളുടെ ഭരണഘടനാസാധുത അംഗീകരിക്കപ്പെട്ടു.

എന്നാൽ ദൂരവ്യാപകമായ ഫലങ്ങളുളവാക്കുന്ന ചില നിരീക്ഷണങ്ങൾ കോടതിയുടെ ഭാഗത്തുനിന്നുണ്ടായി. മൂന്ന് നിബന്ധനകൾ പാലിച്ചുകൊണ്ടേ സ്ഥാനക്കയറ്റത്തിൽ സംവരണം നല്കാൻ കഴിയൂ എന്ന് കോടതി വ്യക്തമാക്കി:

1. സംവരണം നേടുന്നവരുടെ പിന്നോക്കാവസ്ഥ ബോദ്ധ്യപ്പെടുത്തണം.
2. പട്ടികജാതി, പട്ടികവിഭാഗങ്ങൾക്ക് സർവ്വീസിൽ മതിയായ പ്രാതിനിധ്യമില്ല എന്ന് തെളിയിക്കപ്പെടണം.
3. മൊത്തത്തിലുള്ള ഭരണപരമായ കാര്യക്ഷമത ഉറപ്പാക്കപ്പെടണം.

ഇവയെല്ലാം ഉണ്ടെങ്കിൽത്തന്നെ, സ്ഥാനക്കയറ്റ സംവരണം സർക്കാരിന്റെ വിവേചനാധികാരത്തിന്റെ ഭാഗമാണ്. അതായത് നിയമനകാര്യത്തിലെന്നപോലെ സ്ഥാനക്കയറ്റത്തിന്റെ കാര്യത്തിലും സംവരണതത്ത്വം നിർബ്ബന്ധമായി പാലിക്കാൻ സർക്കാരിന് ബാദ്ധ്യതയില്ല എന്നർത്ഥം. ഇനി സംവരണം നല്കാൻ തീരുമാനിച്ചാൽപ്പോലും, കാര്യക്ഷമത ഉറപ്പാക്കുന്നതിനു പുറമേ, സംവരണാർഹരാവുന്നവരുടെ പിന്നോക്കാവസ്ഥയും പ്രാതിനിധ്യക്കുറവും തെളിയിക്കുന്ന കൃത്യമായ വിവരങ്ങൾ സർക്കാരിന്റെ പക്കലുണ്ടാവണം. എന്നാൽ ഏറ്റവും പ്രധാന സവിശേഷത, ഈ കേസിൽ ക്രീമിലെയർ സംവിധാനം പട്ടികജാതി, പട്ടികഗോത്രവർഗ്ഗ

വിഭാഗങ്ങൾക്കുള്ള സ്ഥാനക്കയറ്റ സംവരണത്തിലും ബാധകമാക്കി എന്നതാണ്. സംവരണം 'അമിതമാകാതിരിക്കാൻ' അത് അനിവാര്യമാണ് എന്നായിരുന്നു കോടതിയുടെ വിശദീകരണം. മുൻപ് ഇന്ദ്ര സാഹ്നി കേസിൽ, ക്രീമിലെയർ പട്ടികവിഭാഗങ്ങൾക്ക് ബാധകമല്ല എന്ന് വിധിച്ചിരുന്നു. എന്നാൽ അവിടെ സ്ഥാനക്കയറ്റ വിഷയം പരിഗണിച്ചിരുന്നില്ല. സ്വാഭാവികമായും നാഗരാജ് വിധി വലിയ ചർച്ചകൾക്ക് വഴിയൊരുക്കി. ദളിത്-ഗോത്ര വിഭാഗങ്ങളുടെ പിന്നോക്കാവസ്ഥ കണക്കിലെടുത്താണ് അവരെ അനുച്ഛേദം 341, 342 എന്നിവ പ്രകാരം രാഷ്ട്രപതിയുടെ ഉത്തരവിൻകീഴിൽ പ്രത്യേക പട്ടികയിൽ ഉൾപ്പെടുത്തിയത് എന്നിരിക്കെ, അവരുടെ പിന്നോക്കാവസ്ഥ ബോദ്ധ്യപ്പെടുത്താൻ പിന്നെയും വിവരശേഖരണം നടത്തേണ്ട ആവശ്യമുണ്ടായിരുന്നില്ല. മാത്രമല്ല നിയമനത്തിന്റെ സന്ദർഭത്തിൽ പരിഗണിക്കപ്പെടാത്ത ക്രീമിലെയർ, സ്ഥാനക്കയറ്റത്തിന്റെ കാര്യത്തിൽ മാത്രം ബാധകമാക്കുന്നതിലും അനൗചിത്യമുണ്ട്. എന്നാൽ ഏറ്റവും വലിയ അപകടം ഇതൊന്നുമായിരുന്നില്ല. ക്രീമിലെയർ തത്ത്വം നിലവിൽവരുന്നതോടെ പട്ടികവിഭാഗങ്ങൾ സർക്കാർ സർവ്വീസിലെതന്നെ ഏറ്റവും താഴേക്കിടയിലുള്ള ജോലികളിൽ മാത്രമായി ഒതുങ്ങുകയും ഉന്നതാധികാരസ്ഥാനങ്ങൾ അപ്രാപ്യമാകുകയും ചെയ്യുന്ന സാഹചര്യമുണ്ടാവും. സംവരണത്തിന്റെ ഉദ്ദേശ്യലക്ഷ്യങ്ങൾ തന്നെ പരാജയപ്പെടുത്തുന്ന നടപടിയാവും ഇതെന്നുറപ്പാണ്. ഏതായാലും നാഗരാജ് വിധിയെ ആധാരമാക്കി വിവിധ ഹൈക്കോടതികളും സുപ്രീം കോടതിയും സ്ഥാനക്കയറ്റസംവരണവുമായി ബന്ധപ്പെട്ട് നിലവിലുണ്ടായിരുന്ന നിരവധി ചട്ടങ്ങളും നിയമങ്ങളും റദ്ദാക്കുകയുണ്ടായി. സംവരണം നല്കുന്നതിനുള്ള മുന്നുപാധിയായി നാഗരാജ് മുന്നോട്ടുവെച്ച നിബന്ധനകൾ-പ്രത്യേകിച്ചും പിന്നോക്കാവസ്ഥയും പ്രാതിനിധ്യമില്ലായ്മയും-സംബന്ധിച്ച വിവരശേഖരണം പാലിക്കാൻ ബുദ്ധിമുട്ടുണ്ടെന്ന് ചൂണ്ടിക്കാട്ടി കേന്ദ്ര സർക്കാരും നിരവധി സംസ്ഥാന സർക്കാരുകളും സുപ്രീം കോടതിയെ സമീപിച്ചു.

ജർണയിൽ സിങ് കേസ് (2018)

നാഗരാജ് കേസിലെ വിധി പുന:പരിശോധിക്കുന്നതിനായി ഏഴംഗ ബെഞ്ചിലേക്ക് വിടണം എന്ന ആവശ്യമാണ് ജർണയിൽ സിങ് കേസിലേക്ക് നയിച്ചത്. നാഗരാജ് കേസ് പരിഗണിച്ചത് അഞ്ചംഗ ഭരണഘടനാ ബെഞ്ച് ആണെന്നിരിക്കെ, ആ വിധി പുന:പരിശോധിക്കാൻ അതിലധികം അംഗങ്ങളുള്ള ബെഞ്ചിനു മാത്രമേ സാധിക്കൂ എന്നതുകൊണ്ടാണ് ഈ ആവശ്യം ഉന്നയിക്കപ്പെട്ടത്. നാഗരാജ് വിധി പുന:പരിശോധിക്കുന്നതിനായി കേന്ദ്രസർക്കാർ ചൂണ്ടിക്കാട്ടിയ കാരണങ്ങൾ ഇവയായിരുന്നു:

ഒന്ന്, പട്ടികജാതി പട്ടികഗോത്രവർഗ്ഗങ്ങൾ പിന്നോക്കക്കാരിലെ തന്നെ ഏറ്റവും പിന്നോക്കക്കാരാണെന്ന ഇന്ദ്ര സാഹ്നി കേസിലെ വിധിക്ക് വിരുദ്ധമായി അവരുടെ പിന്നോക്കാവസ്ഥ തെളിയിക്കുന്നതിനായി വിവരശേഖരണം നടത്താൻ സംസ്ഥാനങ്ങളോട് ആവശ്യപ്പെടുന്നത് തെറ്റാ

ണ്. അനുച്ഛേദം 341, 342 എന്നിവയ്ക്കു കീഴിൽ പിന്നോക്കജാതി/ ഗോത്രങ്ങളെ പ്രത്യേക പട്ടികയിൽ ഉൾപ്പെടുത്തിക്കഴിഞ്ഞാൽ അവരുടെ പിന്നോക്കാവസ്ഥ സംബന്ധിച്ച ചോദ്യമേ ഉയരുന്നില്ല.

രണ്ട്, ഇന്ദ്ര സാഹ്നി കേസിൽ ക്രീമിലെയർ സങ്കല്പം പട്ടികജാതി, പട്ടികഗോത്രവിഭാഗങ്ങൾക്ക് ബാധകമാക്കിയിരുന്നില്ല. ആ വിധിയെ തെറ്റായി മനസ്സിലാക്കിയാണ് നാഗരാജ് കേസിൽ അത്തരമൊരു വിധി കോടതി പുറപ്പെടുവിച്ചത്.

ചീഫ് ജസ്റ്റിസ് ദീപക് മിശ്രകൂടി ഉൾപ്പെട്ട അഞ്ചംഗ ഭരണഘടനാ ബെഞ്ച് കേസ് പരിഗണിക്കുകയും നാഗരാജ് കേസിലെ വിധി പുന:പരിശോധിക്കാനായി വിശാലബെഞ്ചിലേക്ക് വിടേണ്ട ആവശ്യമില്ല എന്ന തീർപ്പിലെത്തുകയും ചെയ്തു. നാഗരാജ് കേസിനുശേഷം ഏഴു പ്രധാന കേസുകളിലെങ്കിലും അതിനെ അടിസ്ഥാനമാക്കിയാണ് വിധി പ്രസ്താവിച്ചത് എന്നത് കോടതി ഓർമ്മപ്പെടുത്തി. അതിനുപുറമേ ജനറൽ ക്യാറ്റഗറീസ് വെൽഫയർ ഫെഡറേഷൻ കേസിലും റോഹ്തസ് ഭാൻകർ കേസിലും ഈ വിധി അംഗീകരിക്കപ്പെടുകയും ചെയ്തിട്ടുണ്ട്. മാത്രമല്ല, ഭരണഘടനാ ഭേദഗതിയുടെ സാധുത പരിശോധിക്കാനായി നാഗരാജ് നിർദ്ദേശിച്ച പരിശോധനകൾ 2007 ലെ ഐ ആർ കൊയിലോ കേസിൽ ഒൻപത് അംഗ ബെഞ്ച് പൂർണ്ണമായി അംഗീകരിച്ച കാര്യവും സുപ്രീം കോടതി എടുത്തുപറഞ്ഞു.

എന്നാൽ നാഗരാജ് കേസിലെ ഒരു ഗുരുതരപിഴവ് ജർണയിൽ സിങ് കേസിൽ തിരുത്താൻ സുപ്രീംകോടതി തയ്യാറായി. പട്ടികവിഭാഗങ്ങൾക്ക് സ്ഥാനക്കയറ്റസംവരണം നല്കുന്ന സന്ദർഭത്തിൽ അവരുടെ പിന്നോക്കാവസ്ഥ സംബന്ധിച്ച വിവരശേഖരണം നടത്തേണ്ട കാര്യമില്ല എന്ന് കോടതി വിധിച്ചു. പട്ടികജാതികളെ സംബന്ധിച്ചിടത്തോളം, 'പ്രസിഡൻഷ്യൽ പട്ടികയിൽ അയിത്തജാതിക്കാരായി പരിഗണിക്കപ്പെടുന്ന ജാതികളെയും വർഗ്ഗങ്ങളെയുമാണ് ഉൾപ്പെടുത്തിയിരിക്കുന്നത്. അതുപോലെ, വിദൂര പിന്നോക്ക പ്രദേശങ്ങളിലെ അങ്ങേയറ്റം സാമൂഹ്യ പിന്നോക്കാവസ്ഥ അനുഭവിക്കുന്ന ഗോത്രങ്ങളെയാണ് പട്ടികഗോത്രവർഗ്ഗങ്ങളിൽ ഉൾപ്പെടുത്തിയിരിക്കുന്നത്.' അതുകൊണ്ടുതന്നെ അവരുടെ പിന്നോക്കാവസ്ഥ സംബന്ധിച്ച വിവരശേഖരണം നടത്തണമെന്ന നാഗരാജ് കേസിലെ നിബന്ധന ഇന്ദ്ര സാഹ്നി വിധിക്ക് എതിരാണ്. എന്നാൽ, സർക്കാർ സർവ്വീസിൽ സംവരണം നല്കാനായി ഈ വിഭാഗങ്ങളുടെ പ്രാതിനിധ്യക്കുറവ് തെളിയിക്കുന്ന വിവരങ്ങൾ ശേഖരിക്കാൻ ഭരണകൂടത്തിന് ബാദ്ധ്യതയുണ്ട്. പട്ടിക വിഭാഗങ്ങളിലെ ക്രീമിലെയറിനെ സംവരണത്തിൽ നിന്ന് ഒഴിവാക്കിയത് പക്ഷേ, കോടതി ന്യായീകരിച്ചു. പട്ടികജാതികളുടെ സ്ഥാനക്കയറ്റവുമായി ബന്ധപ്പെട്ട എൻ എം തോമസ് കേസിലാണ് ക്രീമിലെയർ സങ്കല്പം ഉടലെടുത്തത് എന്ന കാര്യം കോടതി ഓർമ്മിപ്പിച്ചു. പിന്നോക്കക്കാരെന്നു സർക്കാരിന് ബോദ്ധ്യപ്പെട്ട ശേഷം കൃത്യമായ നടപടിക്രമങ്ങളിലൂടെ പട്ടികയിൽ ഉൾപ്പെടുത്തിയ

വിഭാഗങ്ങളെ ക്രീമിലെയറിന്റെ പേരിൽ വിഭജിക്കുന്നത് അനുച്ഛേദം 340, 341 എന്നിവയിൽ അനാവശ്യമായി കൈകടത്തുന്നതിനു തുല്യമാണ് എന്ന വാദം കോടതി തള്ളി. കോടതിയുടെ അഭിപ്രായത്തിൽ,

> സംവരണത്തിന്റെ ഉദ്ദേശലക്ഷ്യം തന്നെ പിന്നോക്ക വിഭാഗങ്ങളിൽ പ്പെട്ട പൗരന്മാർ മുന്നോട്ടുവന്ന് തുല്യതയോടെ മറ്റുള്ളവരുമായി കൈകോർത്തു ചലിക്കുന്നത് കാണണം എന്നതാണ്. ആ വിഭാഗത്തിലെ ക്രീമിലെയർ പൊതുമേഖലയിലെ ഉദ്യോഗങ്ങൾ കൈവശപ്പെടുത്തുകയും തങ്ങളുടെ നിലനില്പ് ഭദ്രമാക്കുകയും മറ്റുള്ളവരെ പിന്നോക്കക്കാരായിത്തന്നെ നിലനിർത്തുകയും ചെയ്താൽ അത് സാദ്ധ്യമാകില്ല... കോടതി ക്രീമിലെയർ തത്ത്വത്തെ പട്ടികജാതി പട്ടികഗോത്രവർഗ്ഗങ്ങളിലേക്കുകൂടി വ്യാപിപ്പിക്കുമ്പോൾ അത് അനുച്ഛേദം 341, 342 എന്നിവയ്ക്കുകീഴിലുള്ള പ്രസിഡൻഷ്യൽ പട്ടികയ്ക്ക് ഒരു പരിക്കും ഏല്പിക്കുന്നില്ല എന്നത് വ്യക്തമാണ്. നിലവിൽ അതിൽ ഉൾപ്പെട്ടിരിക്കുന്ന ജാതികളും വിഭാഗങ്ങളും ഉപവിഭാഗങ്ങളുമെല്ലാം മുൻപുണ്ടായിരുന്നതുപോലെതന്നെ തുടരും. ക്രീമിലെയറിന്റെ ഭാഗമായതോടെ അയിത്തത്തിൽനിന്നും പിന്നോക്കാവസ്ഥയിൽനിന്നും പുറത്തുവന്ന ആ കൂട്ടത്തിലെ ചില വ്യക്തികളെ മാത്രമാണ് സംവരണത്തിൽനിന്നും ഒഴിവാക്കിയിരിക്കുന്നത്.

ഇന്ദ്ര സാഹ്നി കേസിൽ പട്ടിക വിഭാഗങ്ങളെ ക്രീമിലെയർ തത്ത്വത്തിൽ ഉൾപ്പെടുത്തിയിരുന്നില്ലെങ്കിൽപ്പോലും അനുച്ഛേദം 16 ലെ അവസരസമത്വ തത്ത്വത്തിനുകീഴിൽ അതിനു സാധുതയുണ്ട് എന്നതായിരുന്നു കോടതി നിരീക്ഷിച്ചത്. ഈ വിധി പുന:പരിശോധിക്കണമെന്ന് സർക്കാർ നിരന്തരം ആവശ്യപ്പെടുന്നുണ്ട്.

മുകേഷ് സിങ് കേസ് (2020)

സംവരണവുമായി ബന്ധപ്പെട്ട് 2020 ൽ ഏറെ ചർച്ചയായ കേസായിരുന്നു മുകേഷ് സിങ് കേസ്. 2012 ൽ ഉത്തരാഖണ്ഡ് സർക്കാർ പട്ടികജാതി, പട്ടികഗോത്രവർഗ്ഗ സംവരണം കൂടാതെ തന്നെ സർക്കാർ സർവ്വീസിലേക്ക് നിയമനം നടത്താൻ തീരുമാനിച്ച നടപടിയാണ് കേസിന് ആധാരമായത്. ഇതിനെതിരെ പരാതിക്കാരൻ ഹൈക്കോടതിയെ സമീപിക്കുകയും കോടതി ഇതിന്റെ തുടർനടപടികൾ സ്റ്റേ ചെയ്യുകയും ചെയ്തു. ഇത് സംബന്ധിച്ച സർക്കാർ ഉത്തരവ് ഇന്ദ്ര സാഹ്നി കേസിലെയും ജർണയിൽ സിങ് കേസിലെയും വിധികൾക്ക് എതിരാണെന്നാണ് കോടതി നിരീക്ഷിച്ചത്. ഭാവിയിൽ നടത്തുന്ന നിയമനങ്ങളിൽ പട്ടികവിഭാഗസംവരണം നടപ്പിലാക്കണം എന്ന് ഹൈക്കോടതി സംസ്ഥാന സർക്കാരിനോട് നിർദ്ദേശിച്ചു. സ്ഥാനക്കയറ്റത്തിൽ സംവരണം നടത്തുന്നതിനായി പട്ടികവിഭാഗങ്ങളുടെ പ്രാതിനിധ്യമില്ലായ്മ

തെളിയിക്കുന്ന വിവരങ്ങൾ ശേഖരിക്കേണ്ട ആവശ്യമില്ല എന്നും കോടതി വിധിച്ചു. പുനഃപരിശോധനാഹർജിയിലാണ് കോടതി ഈ പിഴവ് തിരിച്ചറിഞ്ഞത്. തുടർന്ന് സർക്കാർ പട്ടിക വിഭാഗങ്ങളുടെ പ്രാതിനിധ്യമില്ലായ്മ തെളിയിക്കുന്ന വിവരങ്ങൾ ശേഖരിക്കേണ്ടതുണ്ട് എന്നും, എന്നാൽ പിന്നോക്കാവസ്ഥ തെളിയിക്കേണ്ടതില്ല എന്നും വ്യക്തത വരുത്തി. അനുച്ഛേദം 16(4) ഒരു പ്രാപ്തമാക്കൽ വ്യവസ്ഥ (enabling provision) ആണെന്ന് അംഗീകരിച്ചപ്പോൾ തന്നെ ഹൈക്കോടതി പട്ടികവിഭാഗങ്ങളുടെ പ്രാതിനിധ്യം സംബന്ധിച്ച വിവരങ്ങൾ ശേഖരിക്കാൻ സർക്കാരിനോട് ആവശ്യപ്പെട്ടു. ഈ വിവരങ്ങളുടെ അടിസ്ഥാനത്തിൽ പട്ടിക വിഭാഗസംവരണം നടപ്പിലാക്കണോ വേണ്ടയോ എന്ന് സർക്കാരിന് തീരുമാനമെടുക്കാം. എന്നാൽ ഈ വിധിക്കെതിരെ ഉത്തരാഖണ്ഡ് സർക്കാർ സുപ്രീം കോടതിയെ സമീപിച്ചു. ജസ്റ്റിസ് നാഗേശ്വർ റാവു, ഹേമന്ത് ഗുപ്ത എന്നിവരടങ്ങിയ ബെഞ്ച് ഹൈക്കോടതിയുടെ ഉത്തരവ് റദ്ദാക്കി. സംവരണം നടപ്പിലാക്കാൻ സർക്കാരിന് നിയമപരമായോ ഭരണഘടനാപരമായോ ബാദ്ധ്യതയില്ല എന്ന കാര്യം കോടതി ഓർമ്മിപ്പിച്ചു. സ്ഥാനക്കയറ്റങ്ങളിൽ സംവരണം നല്കാൻ പ്രാതിനിധ്യക്കുറവ് സംബന്ധിച്ച വിവരശേഖരണം മുന്നുപാധിയാണ് എന്നത് സത്യമാണ്. എന്നാൽ സംവരണം നല്കേണ്ടതില്ല എന്ന് സർക്കാർ തീരുമാനിച്ചാൽ, പിന്നെ വിവരശേഖരണം നടത്തേണ്ട കാര്യമില്ല. 'പട്ടികജാതി, പട്ടികഗോത്ര വിഭാഗങ്ങളുടെ പ്രാതിനിധ്യക്കുറവ് കോടതിയുടെ ശ്രദ്ധയിൽപ്പെടുത്തിയാൽ പോലും അത് നടപ്പിലാക്കാനാവശ്യപ്പെട്ട് മാൻഡമസ് റിട്ട് പുറപ്പെടുവിക്കാൻ കോടതിക്ക് കഴിയില്ല' എന്നാണ് കോടതി പറഞ്ഞത്.

മറാത്താ സംവരണ കേസ് (ജയശ്രീ ലക്ഷ്മൺ റാവു കേസ്) (2021)

മഹാരാഷ്ട്രാ സർക്കാർ 2018 ൽ സംസ്ഥാനത്തെ മറാത്താ വിഭാഗക്കാരെ 'സാമൂഹ്യമായും വിദ്യാഭ്യാസപരമായും പിന്നോക്കം നില്ക്കുന്ന വിഭാഗ' (Socially and Educationally Backward Class) ങ്ങളിൽ ഉൾപ്പെടുത്തി നിയമം പാസാക്കുകയും അവർക്ക് സർക്കാർ ഉദ്യോഗങ്ങളിലും വിദ്യാഭ്യാസ പ്രവേശനത്തിലും 16 ശതമാനം സംവരണം ഏർപ്പെടുത്തുകയും ചെയ്തിരുന്നു. തുടർന്ന് ഈ നിയമത്തിന്റെ ഭരണഘടനാസാധുത ചോദ്യം ചെയ്തുകൊണ്ട് ഹൈക്കോടതിയിൽ പൊതുതാല്പര്യ ഹർജികൾ ഫയൽ ചെയ്യപ്പെട്ടു. മഹാരാഷ്ട്ര സർക്കാർ മറാത്താ സംവരണത്തിലൂടെ ഇന്ദ്ര സാഹ്നി കേസിൽ സുപ്രീം കോടതി നിശ്ചയിച്ച 50 ശതമാനം മേൽപരിധി ലംഘിച്ചുവെന്നതായിരുന്നു ഹർജിക്കാരുടെ വാദം. വാദം കേട്ട ശേഷം ഹൈക്കോടതി ഈ നിയമത്തിന്റെ സാധുത അംഗീകരിക്കുകയാണുണ്ടായത്. സാധാരണഗതിയിൽ സംവരണപരിധി 50 ശതമാനം കടക്കാൻ പാടില്ലെങ്കിലും അത്യസാധാരണ സന്ദർഭങ്ങളിൽ (exceptional circumstances) അങ്ങനെയാകാം എന്നും മറാത്ത സംവരണം അത്തരത്തിൽ ഒന്നാണ് എന്നുമാണ് ഹൈക്കോടതി നിരീക്ഷിച്ചത്.

എങ്കിലും സർക്കാർ നിശ്ചയിച്ച 16 ശതമാനം സംവരണമെന്നത് ഉദ്യോഗ നിയമനങ്ങളിൽ 13 ശതമാനമായും വിദ്യാഭ്യാസ പ്രവേശനത്തിൽ 12 ശതമാനമായും കുറവുചെയ്തു. സ്വാഭാവികമായും ഹൈക്കോടതി വിധിക്കെതിരെ സുപ്രീം കോടതിയിൽ വിവിധ കക്ഷികൾ അപ്പീൽ ഫയൽ ചെയ്തു. ജസ്റ്റിസ് അശോക് ഭൂഷൺ അദ്ധ്യക്ഷനായ അഞ്ചംഗ ഭരണഘടനാ ബെഞ്ചാണ് കേസിൽ വാദം കേട്ടത്. പ്രാധാനമായും രണ്ടു കാര്യങ്ങളാണ് സുപ്രീം കോടതി പരിഗണിച്ചത്:

1. പിന്നോക്കസംവരണത്തിന് ഇന്ദ്ര സാഹ്നി നിശ്ചയിച്ച മേൽപരിധി ലംഘിക്കുന്നത് അനുവദനീയമാണോ? ഈ മേൽപരിധി തത്ത്വം പുന:പരിശോധിക്കുന്നതിനായി വിശാല ബെഞ്ചിലേക്ക് വിടേണ്ടതുണ്ടോ?
2. കേന്ദ്രസർക്കാർ പാസാക്കിയ നൂറ്റി രണ്ടാം ഭരണഘടനാ ഭേദഗതി നിലവിൽ വന്നതോടെ സംസ്ഥാനങ്ങളിൽ 'സാമൂഹ്യമായും വിദ്യാഭ്യാസപരമായും പിന്നോക്കം നില്ക്കുന്ന വിഭാഗ'ങ്ങളെ നിർണ്ണയിക്കാനുള്ള അധികാരം കേന്ദ്ര സർക്കാരിന് മാത്രമായോ? ഇതിനുള്ള സംസ്ഥാന ഭരണകൂടങ്ങളുടെ അവകാശം ഇതോടെ അവസാനിച്ചോ? ഇത് ഫെഡറലിസത്തിന് എതിരാണോ?

ആദ്യത്തെ ചോദ്യത്തിന് ഏകകണ്ഠമായാണ് കോടതിതീർപ്പുകല്പിച്ചത്: പിന്നോക്ക സംവരണം കൃത്യമായി പറഞ്ഞാൽ അനുച്ഛേദം 16(4)ന് കീഴിൽ നടപ്പാക്കുന്ന സംവരണം അത്യസാധാരണ സന്ദർഭങ്ങളിലൊഴികെ 50 ശതമാനത്തിലധികമാകാൻ പാടില്ല. ഇന്ദ്ര സാഹ്നി കേസിൽ കോടതി നിശ്ചയിച്ച ഈ മേൽപരിധി അനുച്ഛേദം 15(4)ന് കീഴിൽ നടപ്പിലാക്കുന്ന സംവരണങ്ങൾക്കും ബാധകമാണ്. എൺപത്തിയൊന്നാം ഭരണഘടനാ ഭേദഗതിയോടെ ഈ മേൽപരിധി തത്ത്വത്തിന് ഭരണഘടനാപദവി കൈവന്നുകഴിഞ്ഞു (ഈ ഭേദഗതിയോടെ മുൻവർഷങ്ങളിൽ നിന്ന് ക്യാരി ഫോർവേർഡ് ചെയ്തുവരുന്ന നികത്താത്ത സംവരണ ഒഴിവുകൾ അക്കൊല്ലത്തെ 50 ശതമാനം സംവരണ ഒഴിവുകൾക്കൊപ്പം പരിഗണിക്കേണ്ടതില്ലെന്ന് വ്യവസ്ഥചെയ്യപ്പെട്ടു). മറാത്താസംവരണം മേൽപ്പറഞ്ഞ അത്യസാധാരണ സാഹചര്യമായി പരിഗണിക്കാൻ കഴിയില്ല. അതുകൊണ്ടുതന്നെ മറാത്താ സംവരണം നടപ്പിലാക്കിക്കൊണ്ടുള്ള സംസ്ഥാന നിയമം ഭരണഘടനയുടെ അനുച്ഛേദം 14, 16 എന്നിവയ്ക്ക് വിരുദ്ധമാണെന്നും നിലനില്ക്കാൻ അർഹമല്ലെന്നും സുപ്രീം കോടതി വിധിച്ചു. ഇന്ദ്ര സാഹ്നി കേസിൽ നിശ്ചയിച്ച മേൽപരിധി പുന:പരിശോധിക്കേണ്ട ആവശ്യമില്ലെന്നും കോടതി ഉത്തരവിൽ വ്യക്തമാക്കി. (പത്തു ശതമാനം സാമ്പത്തിക സംവരണം നിലവിൽ വന്നതോടെ മൊത്തം സംവരണം 50 ശതമാനം മേൽപരിധി കടന്നുകഴിഞ്ഞുവെന്ന് ഹർജിക്കാർക്ക് വേണ്ടി വാദിച്ച മുകുൾ രോഹത്ഗി കോടതിയിൽ ചൂണ്ടിക്കാട്ടിയെങ്കിലും ആ കേസ് മറ്റൊരു ബെഞ്ചിന്റെ പരിഗണനയിലായതിനാൽ കോടതി അഭിപ്രായം പറഞ്ഞില്ല).

രണ്ടാമത്തെ ചോദ്യം ഉയരാനുള്ള പശ്ചാത്തലം ആദ്യം വിശദമാക്കാം: ഇന്ദ്ര സാഹ്നി കേസിലെ സുപ്രീം കോടതിവിധിയെത്തുടർന്നാണ് കേന്ദ്രസർക്കാർ 1993 ൽ പാർലമെന്റിൽ നിയമം പാസാക്കി ദേശീയ പിന്നോക്ക വിഭാഗ കമ്മീഷൻ (National Commission for Backward Classes) സ്ഥാപിച്ചത്. തുടർന്ന് സംസ്ഥാനങ്ങളിൽ സംസ്ഥാന പിന്നോക്ക വിഭാഗ കമ്മീഷനുകളും നിലവിൽ വന്നു. 'സാമൂഹ്യമായും വിദ്യാഭ്യാസപരമായും പിന്നോക്കം നില്ക്കുന്ന വിഭാഗ'ങ്ങളുടെ കേന്ദ്ര ലിസ്റ്റ് ദേശീയ തലത്തിലും സംസ്ഥാനങ്ങളിലേത് സംസ്ഥാനതലത്തിലും തീരുമാനിക്കുന്ന രീതിയാണ് ഇതുവരെ തുടർന്ന് പോന്നത്. ഇത് പട്ടിക ജാതിപട്ടിക ഗോത്രവർഗ്ഗങ്ങളെ നിർണ്ണയിക്കുന്ന കേന്ദ്രീകൃത രീതിയിൽ നിന്നും വ്യത്യസ്തമായിരുന്നു. 2018 ൽ പാർലമെന്റ് 102 –ാം ഭരണഘടനാ ഭേദഗതി പാസാക്കുകയും ഭരണഘടനയിൽ 338 (B) എന്ന പുതിയ അനുച്ഛേദം കൂട്ടിച്ചേർത്ത് ദേശീയ പിന്നോക്ക വിഭാഗ കമ്മീഷന് ഭരണഘടനാ പദവി നല്കുകയും ചെയ്തു. പിന്നോക്ക വിഭാഗങ്ങൾക്കുള്ള ഭരണഘടനാ പരിരക്ഷകൾ നിരീക്ഷിക്കുക, അവരുടെ സാമൂഹ്യ സാമ്പത്തിക പുരോഗതികളെ സംബന്ധിച്ച ഉപദേശങ്ങൾ നല്കുക, പരാതികൾ അന്വേഷിക്കുകയും ശുപാർശകൾ സമർപ്പിക്കുകയും ചെയ്യുക, പിന്നോക്ക വിഭാഗങ്ങളുമായി ബന്ധപ്പെട്ട നയകാര്യങ്ങളിൽ ഉപദേശ നിർദ്ദേശങ്ങൾ നല്കുക തുടങ്ങിയവയെല്ലാം ഈ അഞ്ചംഗ കമ്മീഷന്റെ ചുമതലയായിരിക്കും. ഈ നിയമത്തിലൂടെ കൂട്ടിച്ചേർക്കപ്പെട്ട മറ്റൊരു അനുച്ഛേദമായ 342 (A) ന്റെ ഒന്നാം ഖണ്ഡത്തിൽ കേന്ദ്രഭരണ പ്രദേശങ്ങളിലെയും ഗവർണർമാരുടെ അഭിപ്രായം ആരാഞ്ഞശേഷം സംസ്ഥാനങ്ങളിലെയും 'സാമൂഹ്യമായും വിദ്യാഭ്യാസപരമായും പിന്നോക്കം നില്ക്കുന്ന വിഭാഗ'ങ്ങളുടെ ഒരു ലിസ്റ്റ് പ്രസിഡന്റ് വിജ്ഞാപനം ചെയ്യണം എന്ന് പറയുന്നു. രണ്ടാംഖണ്ഡത്തിലാകട്ടെ, 'സാമൂഹ്യമായും വിദ്യാഭ്യാസപരമായും പിന്നോക്കം നില്ക്കുന്ന വിഭാഗ'ങ്ങളുടെ കേന്ദ്ര ലിസ്റ്റിലേക്ക് കൂട്ടിച്ചേർക്കലുകളും ഒഴിവാക്കലുകളും നടത്താൻ പാർലമെന്റിനായിരിക്കും അധികാരം എന്നും പറയുന്നു. പട്ടികജാതി പട്ടിക ഗോത്ര വർഗ്ഗക്കാരെ പ്രസിഡൻഷ്യൽ ഉത്തരവിലൂടെ വിജ്ഞാപനം ചെയ്യുന്ന രീതിക്ക് സമാനമാണ് ഇതും എന്നതാണ് ശ്രദ്ധേയം. ഈ ഭേദഗതിയോടെ എസ് ഇ ബി സികളെ നിശ്ചയിക്കാനുള്ള സംസ്ഥാനങ്ങളുടെ അധികാരം കവർന്നെടുക്കപ്പെട്ടുവെന്നും ഇത് ഫെഡറലിസത്തിന് എതിരാണ് എന്നും ശക്തമായ വിമർശനം നിലനില്ക്കുന്നുണ്ടായിരുന്നു. ഈ കേസിൽ ഈ ഭരണഘടനാ ഭേദഗതിയുടെ സാധുതയും ചോദ്യം ചെയ്യപ്പെട്ടു. പക്ഷേ, സുപ്രീം കോടതി മുൻപാകെ കേന്ദ്രസർക്കാർ സമർപ്പിച്ച സത്യവാങ്മൂലത്തിൽ സംസ്ഥാനങ്ങളിലെ എസ് ഇ ബി സികളെ നിശ്ചയിക്കാൻ സംസ്ഥാന സർക്കാരുകൾക്ക് തന്നെയായിരിക്കും തുടർന്നും അധികാരം എന്നും ഈ ഭേദഗതി കേന്ദ്രസർക്കാർ സർവ്വീസുകളിലേക്കും വിദ്യാഭ്യാസ സ്ഥാപനങ്ങളിലേക്കുമുള്ള പ്രവേ

ശനത്തിനുള്ള എസ് ഇ ബി സികളുടെ കേന്ദ്രലിസ്റ്റിനെക്കുറിച്ചു മാത്രമാണ് പരാമർശിക്കുന്നത് എന്നുമാണ് വ്യക്തമാക്കിയത്. വാദം കേട്ട കോടതി ഇക്കാര്യത്തിൽ ഭിന്ന നിഗമനങ്ങളിലാണ് എത്തിയത്. ജസ്റ്റിസ് അശോക് ഭൂഷണും അബ്ദുൽ നസീറും കേന്ദ്രസർക്കാരിന്റെ നിലപാട് അംഗീകരിക്കുകയും ഈ ഭേദഗതി സംസ്ഥാനങ്ങളുടെ നിലവിലുള്ള അധികാരത്തിന്മേൽ കൈയേറ്റം നടത്തുന്നില്ല എന്ന് വിധിക്കുകയും ചെയ്തു. എന്നാൽ അഞ്ചംഗ ബെഞ്ചിലെ മറ്റു മൂന്നുപേർ ജസ്റ്റിസ് നാഗേശ്വര റാവു, ഹേമന്ത് ഗുപ്ത, രവീന്ദ്ര ഭട്ട് എന്നിവർ ഇതിനു വിരുദ്ധമായാണ് വിധി പ്രസ്താവിച്ചത്. പട്ടികജാതി പട്ടികഗോത്ര വർഗ്ഗക്കാരെ നിശ്ചയിക്കുന്നതിനും അവർക്കുള്ള കമ്മീഷനുകളെ നിയമിക്കുന്നതിനുമുള്ള നിലവിലുള്ള ഭരണഘടനാ വ്യവസ്ഥകൾക്ക് സമാനമാണ് പുതുതായി കൂട്ടിച്ചേർക്കപ്പെട്ട വ്യവസ്ഥകളും എന്ന് ഇവർ നിരീക്ഷിച്ചു. അത് ഫെഡറൽ തത്ത്വങ്ങൾക്ക് എതിരാണെന്ന് കരുതാൻ ന്യായമില്ല. മാത്രമല്ല, രാജ്യസഭാ സെലക്ട് കമ്മിറ്റിയിൽ ഈ ബില്ല് പരിഗണിക്കുന്ന വേളയിൽ സംസ്ഥാനങ്ങൾക്ക് തുടർന്നും എസ് ഇ ബി സികളെ നിശ്ചയിക്കാൻ അധികാരമുണ്ടാവുമെന്ന കാര്യം പ്രത്യേകമായി ഉൾപ്പെടുത്തണമെന്ന ചില അംഗങ്ങളുടെ നിർദ്ദേശം കേന്ദ്രം നിരാകരിച്ച കാര്യവും കോടതി ചൂണ്ടിക്കാട്ടി. അതുകൊണ്ടുതന്നെ, ഈ ഭരണഘടനാ ഭേദഗതി നിലവിൽ വന്നതോടെ രാജ്യത്തെ എസ് ഇ ബി സികളെ നിർണ്ണയിക്കാനുള്ള പൂർണ്ണഅധികാരം കേന്ദ്രത്തിന് മാത്രമാണ് എന്ന് ഭൂരിപക്ഷം അംഗങ്ങളും വിധിച്ചതോടെ പുതിയ പ്രശ്നം ഉടലെടുത്തു. വിധി നടപ്പിലാക്കുന്നതിനെതിരെ വിവിധ സംസ്ഥാനങ്ങൾ നിലപാടെടുക്കുകയും എസ് ഇ ബി സികളെ നിർണ്ണയിക്കുന്നതിനുള്ള സംസ്ഥാനങ്ങളും അവകാശം ഭരണഘടനാപരമായിത്തന്നെ അംഗീകരിക്കപ്പെടണമെന്ന് ആവശ്യമുന്നയിക്കുകയും ചെയ്തു. ഇതെത്തുടർന്നാണ് കേന്ദ്രസർക്കാർ 105–ാം ഭരണഘടനാഭേദഗതി പാർലമെന്റിൽ പാസാക്കിയത്. ഇതിലൂടെ 342A അനുച്ഛേദം ഭേദഗതി ചെയ്ത് എസ് ഇ ബി സികളുടെ കേന്ദ്ര ലിസ്റ്റിന് പുറമെ സംസ്ഥാനങ്ങളുടെ പ്രത്യേക ലിസ്റ്റുകൾ നിർമ്മിക്കാനുള്ള അവകാശം അംഗീകരിക്കപ്പെട്ടു.

സംവരണം വിദ്യാഭ്യാസമേഖലയിൽ

കേന്ദ്രസർക്കാരിനു കീഴിലുള്ള ഉന്നത വിദ്യാഭ്യാസസ്ഥാപനങ്ങളിൽ പട്ടികജാതി, പട്ടികഗോത്രവർഗ്ഗങ്ങൾക്ക് മുൻപേ തന്നെ സംവരണം അനുവദിച്ചിട്ടുള്ളതാണെങ്കിലും ഒ ബി സി വിഭാഗങ്ങളിലേക്ക് ഇത് വ്യാപിപ്പിക്കുന്നത് ഏറെ വൈകിയാണ്. 2006 ൽ അന്നത്തെ യു പി എ സർക്കാർ സെൻട്രൽ എഡ്യുക്കേഷണൽ ഇൻസ്റ്റിറ്റ്യൂഷൻസ് (റിസർവേഷൻ ഇൻ അഡ്മിഷൻ) ആക്ട് പാസാക്കിയതോടെയാണ് ഇതിനു കളമൊരുങ്ങിയത്. മണ്ഡൽ കമ്മീഷന്റെ നിർദ്ദേശങ്ങളിലൊന്നാണ് വൈകിയെങ്കിലും ഇങ്ങനെ യാഥാർത്ഥ്യമായത്. ഈ നിയമത്തിൽ കേന്ദ്രസർക്കാരിന്

കീഴിലുള്ള വിദ്യാഭ്യാസസ്ഥാപനങ്ങളിലെ അനുവദിക്കപ്പെട്ട മൊത്തം സീറ്റുകളിൽ പട്ടിക ജാതികൾ, പട്ടിക ഗോത്രവർഗ്ഗങ്ങൾ, ഒ ബി സി എന്നീ വിഭാഗങ്ങൾക്ക് യഥാക്രമം 15 ശതമാനം, 7.5 ശതമാനം, 27 ശതമാനം എന്നിങ്ങനെ സംവരണം നല്കാൻ വ്യവസ്ഥ ചെയ്തു. ഈ സ്ഥാപനങ്ങളിൽ കേന്ദ്ര നിയമത്താൽ സ്ഥാപിക്കപ്പെട്ട സർവ്വകലാശാലകൾ, ദേശീയ പ്രാധാന്യമുള്ള ഇൻസ്റ്റിറ്റ്യൂട്ടുകൾ, കേന്ദ്ര സർക്കാരിന്റെ കീഴിലോ സർക്കാരിൽനിന്ന് ധനസഹായം സ്വീകരിക്കുന്നതോ ആയ വിദ്യാഭ്യാസ സ്ഥാപനങ്ങൾ, കേന്ദ്ര സർക്കാർ സൊസൈറ്റീസ് രജിസ്ട്രേഷൻ നിയമപ്രകാരം സ്ഥാപിച്ച വിദ്യാഭ്യാസ സ്ഥാപനങ്ങൾ എന്നിവ ഉൾപ്പെടുന്നു. എന്നാൽ മേല്പറഞ്ഞ സംവരണം (1) മതന്യൂനപക്ഷങ്ങൾ നടത്തുന്ന വിദ്യാഭാസ സ്ഥാപനങ്ങൾക്കോ (2) വിശിഷ്ട സ്ഥാപനങ്ങൾ (Institutes of Excellence), ഗവേഷണ സ്ഥാപനങ്ങൾ, തന്ത്രപ്രധാനമായ ചില സ്ഥാപനങ്ങൾ എന്നിവിടങ്ങളിലോ (3) പോസ്റ്റ്ഡോക്ടറൽ അടക്കമുള്ള ഉന്നത നിലവാരത്തിലെ വൈദഗ്ദ്ധ്യം ആവശ്യമുള്ള കോഴ്സുകളിലോ ബാധകമല്ല. ഈ നിയമവും പിന്നീട് സുപ്രീം കോടതിയിൽ ചോദ്യം ചെയ്യപ്പെട്ടു. 2008 ലെ അശോക കുമാർ കേസിൽ ഈ നിയമത്തിന്റെ ഭരണഘടനാ സാധുത സുപ്രീം കോടതി ശരിവെക്കുകയാണുണ്ടായത്. മുൻപുള്ള കേസുകളിലെന്നപോലെ, സംവരണത്തിന്റെ ആനുകൂല്യങ്ങൾ ഒ ബി സി വിഭാഗങ്ങളിലെ ക്രീമിലെയറിന് അപ്രാപ്യമാക്കണം എന്ന നിരീക്ഷണവും ഈ കേസിൽ സുപ്രീം കോടതി നടത്തുകയുണ്ടായി. എന്നാൽ എസ് സി/എസ് ടി വിഭാഗങ്ങൾക്ക് ക്രീമിലെയർ തത്ത്വം ബാധകമല്ലെന്ന് കോടതി ഊന്നിപ്പറഞ്ഞു.

സ്വകാര്യ സ്ഥാപനങ്ങളിൽ പിന്നോക്കസംവരണം എല്ലാക്കാലത്തും തർക്കവിഷയമായിരുന്നു. 2002 ലെ ടി എം എ പൈ ഫൗണ്ടേഷൻ കേസിൽ ലാഭത്തിനോ ജീവകാരുണ്യത്തിനോ വേണ്ടി സ്വകാര്യവിദ്യാഭ്യാസ സ്ഥാപനങ്ങൾ നടത്തുന്നത് ഒരു തൊഴിലായി പരിഗണിക്കാമെന്നും, അവ അനുച്ഛേദം 19(1)(g)ന് കീഴിലെ മൗലികാവകാശത്തിൽ ഉൾപ്പെടുന്നു എന്നും സുപ്രീം കോടതി വിധിക്കുകയുണ്ടായി. 2005 ലെ പി എ ഇനാംദാർ കേസിൽ സ്വകാര്യ, അൺ എയ്ഡഡ് വിദ്യാഭ്യാസ സ്ഥാപനങ്ങളിൽ സംവരണം ഏർപ്പെടുത്താൻ സർക്കാരിന് അനുവാദമില്ല എന്ന് വിധിച്ചു. മൗലികാവകാശങ്ങൾക്ക് 'ന്യായമായ നിയന്ത്രണ'ങ്ങളേർപ്പെടുത്താൻ അനുച്ഛേദം 19(6) അനുവാദം നല്കുന്നുണ്ടെങ്കിലും സംവരണം അത്തരത്തിലുള്ള ഒരു നിയന്ത്രണമല്ലെന്നാണ് കോടതി ചൂണ്ടിക്കാട്ടിയത്. ഈ വിധിയെ മറികടക്കാനായി സർക്കാർ 2005 ൽ 93-ാം ഭരണഘടനാ ഭേദഗതി പാർലമെന്റിൽ പാസാക്കി. അനുച്ഛേദം 15 (5) എന്ന ഒരു പുതിയ വകുപ്പ് കൂട്ടിച്ചേർക്കുകയും, സ്വകാര്യ സ്ഥാപനങ്ങൾ ഉൾപ്പെടെയുള്ള വിദ്യാഭ്യാസ സ്ഥാപനങ്ങളിൽ പിന്നോക്കവിഭാഗങ്ങൾക്ക് പ്രവേശനമനുവദിക്കുന്നതു സംബന്ധിച്ച് പ്രത്യേക വ്യവസ്ഥകൾ നിർമ്മിക്കാൻ ഭരണകൂടത്തിന് അധികാരമുണ്ടെന്ന് വ്യവസ്ഥപ്പെടുത്തുകയും ചെയ്തു.

ന്യൂനപക്ഷവിഭാഗങ്ങൾ നടത്തുന്ന വിദ്യാഭ്യാസസ്ഥാപനങ്ങൾക്ക് ഇത് ബാധകമല്ല. അനുച്ഛേദം 15 (4) ന് സമാനമായി, ഇത് ഒരു പ്രാപ്തമാക്കൽ വ്യവസ്ഥ മാത്രമാണ്. സ്വകാര്യ, അൺ എയ്ഡഡ് വിദ്യാഭ്യാസ സ്ഥാപനങ്ങളിൽ പിന്നോക്കസംവരണം നടപ്പാക്കാനായി പ്രത്യേകനിയമം കൊണ്ടുവരുമെന്ന് കേന്ദ്രസർക്കാർ 2019 ൽ പ്രഖ്യാപനം നടത്തിയിരുന്നെങ്കിലും തുടർനടപടികൾ ഉണ്ടായില്ല.

ഉന്നത വിദ്യാഭ്യാസസ്ഥാപനങ്ങൾക്ക് പുറമേ, പ്രാഥമിക വിദ്യാഭ്യാസ സ്ഥാപനങ്ങളിലും സംവരണം നടപ്പിലാക്കാനുള്ള ശ്രമങ്ങൾ രാജ്യത്ത് നടന്നിട്ടുണ്ട്. ആറു മുതൽ പതിനാലു വയസ്സുവരെയുള്ള എല്ലാ കുട്ടികൾക്കും സൗജന്യവിദ്യാഭ്യാസം അവകാശമാക്കിക്കൊണ്ടുള്ള വിദ്യാഭ്യാസ അവകാശ നിയമ (2009) ത്തിലാണ് ഇതിനുള്ള വ്യവസ്ഥകൾ ഉൾക്കൊള്ളിച്ചിരിക്കുന്നത്. ഈ നിയമത്തിന്റെ 12 (1)(C) വകുപ്പ് പ്രകാരം സ്വകാര്യ അൺ എയ്ഡഡ് വിദ്യാഭ്യാസ സ്ഥാപനങ്ങളിൽ ഓരോ വർഷവും ഒന്നാം ക്ലാസിലെ 25 ശതമാനം സീറ്റെങ്കിലും സാമ്പത്തിക ദുർബ്ബലവിഭാഗങ്ങൾക്കും പട്ടികജാതി, പട്ടിക ഗോത്രവർഗ്ഗ വിഭാഗങ്ങളുൾപ്പെടെയുള്ള പിന്നോക്ക വിഭാഗങ്ങൾക്കുമായി മാറ്റിവെക്കണമെന്ന് നിഷ്കർഷിക്കുന്നു. സംസ്ഥാനത്തെ ഓരോ കുട്ടിയുടെയും വിദ്യാഭ്യാസത്തിനു വേണ്ടിവരുന്ന തുക കണക്കാക്കണമെന്നും സംവരണത്തിലൂടെ പ്രവേശനം നേടിയ കുട്ടികളുടെ എണ്ണത്തിനനുസരിച്ചുള്ള തുക സർക്കാർ സ്വകാര്യവിദ്യാലയങ്ങൾക്ക് കൈമാറണമെന്നും വ്യവസ്ഥ ചെയ്തിട്ടുണ്ട്. ഈ നിയമത്തിന്റെ ഉദ്ദേശലക്ഷ്യങ്ങൾ വിവരിച്ചുകൊണ്ട് സർക്കാർ പുറത്തിറക്കിയ രേഖയിൽ സംവരണം 25 ശതമാനമായി നിശ്ചയിച്ചതിന്റെ യുക്തി വിശദീകരിക്കുന്നുണ്ട്. 2001 ലെ സെൻസസ് കണക്കനുസരിച്ച് മൊത്തം ജനസംഖ്യയിൽ പട്ടികജാതികൾ 16.2 ശതമാനവും പട്ടിക ഗോത്രവർഗ്ഗങ്ങൾ 8.2 ശതമാനവുമാണ് (മൊത്തം 24.4%). ദാരിദ്ര്യരേഖ കണക്കാക്കാനായി ആസൂത്രണ കമ്മീഷൻ നിയമിച്ച ടെണ്ടുൽക്കർ കമ്മിറ്റി (2005) ഇന്ത്യയുടെ ജനസംഖ്യയിൽ 37.2 ശതമാനവും ദാരിദ്ര്യരേഖയ്ക്ക് കീഴിലാണെന്ന് കണ്ടെത്തിയിരുന്നു. സാമ്പത്തികമായി ദുർബ്ബലരായ വിഭാഗങ്ങളിൽ മിക്കവരും സമൂഹ്യമായ പിന്നോക്കാവസ്ഥയും അനുഭവിക്കുന്നുണ്ടെന്ന വസ്തുതകൂടി പരിഗണിച്ചാണ് സംവരണം 25 ശതമാനമായി പരിമിതപ്പെടുത്തിയത് (തമിഴ്നാട് ഈ ആനുകൂല്യം ഭിന്നലിംഗക്കാർ, എച്ച് ഐ വി ബാധിതർ എന്നിവർക്കുകൂടി വ്യാപിപ്പിച്ചിരുന്നു). സംവരണം കണക്കാക്കുന്നത് ഒന്നാം ക്ലാസിലെ മൊത്തം സീറ്റുകളുടെ എണ്ണത്തെ അടിസ്ഥാനപ്പെടുത്തിയാണ്, അല്ലാതെ സ്കൂളിലെ മൊത്തം കുട്ടികളുടെ എണ്ണത്തിന്റെ അടിസ്ഥാനത്തിലല്ല എന്ന് പ്രത്യേകം വ്യക്തമാക്കിയിട്ടുണ്ട്. ഓരോ വർഷവും ഒന്നാം ക്ലാസിൽ പുതുതായി പ്രവേശനം നേടുന്നവർക്കിടയിൽ സംവരണതത്ത്വം പാലിക്കപ്പെടണം എന്നർത്ഥം. വിദ്യാഭ്യാസ അവകാശ നിയമത്തിലെ ഈ വ്യവസ്ഥ സൊസൈറ്റി ഫോർ അൺ എയ്ഡഡ് പ്രൈവറ്റ് സ്കൂൾസ് ഓഫ് രാജസ്ഥാൻ കേസിൽ സുപ്രീം കോടതിയിൽ

ചോദ്യം ചെയ്യപ്പെട്ടിരുന്നു. കോടതി മുൻനിലപാട് തിരുത്തുകയും സംവരണം തൊഴിലെടുക്കാനുള്ള മൗലികാവകാശത്തിനുമേൽ ചുമത്താവുന്ന ന്യായമായ നിയന്ത്രണങ്ങളിൽ ഉൾപ്പെടുന്നതാണെന്ന് വിധിക്കുകയും ചെയ്തു. എന്നാൽ വിദ്യാഭ്യാസ അവകാശനിയമത്തിലെ സംവരണവ്യവസ്ഥ ന്യൂനപക്ഷങ്ങളുടെ നിയന്ത്രണത്തിലുള്ള വിദ്യാലയങ്ങൾക്ക് ബാധകമല്ല. 2014 ൽ ഈ നിയമം മൊത്തത്തിൽ ന്യൂനപക്ഷ വിദ്യാഭ്യാസ സ്ഥാപനങ്ങൾക്ക് ബാധകമല്ല എന്ന് സുപ്രീം കോടതി വിധിച്ചു. രാജ്യത്തെ മൊത്തം വിദ്യാലയങ്ങളുടെ കാൽ ഭാഗവും സ്വകാര്യ മേഖലയിലാണെന്നിരിക്കെ, പിന്നോക്ക വിഭാഗങ്ങളുടെ സാമൂഹികവളർച്ചയ്ക്ക് ഈ നിയമം വിപ്ലവകരമായ മാറ്റമുണ്ടാക്കുമെന്നാണ് പ്രതീക്ഷിക്കപ്പെട്ടതെങ്കിലും നിലവിൽ വന്നു 10 വർഷത്തിനുശേഷവും ആ പ്രതീക്ഷകൾ യാഥാർത്ഥ്യമായില്ല എന്നതാണ് സത്യം. അഹമ്മദാബാദ് ഐ ഐ എം, സെന്റർ ഫോർ പോളിസി റിസർച്ച്, സെൻട്രൽ സ്ക്വയർ ഫൗണ്ടേഷൻ എന്നിവർ ചേർന്ന് നടത്തിയ State of the Nation: RTE Section 12(1)(c) 2017 പഠനത്തിൽ ഇന്ത്യയിലെ 11 സംസ്ഥാനങ്ങളും ഒരു കേന്ദ്ര ഭരണപ്രദേശവും മാത്രമാണ് വിദ്യാഭ്യാസ അവകാശനിയമം അനുശാസിക്കുന്ന സംവരണം നടപ്പാക്കുന്നത് എന്ന് കണ്ടെത്തിയിരുന്നു. അഞ്ച് സംസ്ഥാനങ്ങൾ വിദ്യാഭ്യാസ അവകാശനിയമത്തിനു കീഴിലുള്ള സ്കൂൾപ്രവേശനം സംബന്ധിച്ച വിജ്ഞാപനം പോലും ഇറക്കിയിട്ടില്ല എന്ന് 2018 ൽ പാർലമെന്റിൽ ശശി തരൂർ എം പി ഉന്നയിച്ച ചോദ്യത്തിന് മറുപടിയായി കേന്ദ്ര മാനവ വിഭവശേഷി മന്ത്രി വ്യക്തമാക്കി. ഓരോ കുട്ടിക്കും വേണ്ടിവരുന്ന വിദ്യാഭ്യാസച്ചെലവ് പ്രസിദ്ധീകരിക്കാത്ത 14 സംസ്ഥാനങ്ങളുണ്ട്. അതുകൊണ്ടുതന്നെ 2017-18 കാലയളവിൽ 15 സംസ്ഥാനങ്ങൾ കേന്ദ്രസർക്കാരിനോട് ചെലവുപണം (reimbursement) ആവശ്യപ്പെട്ടെങ്കിലും വെറും 6 സംസ്ഥാനങ്ങളുടെ ആവശ്യം മാത്രമാണ് അംഗീകരിക്കപ്പെട്ടത്. ഭരണകർത്താക്കളുടെയും നയരൂപീകരണ വിദഗ്ദ്ധരുടെയും കോടതികളുടെയും ശ്രദ്ധ അടിയന്തരമായി ഈ വിഷയത്തിൽ പതിയേണ്ടതുണ്ട്.

ഭിന്നശേഷി സംവരണം

ഇന്ത്യയിൽ ഭിന്നശേഷി സംവരണം ആരംഭിക്കുന്നത് 1977 ലാണ്. അന്നത്തെ ഇന്ദിരാ ഗാന്ധി സർക്കാർ ഒരു ഔദ്യോഗിക ഉത്തരവു മുഖേന സർക്കാർ സർവ്വീസുകളിലെ ഗ്രൂപ്പ് C, D വിഭാഗങ്ങളിൽ 3 ശതമാനം സംവരണം ഏർപ്പെടുത്തുകയായിരുന്നു. അന്ധർ, ബധിരർ, ചലനവൈകല്യമുള്ളവർ എന്നീ മൂന്നു വിഭാഗങ്ങളിൽപ്പെട്ടവർക്ക് മാത്രമായിരുന്നു സംവരണത്തിന് അർഹതയുണ്ടായിരുന്നത്. 1995 ൽ പാർലമെന്റ് Persons with Disabilities Act പാസാക്കിയതോടെ ഭിന്നശേഷി സംവരണത്തിന് നിയമപരമായ അസ്തിത്വമുണ്ടായി. ഈ നിയമത്തിലൂടെ ഭിന്നശേഷിസംവരണം നാല് ഗ്രൂപ്പുകളിലേക്കും വ്യാപിപ്പിച്ചു. 2007 ൽ ഭിന്നശേ

ഷിക്കാരുടെ അവകാശം സംബന്ധിച്ച ഐക്യരാഷ്ട്രസഭാ ഉടമ്പടിയിൽ ഇന്ത്യ ഒപ്പുവെച്ചു. ഇതേത്തുടർന്ന് 2016 ൽ ഭിന്നശേഷിക്കാർക്ക് സംവരണ മടക്കമുള്ള അവകാശങ്ങൾ ഉറപ്പുനല്കുന്ന സമഗ്രനിയമം Rights of Persons with Disabilities Act പാർലമെന്റ് പാസാക്കി. ഇതുപ്രകാരം ഭിന്നശേഷിക്കാർക്കുള്ള ഉദ്യോഗസംവരണം 3 ശതമാനത്തിൽനിന്ന് 4 ആക്കി ഉയർത്തി. സർക്കാരിന് കീഴിലുള്ള ഉന്നതവിദ്യാഭ്യാസ സ്ഥാപന ങ്ങളിലാകട്ടെ 5 ശതമാനം ഭിന്നശേഷിസംവരണവും ഏർപ്പെടുത്തി. മുൻപ് ഏഴുതരം ഭിന്നശേഷികളായിരുന്നു അംഗീകരിക്കപ്പെട്ടിരുന്നതെങ്കിൽ ഈ നിയമത്തിനു കീഴിൽ അത് 21 ആയി. ആറു വയസ്സ് മുതൽ പതിനെട്ടു വയസ്സ് വരെ പ്രായമുള്ള ഭിന്നശേഷിക്കാരായ കുട്ടികൾക്ക് അവരുടെ താല്പര്യാനുസരണം സമീപപ്രദേശത്തുള്ള സ്കൂളുകളിലോ സ്പെ ഷ്യൽ സ്കൂളുകളിലോ സൗജന്യ വിദ്യാഭ്യാസത്തിനും ഈ നിയമം വ്യവ സ്ഥ ചെയ്യുന്നു. 2011 ലെ സെൻസസ് പ്രകാരം ജനസംഖ്യയുടെ 2.21 ശതമാനമാണ് ഭിന്നശേഷിക്കാർ.

ഭരണഘടനയിൽ ഭിന്നശേഷിക്കാർക്ക് സംവരണം നല്കുന്നത് സംബന്ധിച്ച് പ്രത്യക്ഷ വ്യവസ്ഥകളൊന്നും നിലവിലില്ല എന്നത് സത്യ മാണ്. എന്നാൽ അനുച്ഛേദം 16(1)ന് കീഴിൽ യുക്തിപരമായ വർഗ്ഗീകര ണത്തിന് ഭരണഘടന അനുവാദം നല്കുന്നുണ്ട്. ഭിന്നശേഷിക്കാർ അത്തരം വർഗ്ഗീകരണത്തിന്റെ ഉദാഹരണമാണ്. അവരുടെ ശാരീരികവും മാനസികവുമായ അവശതകൾ ഭരണഘടന ഉറപ്പുനല്കുന്ന തുല്യതയും സ്വാതന്ത്ര്യവും അന്തസ്സുമുള്ള ജീവിതംനയിക്കുന്നതിന് തടസ്സമാകാൻ പാടില്ല. അതുകൊണ്ടുതന്നെ ഭിന്നശേഷിക്കാർക്ക് സംവരണമുൾപ്പെടെ യുള്ള പ്രത്യേക പരിരക്ഷകൾ നല്കുന്നത് ഒരുതരത്തിലും ഭരണഘടനാ മൂല്യങ്ങൾക്ക് എതിരല്ല. ഭിന്നശേഷിക്കാർ ഉൾപ്പെടെയുള്ള ദുർബ്ബല ജന വിഭാഗങ്ങൾക്ക് നീതിയും ക്ഷേമവും ഉറപ്പാക്കാൻ വേണ്ട നടപടികൾ സ്വീകരിക്കാൻ അനുച്ഛേദം 46 ഭരണകൂടത്തെ അധികാരപ്പെടുത്തുകയും ചെയ്യുന്നുണ്ട്.

എന്നാൽ അനുച്ഛേദം 16(4)ന് കീഴിലെ പിന്നോക്കസംവരണത്തിൽ നിന്നും വ്യത്യസ്തമാണ് ഭിന്നശേഷി സംവരണം. ആദ്യത്തേത് നെടു കെയുള്ള സംവരണവും (vertical reservation) രണ്ടാമത്തേത് കുറു കെയുള്ള സംവരണവുമാണ് (horizontal reservation). അതായത് നിലവിലുള്ള 49.5 ശതമാനത്തിനു പുറമേയല്ല ഭിന്നശേഷിക്കാർക്ക് 4 ശതമാനം സംവരണം ഏർപ്പെടുത്തിയിരിക്കുന്നത്. മറിച്ച് ഭിന്നശേ ഷിക്കാരനായ വ്യക്തി ഏതു സാമൂഹ്യവിഭാഗത്തിലാണോ ഉൾപ്പെടുന്നത്, അതിനുള്ളിലാണ് ആ സംവരണം വകകൊള്ളിക്കേണ്ടത്. അതുകൊണ്ടു തന്നെ 50 ശതമാനം മേൽപരിധി ഇതിനു ബാധകമല്ല. 2016 ലെ രാജീവ് കുമാർ ഗുപ്ത കേസിൽ ഭിന്നശേഷിക്കാർക്ക് ഉദ്യോഗ സ്ഥാനക്കയ റ്റത്തിലും സംവരണം നല്കാം എന്ന് സുപ്രീം കോടതി വ്യക്തമാക്കു കയുണ്ടായി. ഈ സന്ദർഭത്തിൽ പ്രശസ്തമായ അനമോൾ ഭണ്ഡാരി

കേസിന്റെ (2012) കാര്യം കൂടി പരാമർശിക്കേണ്ടതുണ്ട്. ഡൽഹി സാങ്കേതിക സർവ്വകലാശാല നടത്തിയ പ്രവേശനപരീക്ഷയിൽ പട്ടിക ജാതി പട്ടികഗോത്രവർഗ്ഗക്കാർക്ക് 10 ശതമാനവും ഭിന്നശേഷിക്കാർക്ക് 5 ശതമാനവും മാർക്കിളവ് നല്കിയതാണ് കേസിന് ആധാരമായത്. പട്ടികവിഭാഗങ്ങൾക്കും ഭിന്നശേഷിക്കാർക്കും രണ്ടുതരം മാനദണ്ഡങ്ങൾ ഉപയോഗിക്കുന്നത് അവരോടുള്ള അനീതിയാണോ എന്നതായിരുന്നു ഡൽഹി ഹൈക്കോടതിയുടെ മുന്നിൽ ഉയർന്ന ചോദ്യം. പട്ടിക വിഭാഗങ്ങളിൽപ്പെടുന്ന ഭിന്നശേഷിക്കാർക്ക് സ്വാഭാവികമായും 10 ശതമാനം മാർക്കിളവ് ലഭിക്കുമ്പോൾ ജനറൽവിഭാഗങ്ങളിൽപ്പെടുന്ന ഭിന്നശേഷിക്കാർക്ക് 5 ശതമാനം മാത്രം ലഭിക്കുന്നത് വിവേചനമാണ് എന്നാണ് ഹൈക്കോടതി നിരീക്ഷിച്ചത്. പട്ടികവിഭാഗങ്ങൾക്കു ലഭിക്കുന്ന അതേ ആനുകൂല്യങ്ങൾ തന്നെ എല്ലാ വിഭാഗത്തിൽപ്പെടുന്ന ഭിന്നശേഷിക്കാർക്കും ലഭ്യമാക്കാമെന്ന് ഹൈക്കോടതി വിധിച്ചു. ഒരു പടികൂടി കടന്ന്, ഭിന്നശേഷിക്കാരായ ആൾക്കാർ പട്ടികവിഭാഗങ്ങൾക്കൊപ്പം തന്നെ സാമൂഹ്യപിന്നോക്കാവസ്ഥ അനുഭവിക്കുന്നവരാണ് എന്നും കോടതി അഭിപ്രായപ്പെട്ടു. 2019 ലെ ആര്യൻ രാജ് കേസിൽ സുപ്രീം കോടതി ഡൽഹി ഹൈക്കോടതിയുടെ നിരീക്ഷണങ്ങൾ പൂർണ്ണമായും സ്വീകരിക്കുകയും അതിന്റെ അടിസ്ഥാനത്തിൽ തീർപ്പ് കല്പിക്കുകയും ചെയ്തിരുന്നു.[6] ഇത് ചില ആശയക്കുഴപ്പങ്ങൾക്ക് വഴിവെച്ചിട്ടുണ്ട്. ഭിന്നശേഷി സംവരണം 16(1)ന് കീഴിലാണ് നല്കുന്നത് എന്നും അത് അനുച്ഛേദം 16(4)നു കീഴിലെ പിന്നോക്കസംവരണത്തിൽനിന്നും വ്യത്യസ്തമായി കുറുകെയുള്ള സംവരണത്തിന്റെ ഉദാഹരണമാണെന്നും ഇന്ദ്ര സാഹ്നി കേസിൽ സുപ്രീംകോടതി നിരീക്ഷിച്ചിട്ടുള്ളതാണ്. പ്രാതിനിധ്യമില്ലായ്മ പരിഹരിക്കാനല്ല ഭിന്നശേഷി സംവരണം നടപ്പിലാക്കിയിട്ടുള്ളത് എന്നതും ഓർക്കേണ്ടതുണ്ട്. മാത്രമല്ല അനുച്ഛേദം 16(4)നു കീഴിലെ സംവരണത്തിന് അർഹരായവരെ കണ്ടെത്താൻ ഉപയോഗിച്ച മാനദണ്ഡങ്ങൾ ഭിന്നശേഷിക്കാരുടെ കാര്യത്തിൽ പ്രസക്തമാകാനും ഇടയില്ല. കാര്യങ്ങൾ അങ്ങനെയായിരിക്കെ, ഭിന്നശേഷിക്കാർ പട്ടികവിഭാഗങ്ങൾക്കു സമാനമായ സാമൂഹ്യ പിന്നോക്കാവസ്ഥ അനുഭവിക്കുന്നവരാണ് എന്ന നിരീക്ഷണം എത്രത്തോളം സാധുവാണ് എന്ന കാര്യം സംശയമായി അവശേഷിക്കുന്നു.

അവലംബം

1. Dalit and Minority Empowerment, Santosh Bhartiya, Rajkamal Prakashan, 2008
2. *10 Judgements that changed India*, Zia Mody, Shobha De Books, 2013
3. *Landmark Judgements that changed India*, Justice Ashok Kumar Ganguly, Rupa Publications, 2017
4. The SC ruling on Identifying backward classes, *The Hindu*, 9

May 2021
5. The Right of Children to Free and Compulsory Education Act, 2009 - Clarification on Provisions, www.mhrd.gov.in
6. Marginalised from school, Shashi Tharoor, *The Hindu,* 20 April 2019
7. Disabled Entitled To The Same Benefits As Given To SC-ST Candidates: SC,www. Live Law.in,13 July 2020.

സാമ്പത്തിക സംവരണത്തിന് ഒരു ന്യായവാദം

പിന്നോക്കസംവരണത്തെക്കുറിച്ചുള്ള ചർച്ചകൾ ഭരണഘടനാ നിർമ്മാണസഭയിൽ നടക്കുന്ന വേളയിൽത്തന്നെ പല അംഗങ്ങളും ജാതി സംവരണത്തിന് പകരം സാമ്പത്തിക സംവരണത്തിനുവേണ്ടി ശക്തമായി വാദിച്ചിരുന്നു. ഗാന്ധിയനായ മഹാവീർ ത്യാഗി ഒരു സന്ദർഭത്തിൽ അംബേദ്കർ ഒരു പട്ടികജാതിക്കാരനല്ല എന്നുപോലും പറഞ്ഞുകളഞ്ഞു:

> പട്ടികജാതി എന്ന പ്രയോഗം തന്നെയും ഒരു കെട്ടുകഥയാണ്. അധ:സ്ഥിതരായ ചില ജാതികളുണ്ട്, ചിലർ ദരിദ്രരാണ്, മറ്റു ചിലർ അയിത്തക്കാരാണ്... ഡോ. അംബേദ്കർ പട്ടികജാതിക്കാരനാവുന്നത് എങ്ങനെയാണ്? അദ്ദേഹം നിരക്ഷരനാണോ? തൊട്ടുകൂടാത്തവനാണോ? അദ്ദേഹത്തിന് എന്തെങ്കിലും കുറവുകളുണ്ടോ?.... സാമുദായികതയുടെ അടിസ്ഥാനത്തിലുള്ള ന്യൂനപക്ഷങ്ങളിൽ ഞാൻ വിശ്വസിക്കുന്നില്ല. സമ്പത്തിന്റെ അടിസ്ഥാനത്തിലാണ് ന്യൂനപക്ഷങ്ങൾ നിലനില്ക്കേണ്ടത്.[1]

ഡോ. പി എസ് ദേശ്മുഖിനെപ്പോലുള്ള മറ്റു ചിലരാകട്ടെ, പട്ടികജാതികളുടെയും പട്ടികഗോത്രവർഗ്ഗങ്ങളുടെയും ജീവിതസാഹചര്യങ്ങളിൽനിന്നും വ്യത്യസ്തമല്ലാത്ത ദശലക്ഷക്കണക്കിന് മനുഷ്യരെയും സംവരണത്തിനായി പരിഗണിക്കണം എന്ന് അഭിപ്രായപ്പെട്ടു. ഭരണഘടന നിലവിൽവന്ന ശേഷം സാമ്പത്തിക സംവരണത്തെക്കുറിച്ചുള്ള ചർച്ചകൾ അനുച്ഛേദം 16(4) മായി ബന്ധപ്പെട്ടായിരുന്നു. അതിൽ പരാമർശിക്കുന്ന 'പിന്നോക്ക വിഭാഗങ്ങൾ' എന്ന പ്രയോഗത്തിൽ സാമ്പത്തികമായി പിന്നോക്കം നില്ക്കുന്നവരും ഉൾപ്പെടുമെന്ന് ചിലർ വാദിച്ചപ്പോൾ സമ്പത്തിന്റെ അടിസ്ഥാനത്തിൽ പിന്നോക്കാവസ്ഥ നിർണ്ണയിക്കുന്നതാണ്

ഉചിതമെന്ന് ബാലാജി കേസിലുൾപ്പെടെ ചില കോടതി നിരീക്ഷണങ്ങളുമുണ്ടായി. 1991 ൽ നരസിംഹറാവുവിന്റെ കോൺഗ്രസ് സർക്കാർ സാമ്പത്തികമായി പിന്നോക്കം നില്ക്കുന്നവർക്ക് പത്തു ശതമാനം സംവരണം നല്കാൻ തീരുമാനിക്കുകയും ഇന്ദ്ര സാഹ്നി കേസിൽ കോടതി അത് റദ്ദാക്കുകയും ചെയ്തതോടെ ഈ വിഷയത്തിൽ ഒരു അന്തിമതീർപ്പുണ്ടായതായി കാണാം. അനുച്ഛേദം 16(4) സാമൂഹ്യനീതി ലക്ഷ്യമിട്ടുള്ള വ്യവസ്ഥയാണ് എന്നും സാമൂഹ്യമായി പിന്നോക്കം നില്ക്കുന്നവർക്ക് സർക്കാർ സർവ്വീസിൽ അർഹമായ പ്രാതിനിധ്യം ഉറപ്പാക്കുകയാണ് അതിന്റെ ലക്ഷ്യം എന്നും അർത്ഥശങ്കയ്ക്കിടയില്ലാത്തവിധം കോടതി ഈ കേസിൽ വ്യക്തമാക്കി. ഭിന്നശേഷിസംവരണം പോലെയുള്ള ചിലവ അനുച്ഛേദം 16(1)ന് കീഴിൽ നടപ്പാക്കാൻ അനുവദിക്കുന്നുണ്ടെങ്കിലും സാമ്പത്തിക സംവരണം അതിലും ഉൾപ്പെടുന്നില്ല. ഒരു പ്രത്യേക വരുമാന/ആസ്തി പരിധി നിശ്ചയിച്ച് ചിലർക്ക് മാത്രം സംവരണം നല്കുന്നത് അവസര സമത്വത്തിന് വിരുദ്ധമാണ് എന്നും കോടതി പറഞ്ഞു. അതോടെ നിലവിലുള്ള ഭരണഘടന വ്യവസ്ഥകളുടെ അടിസ്ഥാനത്തിൽ സാമ്പത്തിക സംവരണം നടപ്പിലാക്കാൻ യാതൊരു വിധത്തിലും കഴിയില്ല എന്ന് വ്യക്തമായി. 2014 ൽ മഹാരാഷ്ട്ര, ഒഡിഷ, രാജസ്ഥാൻ എന്നീ സംസ്ഥാനങ്ങളും 2016 ൽ ഗുജറാത്തും സമാനമായി സാമ്പത്തികസംവരണം നടപ്പിലാക്കാൻ ശ്രമിച്ചെങ്കിലും കോടതി ഉത്തരവിനെത്തുടർന്ന് പിന്മാറേണ്ടി വന്നു.

2006 ൽ അന്നത്തെ യു പി എ സർക്കാർ സാമ്പത്തിക പിന്നോക്ക വിഭാഗങ്ങൾക്കായുള്ള ഒരു കമ്മീഷനെ നിയമിച്ചിരുന്നു. മേജർ ജനറൽ എസ് ആർ സിൻഹോയായിരുന്നു ഈ മൂന്നംഗ കമ്മീഷന്റെ തലവൻ. സാമ്പത്തിക പിന്നോക്ക വിഭാഗങ്ങളെ കണ്ടെത്തുന്നതിനായി മാനദണ്ഡങ്ങൾ രൂപീകരിക്കുക, അവരുടെ ക്ഷേമത്തിനായും സർക്കാർ സർവ്വീസിലും വിദ്യാഭ്യാസ സ്ഥാപനങ്ങളിലും നല്കേണ്ട സംവരണത്തെ സംബന്ധിച്ചും ശുപാർശകൾ സമർപ്പിക്കുക, അത് നടപ്പാക്കാൻ വേണ്ട ഭരണഘടനാപരവും നിയമപരവുമായ നിർദ്ദേശങ്ങൾ മുന്നോട്ടുവെക്കുക എന്നിവയായിരുന്നു കമ്മീഷന് നല്കിയ ചുമതലകൾ. സംവരണേതര വിഭാഗങ്ങളിൽ 18.2 ശതമാനത്തോളം പേർ ദരിദ്രരാണ് എന്നാണ് കമ്മീഷൻ കണ്ടെത്തിയത്. എന്നാൽ പിന്നോക്ക വിഭാഗങ്ങളെ സാമ്പത്തികമായ മാനദണ്ഡങ്ങളുപയോഗിച്ച് കണ്ടെത്താൻ കഴിയില്ലെന്നും 'സാമ്പത്തിക പിന്നോക്ക വിഭാഗങ്ങൾ' എന്ന പ്രത്യേക ഗണത്തെ കണ്ടെത്തിയാൽ ത്തന്നെ അത് സാമൂഹ്യക്ഷേമ പദ്ധതികളുടെ ഗുണഭോക്താക്കളാക്കാൻ വേണ്ടി മാത്രമായിരിക്കും എന്നും കമ്മീഷൻ വ്യക്തമാക്കി. അവർക്ക് സംവരണം നല്കാനാണ് താല്പര്യപ്പെടുന്നതെങ്കിൽ അവരുടെ സാമ്പത്തികമായ പിന്നോക്കാവസ്ഥയ്ക്കൊപ്പം സാമൂഹ്യവും വിദ്യാഭ്യാസപരവുമായ ഘടകങ്ങൾ കൂടി പരിഗണിക്കേണ്ടി വരും. മാത്രമല്ല 50 ശതമാനം മേൽപരിധി എന്ന കടമ്പ നിലനില്ക്കുന്നതിനാൽ ഒന്നുകിൽ സുപ്രീം കോടതിതന്നെ ഇത് തിരുത്തുകയോ അല്ലെങ്കിൽ ഭരണഘടനാഭേദഗതി

കൊണ്ടുവന്ന് ഇത് മറികടക്കുകയോ വേണം. നിലവിൽ ഇന്ത്യയിൽ സംവരണം നല്കാൻ കഴിയുന്നത് സാമൂഹ്യവും വിദ്യാഭ്യാസപരവുമായി പിന്നോക്കം നില്ക്കുന്ന വിഭാഗങ്ങൾക്ക്മാത്രമാണെന്നും കമ്മീഷൻ 2010 ൽ സമർപ്പിച്ച തങ്ങളുടെ അന്തിമ റിപ്പോർട്ടിൽ ചൂണ്ടിക്കാട്ടി.[2] 2015 ൽ പാർലമെന്റിൽ ഉയർന്ന ഒരു ചോദ്യത്തിനുള്ള മറുപടിയായി കേന്ദ്രമന്ത്രി ജിതേന്ദ്രസിങ്, സിൻഹോ കമ്മീഷൻ സാമ്പത്തിക പിന്നോക്ക വിഭാഗങ്ങൾക്ക് സംവരണം ശുപാർശ ചെയ്തിട്ടില്ല എന്ന് വ്യക്തമാക്കിയിരുന്നു.

103-ാം ഭരണഘടനാ ഭേദഗതി

2019 ജനുവരിയിൽ എൻ ഡി എ സർക്കാർ ഭരണഘടനാ ഭേദഗതിയിലൂടെ കേന്ദ്രസർവ്വീസുകളിൽ 10 ശതമാനം സാമ്പത്തികസംവരണം നടപ്പിലാക്കാനുള്ള തീരുമാനം പ്രഖ്യാപിച്ചു. ഇത് സംബന്ധിച്ച ബില്ല് തിടുക്കപ്പെട്ട് ജനുവരി 8 ന് തന്നെ കേന്ദ്രമന്ത്രി തവർചന്ദ് ഗെഹ്ലോട്ട് ലോക്സഭയിൽ അവതരിപ്പിച്ചു. പാർലമെന്റിന്റെ ശീതകാല സമ്മേളനത്തിന്റെ അവസാന ദിവസമായ പിറ്റേന്നുതന്നെ ബില്ല് പാസാക്കി. തൊട്ടടുത്ത ദിവസം രാജ്യസഭയിൽ അവതരിപ്പിച്ച ബില്ല് സെലക്റ്റ് കമ്മിറ്റിക്ക് വിടണമെന്ന ഇടതുപക്ഷമടക്കമുള്ള പ്രതിപക്ഷകക്ഷികളുടെ ആവശ്യം വോട്ടിനിട്ട് തള്ളി അതിനടുത്ത ദിവസം പാസാക്കി. ജനുവരി 12 ൽ ബില്ലിന് രാഷ്ട്രപതിയുടെ അംഗീകാരം കിട്ടി. ജനുവരി 14 ന് 103-ാം ഭരണഘടനാ ഭേദഗതിനിയമം നിലവിൽ വന്നതോടെ രാജ്യത്ത് ആദ്യമായി ഭരണഘടനാ വ്യവസ്ഥകളുടെ പിൻബലത്തോടെ സാമ്പത്തികസംവരണം യാഥാർത്ഥ്യമായി. വളരെയേറെ ചർച്ചകൾക്കും സമവായങ്ങൾക്കുമൊടുവിൽ പാസാക്കേണ്ട ഒരു നിയമം ഇപ്രകാരം തിടുക്കപ്പെട്ടു പാസാക്കിയത്-അതും രാജ്യം പൊതുതിരഞ്ഞെടുപ്പിലേക്ക് നീങ്ങാൻ മാസങ്ങൾ മാത്രം ശേഷിക്കെ-വലിയ വിമർശനങ്ങൾക്ക് വഴിവെച്ചു.

103 -ാം ഭരണഘടനാഭേദഗതി നിയമം ഭരണഘടനയിൽ അനുച്ഛേദം 15 ന് കീഴിൽ ഖണ്ഡം(6)ഉം അനുച്ഛേദം 16 ന് കീഴിൽ ഖണ്ഡം (6) ഉം കൂട്ടിച്ചേർക്കുന്നു. നിലവിലുള്ള പിന്നോക്കസംവരണത്തിനുപുറമേ അതിൽ ഉൾപ്പെടാത്ത 'സാമ്പത്തികമായ ദുർബ്ബല വിഭാഗങ്ങളിൽപ്പെട്ട' (Economically Weaker Sections) പൗരന്മാരുടെ ഉന്നമനത്തിനായി പ്രത്യേക വ്യവസ്ഥകൾ നിർമ്മിക്കുന്നതിനും അവർക്ക് വിദ്യാഭ്യാസ സ്ഥാപനങ്ങളിൽ പരമാവധി പത്തു ശതമാനം സീറ്റുകൾ സംവരണം ചെയ്യുന്നതിനും സർക്കാരിന് അനുവാദം നല്കുന്ന വ്യവസ്ഥയാണ് അനുച്ഛേദം 15(6). അതിന്റെ വിശദീകരണത്തിൽ, സാമ്പത്തികമായ ദുർബ്ബല വിഭാഗങ്ങളെന്നാൽ 'കുടുംബവരുമാനത്തിന്റെയും പ്രതികൂല സാമ്പത്തിക സൂചകങ്ങളുടെയും അടിസ്ഥാനത്തിൽ രാഷ്ട്രം കാലാകാലങ്ങളിൽ വിജ്ഞാപനം ചെയ്യുന്ന പ്രകാരമായിരിക്കും' എന്ന് വ്യക്തമാക്കുന്നു. അനുച്ഛേദം 16(6) ആകട്ടെ, നിലവിലുള്ള പിന്നോക്ക സംവരണത്തിന് പുറമേ സർക്കാർ സർവ്വീസിൽ സാമ്പത്തികമായ ദുർബ്ബല

വിഭാഗങ്ങൾക്കായി പരമാവധി പത്തുശതമാനം സംവരണം നല്കാൻ വ്യവസ്ഥ ചെയ്യുന്നു. പട്ടികജാതി, പട്ടികവർഗ്ഗ, ക്രീമിലെയറേതര ഒ ബി സികൾ എന്നിവർ ഒഴികെയുള്ളവർക്കാണ് ഇതിനുള്ള അർഹത. അനുച്ഛേദം 15(4), 16(4) എന്നിവ പോലെ 15(6), 16(6) എന്നിവയും പ്രാപ്ത മാക്കൽ വ്യവസ്ഥകൾ മാത്രമാണ്. സാമ്പത്തിക സംവരണം നിലവിൽ വന്നതോടെ രാജ്യത്തെ മൊത്തം സംവരണം ഇന്ദ്ര സാഹ്നി കേസിൽ സുപ്രീംകോടതി നിശ്ചയിച്ച പരിധിയായ 50 ശതമാനത്തിൽ കവിഞ്ഞു.

ഭേദഗതിനിയമത്തിൽ 'സാമ്പത്തികമായ പിന്നോക്ക വിഭാഗങ്ങൾ' എന്നതിനുപകരം 'സാമ്പത്തികമായ ദുർബ്ബല വിഭാഗങ്ങൾ' എന്ന് ഉപ യോഗിച്ചത് യാദൃച്ഛികമല്ല. നിലവിലുള്ള 'പിന്നോക്ക വിഭാഗ'ങ്ങ ളിൽനിന്നും വ്യത്യസ്തമായ ഒരു വർഗ്ഗീകരണമാണ് (classification) സർക്കാർ ഇതിലൂടെ നടത്തിയത്. പിന്നോക്കാവസ്ഥ സാമൂഹികവും വിദ്യാഭ്യാസപരവുമായതിനാൽ സാമ്പത്തികപിന്നോക്കാവസ്ഥ എന്നത് ഒരു കൃത്രിമസൃഷ്ടിയാണ് എന്നും അതിനു ഭരണഘടനാപരമായ അംഗീ കാരമില്ല എന്നുമുള്ള വിമർശനം സാമ്പത്തിക സംവരണം നടപ്പിലാക്കാ നുള്ള ഏറ്റവും വലിയ പ്രതിബന്ധമായിരുന്നു. അതാണ് പുതിയ ഭേദ ഗതിയിലൂടെ സർക്കാർ മറികടന്നത്. ഇതിലൂടെ സാമ്പത്തിക സംവരണ ത്തിന് അനുച്ഛേദം 16(4)ൽ നിന്നും വ്യത്യസ്തമായി ഒരു പ്രത്യേകമായ അസ്തിത്വം നിർമ്മിക്കപ്പെട്ടു. പുതിയ ഭേദഗതിയുടെ ലക്ഷ്യവും കാരണങ്ങളും വ്യക്തമാക്കുന്ന ഔദ്യോഗിക പ്രസ്താവനയിൽ പറയുന്നതിങ്ങനെയാണ്:

> (നിലവിൽ) സാമ്പത്തികമായി ദുർബ്ബലരായ വിഭാഗങ്ങൾ സംവര ണത്തിന്റെ ഗുണഫലങ്ങൾ അനുഭവിക്കുന്നില്ല. അനുച്ഛേദം 46 ന്റെ അനുശാസന സാക്ഷാൽക്കരിക്കുന്നതിനായും സാമ്പത്തികമായ ദുർബ്ബല വിഭാഗങ്ങൾക്ക് ഉന്നതമായ വിദ്യാഭ്യാസത്തിനും സർക്കാർ സർവ്വീസിലെ പ്രാതിനിധ്യത്തിനുമുള്ള ന്യായമായ അവസരം ഉറപ്പാക്കാനുമായി ഭരണഘടന ഭേദഗതി ചെയ്യാൻ തീരു മാനിച്ചിരിക്കുന്നു.

ജനങ്ങളിൽ ദുർബ്ബലവിഭാഗങ്ങളുടെ സാമ്പത്തികവും വിദ്യാഭ്യാസ പരവുമായ താല്പര്യങ്ങളെ അഭിവൃദ്ധിപ്പെടുത്താനും എല്ലാ വിധത്തിലുള്ള ചൂഷണത്തിൽനിന്നും സംരക്ഷിക്കാനും രാഷ്ട്രത്തിന് കടമയുണ്ട് എന്ന് വ്യക്തമാക്കുന്ന അനുച്ഛേദം 46 നെ ആധാരമാക്കിയതോടെ സാമ്പത്തിക സംവരണത്തിന് സാമൂഹ്യക്ഷേമത്തിന്റെ പുതിയ മാനം നല്കുകയാണ് സർക്കാർ ചെയ്തത്. ഇന്ദ്ര സാഹ്നി കേസിൽ ജസ്റ്റിസ് സാവന്ത് ദുർബ്ബല വിഭാഗങ്ങളും പിന്നോക്കവിഭാഗങ്ങളും തമ്മിലുള്ള വ്യത്യാസം മൂന്നു തരത്തിലാണ് എന്ന് വിശദമാക്കുന്നുണ്ട്. ഒന്നാമതായി, ദുർബ്ബല വിഭാഗ ങ്ങൾ ഒരു വർഗ്ഗമെന്ന നിലയിലല്ല, വ്യക്തികൾ എന്ന നിലയിൽത്തന്നെ ദുർബ്ബലരായിരിക്കും. രണ്ടാമത്, അവരുടെ ദുർബ്ബലാവസ്ഥയുടെ കാരണം

സാമൂഹ്യവും വിദ്യാഭ്യാസപരവുമായിരിക്കണമെന്നില്ല. മൂന്നാമതായി, അവർക്ക് സർക്കാർ സർവ്വീസിൽ മതിയായ പ്രാതിനിധ്യമുണ്ട് എങ്കിൽപ്പോലും അവർക്ക് തുടർന്നും സംവരണത്തിന് അർഹതയുണ്ട്. പിന്നോക്കവിഭാഗങ്ങളിൽനിന്നും വ്യത്യസ്തമായി സാമ്പത്തിക ദുർബ്ബല വിഭാഗങ്ങൾ സാമൂഹ്യവും വിദ്യാഭ്യാസപരമായും പിന്നോക്കാവസ്ഥയിലല്ല. മാത്രമല്ല അവർക്ക് സർക്കാർ സർവ്വീസിൽ മതിയായ പ്രാതിനിധ്യമുണ്ട് എന്നുറപ്പാണ്. പക്ഷേ, അവർക്ക് സംവരണം നല്കുന്നത് അധികാര പ്രാതിനിധ്യമോ സാമൂഹ്യനീതിയോ ഉറപ്പാക്കാനല്ല. ദരിദ്രമായ ജീവിതസാഹചര്യങ്ങൾ മൂലം മത്സരപ്പരീക്ഷകൾക്കടക്കം മറ്റുള്ളവർക്കൊപ്പം ഓടിയെത്താനും അവസരസമത്വത്തിന്റെ ഗുണഫലങ്ങൾ അനുഭവിക്കാനും കഴിയാത്തവർക്കായുള്ള ഒരു സാമൂഹ്യക്ഷേമ പദ്ധതി എന്ന നിലയ്ക്കാണ്.

2019 ജനുവരിയിൽ കേന്ദ്രസർക്കാർ പുറത്തിറക്കിയ ഓഫീസ് മെമ്മോറാണ്ടമനുസരിച്ച് വാർഷിക കുടുംബവരുമാനം 8 ലക്ഷത്തിന് താഴെയുള്ളവർക്കാണ് കേന്ദ്രസർക്കാർ സർവ്വീസിൽ സാമ്പത്തിക സംവരണത്തിന് അർഹതയുള്ളത്. അഞ്ചേക്കറിലധികം കൃഷിഭൂമിയോ, 1000 ചതുരശ്ര അടിയിലധികം വിസ്തീർണ്ണമുള്ള വീടോ, നഗരങ്ങളിൽ 1800 ചതുരശ്ര അടിയിലധികം വിസ്തീർണ്ണമുള്ള പാർപ്പിടഭൂമിയോ, മെട്രോപൊളിറ്റൻ നഗരങ്ങളിൽ 900 അടിയിലധികം വിസ്തീർണ്ണമുള്ള പാർപ്പിടഭൂമിയോ ഉള്ളവരെ ഇതിൽനിന്നും ഒഴിവാക്കിയിരുന്നു. സംസ്ഥാന സർക്കാരുകൾക്ക് തങ്ങളുടേതായ മാനദണ്ഡങ്ങൾ രൂപീകരിച്ച് സർക്കാർ സർവ്വീസിൽ സാമ്പത്തിക സംവരണം നടപ്പിലാക്കാമെന്ന് കേന്ദ്ര സാമൂഹ്യനീതി വകുപ്പുമന്ത്രി പാർലമെന്റിൽ വ്യക്തമാക്കി. സംസ്ഥാന സർക്കാരിനുകീഴിലുള്ള സർവ്വീസുകൾ സംസ്ഥാനലിസ്റ്റിൽപ്പെട്ട വിഷയമായതിനാൽ അതിൽ ഇടപെടാൻ കേന്ദ്രസർക്കാരിന് അധികാരമില്ല. ഇത്തരത്തിൽ കേരളമുൾപ്പെടെ പല സംസ്ഥാനങ്ങളും തങ്ങളുടേതായ മാനദണ്ഡങ്ങളുപയോഗിച്ച് വിദ്യാഭ്യാസപ്രവേശനത്തിലും ഉദ്യോഗനിയമനത്തിലും സാമ്പത്തികസംവരണം നടപ്പിലാക്കാൻ തീരുമാനിച്ചിട്ടുണ്ട്. കേരള സർക്കാർ ഇതിനായി ജസ്റ്റിസ് (റിട്ട.) ശശിധരൻ നായർ അദ്ധ്യക്ഷനായ ഒരു കമ്മിറ്റിയെ നിയമിച്ചിരുന്നു. ഈ കമ്മിറ്റിയുടെ ശുപാർശകളാണ് സംസ്ഥാനത്തെ സാമ്പത്തിക സംവരണത്തിന്റെ ഗുണഭോക്താക്കളെ കണ്ടെത്തുന്നതിനായി സർക്കാർ അംഗീകരിച്ചിരിക്കുന്നത്. ഇതനുസരിച്ച്, വാർഷിക കുടുംബവരുമാനം നാല് ലക്ഷം രൂപയിൽ താഴെയുള്ള സംവരണേതര വിഭാഗക്കാർക്കാണ് പൊതുവിഭാഗത്തിനായി മാറ്റിവെച്ചിരിക്കുന്ന സീറ്റുകളിൽ പത്തു ശതമാനം സാമ്പത്തിക സംവരണത്തിന് അർഹതയുള്ളത്. പഞ്ചായത്ത് പ്രദേശത്ത് 2.5 ഏക്കറിലും മുനിസിപ്പാലിറ്റി പ്രദേശത്ത് 75 സെന്റിലും കോർപ്പറേഷൻ പ്രദേശത്ത് 50 സെന്റിലും അധികം ഭൂമിയുള്ളവരെ ഇതിൽനിന്നും ഒഴിവാക്കിയിട്ടുണ്ട്. സാമ്പത്തിക സംവരണത്തിനെതിരായ ഹർജികൾ സുപ്രീം കോടതിയുടെ പരിഗണനയ്ക്കെത്തിയ വേളയിൽ, വാർഷിക വരുമാന പരിധി

യായി 8 ലക്ഷം നിശ്ചയിച്ചതിന്റെ യുക്തി വിശദീകരിക്കാൻ കോടതി കേന്ദ്രസർക്കാരിനോട് ആവശ്യപ്പെട്ടു. തുടർന്ന് ഇക്കാര്യം പുനഃപരിശോധക്കുന്നതിനായി സർക്കാർ ഒരു മൂന്നംഗ സമിതിയെ നിയോഗിക്കുകയുണ്ടായി. 2021 ഡിസംബറിൽ ഈ സമിതി റിപ്പോർട്ട് സമർപ്പിച്ചു.

മുൻപു നിശ്ചയിച്ച 8 ലക്ഷം വാർഷിക കുടുംബവരുമാന പരിധിയും കാർഷിക ഭൂമിയുടെ വിസ്തൃതി സംബന്ധിച്ച നിബന്ധനയും നില നിർത്താനാണ് സമിതി നിർദ്ദേശിച്ചത്. എന്നാൽ പാർപ്പിട ഭൂമി സംബന്ധിച്ച നിബന്ധനകൾ പൂർണ്ണമായും ഒഴിവാക്കാനും സമിതി ശുപാർശ ചെയ്തു. ഈ നിർദ്ദേശങ്ങൾ കേന്ദ്രസർക്കാർ അംഗീകരിച്ചു.

വിമർശനങ്ങൾ

ഭരണഘടനാവിദഗ്ദ്ധനും മുൻ ഐ എ എസ് ഉദ്യോഗസ്ഥനുമായ അശോക്‌വർദ്ധൻ ഷെട്ടി ഹിന്ദു സെന്റർ ഫോർ പൊളിറ്റിക്സ് ആൻഡ് പബ്ലിക് പോളിസിക്കു വേണ്ടി തയ്യാറാക്കിയ പ്രബന്ധത്തിൽ സാമ്പത്തികസംവരണം സാദ്ധ്യമാക്കിയ ഭരണഘടനാ ഭേദഗതി നിയമം സുപ്രീംകോടതിയുടെ ജുഡീഷ്യൽ പരിശോധനയെ അതിജീവിക്കില്ല എന്നതിന് ആറു കാരണങ്ങൾ നിരത്തുന്നുണ്ട്.[3] സാമ്പത്തിക സംവരണത്തിനെതിരായ വിമർശനങ്ങളെല്ലാം ഉൾക്കൊള്ളുന്നതാണ് അദ്ദേഹത്തിന്റെ വാദമുഖങ്ങൾ:

ഒന്ന്: സാമൂഹ്യപിന്നോക്കാവസ്ഥയ്ക്ക് പുറമേ, സംവരണം നടപ്പിലാക്കാൻ സുപ്രീം കോടതി നിർബ്ബന്ധ കാരണങ്ങളായി (compelling reasons) ചൂണ്ടിക്കാട്ടിയ കാര്യങ്ങൾ വിദ്യാഭ്യാസപരമായ പിന്നോക്കാവസ്ഥ, മതിയായ പ്രാതിനിധ്യമില്ലായ്മ എന്നിവയാണ്. ഇവ രണ്ടും നാഗരാജ് കേസിൽ സുപ്രീം കോടതി ആവിഷ്കരിച്ച വൈപുല്യപരിശോധനയുടെ ഭാഗംകൂടിയാണ്. എന്നാൽ പുതുതായി കൂട്ടിച്ചേർക്കപ്പെട്ട ഭരണഘടനാ ഭാഗങ്ങൾ ഇവ രണ്ടിനെയുംകുറിച്ച് മൗനം പാലിക്കുന്നു. സാമ്പത്തിക പിന്നോക്കവിഭാഗങ്ങൾ വിദ്യാഭ്യാസപരമായി പിന്നോക്കമല്ല, മതിയായ പ്രാതിനിധ്യമില്ലാത്തവരുമല്ല എന്ന് സർക്കാരിന് നന്നായി അറിയാവുന്നതുകൊണ്ടാണ് ഇത്. മാത്രമല്ല, ഇതിൽ ഒരു വിവേചനത്തിന്റെ പ്രശ്നവുമുണ്ട്. സാമ്പത്തിക ദുർബ്ബല വിഭാഗങ്ങൾക്ക് സംവരണാനുകൂല്യം ലഭിക്കാൻ വിദ്യാഭ്യാസപിന്നോക്കാവസ്ഥ, മതിയായ പ്രാതിനിധ്യമില്ലായ്മ എന്നീ നിബന്ധനകൾ ബാധകമല്ലാതിരിക്കുകയും, പട്ടിക ജാതി, പട്ടികവർഗ്ഗ, ഒ ബി സി വിഭാഗങ്ങൾക്ക് അത് ബാധകമായിരിക്കുകയും ചെയ്യുന്നത് അവരോടുള്ള വിവേചനവും അനുച്ഛേദം 14 ന്റെ ലംഘനവുമാണ്.

രണ്ട്: ഭേദഗതി നിയമത്തിന്റെ ഉദ്ദേശ്യവും കാരണങ്ങളും വ്യക്തമാക്കുന്ന രേഖയിൽ സാമ്പത്തികസംവരണം നടപ്പിലാക്കുന്നത് അനുച്ഛേദം 46 നെ അധികരിച്ചാണ് എന്ന് വ്യക്തമാക്കുന്നുണ്ട്. സാമ്പത്തിക ദുർബ്ബല വിഭാഗങ്ങളെ ഉദ്ദേശിച്ചുകൊണ്ട് സംവരണം നടപ്പിലാക്കുന്നു എന്ന് പ്രസ്തുത രേഖയിൽ പൊതുവായി പറഞ്ഞശേഷം, നിയമത്തിൽ പട്ടിക ജാതി, പട്ടിക ഗോത്രവർഗ്ഗ, ക്രീമിലെയറേതര ഒ ബി സികൾ എന്നിവർ

ഒഴികെയുള്ള സാമ്പത്തിക ദുർബ്ബല വിഭാഗങ്ങൾക്ക് മാത്രമായി അത് പരിമിതപ്പെടുത്തുന്നു. ലക്ഷ്യവും ഫലവും തമ്മിലുള്ള ഈ പൊരുത്തക്കേട് ഗുരുതരമായ വീഴ്ചയാണ്. മാത്രമല്ല അനുച്ഛേദം 46 ൽ 'വിദ്യാഭ്യാസപരവും സാമ്പത്തികവുമായ താല്പര്യങ്ങൾ', 'പ്രത്യേകിച്ചും പട്ടികജാതി, പട്ടിക ഗോത്രവർഗ്ഗങ്ങളുടെ,' 'സാമൂഹികമായ അനീതിയിൽനിന്നും എല്ലാ വിധത്തിലുള്ള ചൂഷണത്തിൽനിന്നും രക്ഷിക്കേണ്ടതും' എന്നിങ്ങനെയുള്ള പ്രയോഗങ്ങളുണ്ട്. ഇതിൽനിന്നും മനസ്സിലാക്കേണ്ടത്, അനുച്ഛേദം 46 ന് സർക്കാർ കരുതുന്നതുപോലെ മുന്നോക്ക സമുദായത്തിലെ ദരിദ്രരെക്കൂടി ഉൾക്കൊള്ളുംവിധം വിശാലമായ അർത്ഥവ്യപ്തി ഇല്ലെന്നു തന്നെയാണ്.

മൂന്ന്: സംവരണേതരരിലെ സാമ്പത്തിക ദുർബ്ബല വിഭാഗങ്ങൾക്ക് ദാരിദ്ര്യംമൂലം ഉന്നത വിദ്യാഭ്യാസത്തിലും സർക്കാർ സർവ്വീസിലും അവസരങ്ങൾ നിഷേധിക്കപ്പെടുകയാണ് എന്നാണ് സർക്കാർ വാദം. എന്നാൽ ഇത് സൂചിപ്പിക്കുന്ന ഒരു പഠനവും ഗവേഷണവും ഇതുവരെ സർക്കാർ നടത്തിയിട്ടില്ല. 1991 മുതൽ 2016 വരെയും ഇതുതന്നെയാണ് അവസ്ഥ. മിക്കവാറും സന്ദർഭങ്ങളിൽ ഇത്തരം തീരുമാനങ്ങൾ തിടുക്കത്തിലും മുന്നോക്കജാതികളെ പ്രീണിപ്പിക്കുന്നതിനും വേണ്ടിയാണ് സ്വീകരിച്ചു കണ്ടിട്ടുള്ളത്. സംവരണം നല്കുന്നതിനു മുൻപായി ആ വിഭാഗത്തിന്റ പിന്നോക്കാവസ്ഥയും പ്രാതിനിധ്യമില്ലായ്മയും തെളിയിക്കുന്ന വിവരശേഖരണം നടത്തണമെന്ന സുപ്രീം കോടതി നിബന്ധന ഇവിടെ പാലിക്കപ്പെട്ടിട്ടില്ല.

നാല്: അധികാരത്തിൽ മതിയായ പ്രാതിനിധ്യം നിഷേധിക്കപ്പെട്ട വിഭാഗങ്ങൾക്ക് അത് ഉറപ്പുനല്കി എല്ലാ നിലകളിലും തുല്യതയുള്ള സമൂഹത്തെ കെട്ടിപ്പടുക്കുന്നതിന് വേണ്ടിയാണ് സംവരണവ്യവസ്ഥകൾ ഭരണഘടനയിൽ ഉൾപ്പെടുത്തിയിരിക്കുന്നത്. അതുകൊണ്ടുതന്നെ ഈ സംവിധാനത്തിൽ മേൽജാതി ഹിന്ദുക്കളും അഹിന്ദുക്കളും ഉൾപ്പെടുന്നില്ല. ഇപ്പോൾ തന്നെ ജനസംഖ്യയുടെ 25 ശതമാനം മാത്രം വരുന്ന മേല്ജാതിക്കാർ സർക്കാർ സർവ്വീസിൽ 52 ശതമാനം തസ്തികകൾ കൈയാളുന്നുണ്ട്. സംവരണംതന്നെ ഇല്ലാത്ത സ്വകാര്യമേഖലയിലാകട്ടെ 90 ശതമാനത്തിലധികം ഉന്നതസ്ഥാനങ്ങളും അവർ കുത്തകയാക്കി വെച്ചിരിക്കുന്നു. അതായത് തങ്ങളുടെ ജനസംഖ്യക്ക് ആനുപാതികമായതിലും വളരെയധികം സമ്പത്തും സ്ഥാനമാനങ്ങളും കൈവശംവെച്ചിരിക്കുന്ന വിഭാഗത്തിന് തുടർന്നും 10 ശതമാനം സംവരണം നല്കുന്നത് തുല്യനീതിയുടെ നിരാസമാണ്.

അഞ്ച്: ഒ ബി സികളിലെ ക്രീമിലെയർ വിഭാഗത്തെ ഒഴിവാക്കുന്നതിനായി നിശ്ചയിച്ചിരിക്കുന്ന അതേ വരുമാനപരിധിയായ 8 ലക്ഷം രൂപയാണ് സാമ്പത്തിക പിന്നോക്ക വിഭാഗങ്ങളെ കണ്ടെത്തുന്നതിനും ഉപയോഗിച്ചിരിക്കുന്നത്. അതായത്, പുതിയ ഭേദഗതി ഒ ബി സികളിലെ സംവരണാർഹരായ ക്രീമിലെയറേതര വിഭാഗങ്ങൾക്കും സാമ്പത്തിക

ദുർബ്ബല വിഭാഗങ്ങൾക്കുമിടയിലുള്ള വ്യത്യാസം ഫലത്തിൽ മായ്ച്ചുകളഞ്ഞിരിക്കുന്നു എന്നർത്ഥം. തുല്യരല്ലാത്തവരെ തുല്യമായി പരിഗണിക്കുന്നത് ഭരണഘടനാവിരുദ്ധമാണ് എന്നിരിക്കെ, ഈ ഭേദഗതി നിയമം റദ്ദാക്കപ്പെടാനാണ് സാദ്ധ്യത. ഇതിനുപുറമേ, സാമ്പത്തികദുർബ്ബല വിഭാഗങ്ങളിൽ ഉൾപ്പെടാൻ ഇത്ര വലിയ വരുമാനപരിധി സ്വീകരിച്ചതോടെ ജനസംഖ്യയിലെ ഒരു വലിയ വിഭാഗത്തിനും അതിന്റെ ആനുകൂല്യം അവകാശപ്പെടാൻ കഴിയുകയും അതിന്റെ ഉദ്ദേശ്യം തന്നെ പരാജയപ്പെടാൻ ഇടയാക്കുകയും ചെയ്യും. അതുകൊണ്ടുതന്നെ ഇതൊരു യുക്തിപരമായ വർഗ്ഗീകരണമാണെന്ന് പറയാൻ കഴിയില്ല. അനുച്ഛേദം 16 ന് കീഴിൽ നടത്തുന്ന വർഗ്ഗീകരണങ്ങൾ യുക്തിപരവും ഏകപക്ഷീയമല്ലാത്തതുമായിരിക്കണം എന്ന മുന്നുപാധിയാണ് ഇവിടെ ലംഘിക്കപ്പെട്ടത്.

ആറ്: സംവരണം യുക്തിപരമായിരിക്കണമെന്നും തുല്യതയുടെ ലംഘനത്തിന് കാരണമായിക്കൂടെന്നും സുപ്രീം കോടതി ആവർത്തിച്ച് വ്യക്തമാക്കിയിട്ടുള്ളതാണ്. അതുകൊണ്ടാണ് ബാലാജി കേസിൽ നിശ്ചയിച്ച 50 ശതമാനം മേല്പരിധിയുടെ കാര്യത്തിൽ ഇന്നുവരെയും വിട്ടുവീഴ്ച കാട്ടാത്തത്. നാഗരാജ് കേസിൽ അത് ഭരണഘടനയുടെ അടിസ്ഥാനഘടനയുടെ ഭാഗമായിപ്പോലും പരിഗണിക്കപ്പെട്ടു. മാത്രമല്ല കൂടുതൽ സംവരണം ആവശ്യപ്പെട്ടുകൊണ്ടുള്ള വിവിധ സാമുദായിക ഗ്രൂപ്പുകളുടെ സമ്മർദ്ദങ്ങൾക്ക് തടയിടാൻ സഹായകരമായതും ഈ മേൽപരിധി വ്യവസ്ഥയാണ്. അതുകൊണ്ടുതന്നെ ഇത് ലംഘിക്കാൻ സുപ്രീം കോടതി അനുവദിക്കുമെന്ന് കരുതാൻ ന്യായമില്ല.

സാമ്പത്തികസംവരണത്തെ പിന്നോക്കസംവരണവുമായി ഇടകലർത്തി വ്യാഖ്യാനിക്കുന്നതിന്റെ പരിണതഫലമായാണ് മേല്പറഞ്ഞതിൽ മിക്ക വിമർശനങ്ങളും. ഇന്ദ്ര സാഹ്നി കേസിൽ സുപ്രീം കോടതി സൂചിപ്പിച്ച നെടുകെയുള്ള സംവരണത്തിന്റെ ഉദാഹരണമാണ് സാമ്പത്തിക സംവരണം. അതിന് നിലവിലുള്ള മറ്റ് സംവരണ വ്യവസ്ഥകളിൽ നിന്നും വ്യത്യസ്തമായ അസ്തിത്വം നല്കുന്നതിനായാണ് പുതിയ ഭേദഗതി നിയമം കൊണ്ടുവന്നത്. അതുകൊണ്ടുതന്നെ നിലവിലുള്ള പിന്നോക്കസംവരണത്തിനുള്ള മാനദണ്ഡങ്ങളോ നിബന്ധനകളോ സാമ്പത്തിക സംവരണത്തിന് ബാധകമല്ല. പിന്നോക്കവിഭാഗങ്ങൾക്ക് ഉദ്യോഗത്തിലും വിദ്യാഭ്യാസത്തിലും സംവരണം നല്കുന്നത് അവർക്ക് മതിയായ പ്രാതിനിധ്യമില്ലാത്തതിനാലാണ്. അതുകൊണ്ടുതന്നെ ആ സംവരണം നല്കുന്നതിന് അവരുടെ പിന്നോക്കാവസ്ഥയും പ്രാതിനിധ്യമില്ലായ്മയും കൃത്യമായി തെളിയിക്കപ്പെടേണ്ടതുണ്ട്. എന്നാൽ സാമ്പത്തിക ദുർബ്ബല വിഭാഗങ്ങൾക്ക് സംവരണം നല്കുന്നത് അവരുടെ പ്രാതിനിധ്യമുറപ്പാക്കാനല്ല എന്നതുകൊണ്ട് അത് സംബന്ധിച്ച കണക്കുകൾ അപ്രസക്തമാണ്. അവരുടെ സാമ്പത്തികമായ ദുർബ്ബലാവസ്ഥ മാത്രമാണ് തെളിയിക്കപ്പെടേണ്ടത്. വ്യത്യസ്തങ്ങളായ രണ്ടുതരം അവശതകൾ അനുഭവിക്കുന്നവർക്ക് സംവരണം നല്കാനായി രണ്ടു വ്യത്യ

സ്തതരം മാനദണ്ഡങ്ങളുപയോഗിക്കുന്നത് തുല്യനീതിയുടെ ലംഘനമല്ല. അനുച്ഛേദം 46 ൽ പരാമർശിക്കുന്ന 'ദുർബ്ബല വിഭാഗങ്ങൾ' എന്ന പ്രയോഗത്തിൽ പട്ടിക വിഭാഗങ്ങളും ക്രീമിലെയറേതര ഒ ബി സികളും മാത്രമാണ് ഉൾക്കൊള്ളുന്നതെന്ന വാദവും നിലനില്ക്കുന്നതല്ല. അങ്ങനെയായിരുന്നെങ്കിൽ 'ദുർബ്ബല വിഭാഗങ്ങൾ' എന്നതിനു പകരം 16(4), 15(4) എന്നീ അനുച്ഛേദങ്ങളിലുള്ളതുപോലെ 'പിന്നോക്ക വിഭാഗങ്ങൾ' എന്നോ 'പട്ടിക ജാതി, പട്ടികഗോത്രവർഗ്ഗങ്ങൾ, സാമൂഹ്യവും വിദ്യാഭ്യാസപരവുമായി പിന്നോക്കം നില്ക്കുന്ന വർഗ്ഗങ്ങൾ' എന്നോ ഉപയോഗിച്ചാൽ മതിയായിരുന്നു. എന്നാൽ സാമ്പത്തികവും സാമൂഹ്യവുമായ നീതിയെക്കുറിച്ചാണ് ഈ അനുച്ഛേദം പറയുന്നത്. അതുകൊണ്ടാണ് സാമൂഹ്യമായ അനീതിയും സാമ്പത്തികമായ ചൂഷണവും അനുഭവിക്കുന്ന എല്ലാ വിഭാഗങ്ങളെയും ഉൾക്കൊള്ളുന്ന ഒരു പ്രയോഗം സ്വീകരിച്ചതെന്ന് വ്യക്തം. അവരിൽ സാമൂഹ്യമായി പിന്നോക്കം നില്ക്കുന്നവർക്ക് നിലവിൽ സംവരണമുള്ളതിനാൽ സാമ്പത്തികമായി പിന്നോക്കം നില്ക്കുന്നവരിലേക്കുകൂടി അത് വ്യാപിപ്പിക്കുക മാത്രമാണ് ഈ ഭേദഗതിയിലൂടെ ചെയ്തിരിക്കുന്നത്. നരസിംഹറാവു സർക്കാർ സാമ്പത്തികമായി പിന്നോക്കം നില്ക്കുന്നവർക്കായി 10 ശതമാനം സംവരണം നടപ്പിലാക്കിയത് എക്സിക്യൂട്ടീവ് ഉത്തരവ് മുഖേനയായിരുന്നു. നിലവിലുള്ള ഭരണഘടനാവ്യവസ്ഥകളുമായി ആ ഉത്തരവ് പൊരുത്തപ്പെടുന്നില്ല എന്ന് ബോദ്ധ്യപ്പെട്ടതിനെത്തുടർന്നാണ് അന്ന് സുപ്രീംകോടതി അത് റദ്ദാക്കിയത്. എന്നാൽ ഇപ്പോൾ സാമ്പത്തികസംവരണം നടപ്പിലാക്കിയിരിക്കുന്നത് ഭരണഘടനാ ഭേദഗതിയിലൂടെ ആയതിനാൽ, നിലവിലുള്ള ഭരണഘടനാവ്യവസ്ഥകളുടെയോ മറ്റ് നിയമങ്ങളുടെയോ അടിസ്ഥാനത്തിലല്ല മറിച്ച് ഭരണഘടനയുടെ അടിസ്ഥാനഘടനയെ ഏതെങ്കിലും വിധത്തിൽ ഭഞ്ജിക്കുന്നുണ്ടോ എന്നതിന്റെ അടിസ്ഥാനത്തിലാണ് അതിന്റെ സാധുത പരിശോധിക്കപ്പെടുക. സാമ്പത്തികമാനദണ്ഡത്തിന്റെ മാത്രം അടിസ്ഥാനത്തിലുള്ള പ്രത്യേകവ്യവസ്ഥകൾ അവയുടെ ഫലപ്രാപ്തി സംശയാസ്പദമാണെങ്കിൽപ്പോലും ഭരണഘടനയുടെ അടിസ്ഥാനഘടനയ്ക്ക് വിരുദ്ധമാണ് എന്ന വാദത്തിന് പ്രസക്തിയില്ല എന്ന് നാഷണൽ ലോ യുണിവേഴ്സിറ്റിയിലെ ഡോ. അനൂപ് സുരേന്ദ്രനാഥ് നിരീക്ഷിക്കുന്നുണ്ട്.[4] ഇപ്പോൾത്തന്നെ ദരിദ്രർക്കായി നിരവധി പ്രത്യേക പദ്ധതികളും പരിരക്ഷകളും സർക്കാർ തലത്തിൽ നടപ്പിലാക്കപ്പെടുന്നുണ്ട്. ഇവയെല്ലാം പൊടുന്നനെ ഭരണഘടനാവിരുദ്ധമായി ചിത്രീകരിക്കപ്പെടുന്നത് യുക്തിക്ക് നിരക്കുന്നതല്ലല്ലോ. ഒ ബി സി ക്രീമിലെയറിനും സാമ്പത്തിക സംവരണത്തിനും ഒരേ വരുമാന പരിധി– എട്ടുലക്ഷം – നിശ്ചയിച്ചത് അനീതിയാണെന്ന വിമർശനത്തിന് കേന്ദ്ര സർക്കാർ നിയോഗിച്ച മൂന്നംഗ സമിതി മറുപടി നല്കിയിട്ടുണ്ട്.

ഒ ബി സി സംവരണത്തെ സംബന്ധിച്ചിടത്തോളം തൊട്ടു മുൻപത്തെ മൂന്നു വർഷങ്ങൾ തുടർച്ചയായി എട്ടുലക്ഷം കുടുംബവരു

മാനം ഉണ്ടായിരിക്കരുത് എന്നാണ് നിബന്ധന. മാത്രമല്ല വരുമാനത്തിൽ ശമ്പളവരുമാനം, കാർഷിക വരുമാനം, പരമ്പരാഗത–കൈത്തൊഴിലുകളിൽ നിന്നുള്ള വരുമാനം എന്നിവ ഉൾപ്പെടുത്തുന്നില്ല.

എന്നാൽ സാമ്പത്തിക സംവരണത്തിനുള്ള യോഗ്യത പരിശോധിക്കുമ്പോൾ തൊട്ടുമുൻപത്തെ വർഷത്തെ വരുമാനം മാത്രമാണ് പരിഗണിക്കുന്നത്. മാത്രമല്ല അതിൽ എല്ലാ സ്രോതസ്സുകളിൽ നിന്നുള്ള വരുമാനവും ഉൾപ്പെടും.

എന്നാൽ 50 ശതമാനം മേൽപരിധി ഒരു പ്രശ്നം തന്നെയാണ്. ഇന്ദ്ര സാഹ്നി കേസിൽ നാല് ജഡ്ജിമാർക്കുവേണ്ടി ജസ്റ്റിസ് ജീവൻ റെഡ്ഡി എഴുതിയ വിധിന്യായത്തിൽ അത്യസാധാരണമായ സാഹചര്യങ്ങളിലൊഴികെ മേൽപരിധി ലംഘിക്കാൻ പാടുള്ളതല്ലെന്ന് വ്യക്തമാക്കിയപ്പോൾ ജസ്റ്റിസ് തൊമ്മൻ, കുൽദീപ് സിങ്, ആർ എം സഹായ് എന്നിവർ താന്താങ്ങളുടെ പ്രത്യേക വിധികളിൽ ഒരു കാരണവശാലും മേൽപരിധി ലംഘിക്കാൻ പാടില്ലെന്ന നിലപാടാണ് സ്വീകരിച്ചിരുന്നത്. ജസ്റ്റിസ് പാണ്ഡ്യൻ, സാവന്ത് എന്നിവർ മാത്രമാണ് മേൽപരിധി മറികടക്കാൻ തടസ്സങ്ങളില്ലെന്ന് വിധിച്ചത്. അതിനുശേഷം ചുരുങ്ങിയത് നാല് ഭരണഘടനാ ബെഞ്ചുകൾ ഉൾപ്പെടെ നിരവധി സുപ്രീം കോടതി ബെഞ്ചുകൾ ഇന്ദ്ര സാഹ്നി കേസിൽ നിശ്ചയിച്ച മേൽപരിധി തത്ത്വം പിന്തുടർന്നു. ഏറ്റവുമൊടുവിൽ 2021 ൽ മറാത്താ സംവരണവുമായി ബന്ധപ്പെട്ട കേസിൽ ജസ്റ്റിസ് അശോക് ഭൂഷൺ അദ്ധ്യക്ഷനായ ഭരണഘടനാ ബെഞ്ചും മേൽപരിധി അംഗീകരിക്കുകയും അത് പുനഃപരിശോധിക്കാൻ വിശാല ബെഞ്ചിലേക്ക് വിടേണ്ടതില്ലെന്ന് വിധിക്കുകയും ചെയ്തു. എന്നാൽ ഇവയൊക്കെയും അനുച്ഛേദം 16(4) ന് കീഴിലുള്ള പിന്നോക്ക സംവരണത്തെക്കുറിച്ചുള്ള കേസുകളായിരുന്നു എന്നോർക്കണം. 'Reservation under Article 16(4) should not exceed 50%... When the Constitution Bench in Indra Sawhney held that 50% is upper limit of reservation under Article 16(4), it is the law which is binding under Article 141 and to be implemented' എന്ന് അശോക് ഭൂഷൺ എഴുതിയ വിധിന്യായത്തിൽ വ്യക്തമായിത്തന്നെ പറയുന്നുമുണ്ട്. അതായത്, 50 ശതമാനം മേൽപരിധി നിശ്ചയിച്ചിരിക്കുന്നത് അനുച്ഛേദം 16(4), അനുച്ഛേദം 15(4) എന്നിവ പ്രകാരമുള്ള പിന്നോക്ക സംവരണത്തിന് മാത്രമാണ്. സാമ്പത്തിക സംവരണം നടപ്പിലാക്കുന്നതാവട്ടെ, 103–ാം ഭരണഘടനാ ഭേദഗതി നിയമത്തിലൂടെ കൂട്ടിച്ചേർത്ത അനുച്ഛേദം 16(6), അനുച്ഛേദം 15(6) എന്നിവ പ്രകാരവും. അങ്ങനെയെങ്കിൽ 50 ശതമാനം മേൽപരിധി സാമ്പത്തിക സംവരണത്തിന് ബാധകമാണോ എന്ന കാര്യം ജുഡീഷ്യൽ പരിശോധനയ്ക്ക് വിധേയമാക്കേണ്ടി വരും. എന്നാൽ നിലവിലുള്ള സംവരണത്തിന് പുറമേ, നെടുകെയുള്ള സംവരണം (vertical reservation) എന്ന നിലയിലാണ് സാമ്പത്തിക സംവരണം നടപ്പിലാക്കിയിരിക്കുന്നത് എന്ന വസ്തുതയും പരിഗണിക്കേണ്ടതുണ്ട്. അവസരസമത്വ

ത്തിനും പിന്നോക്ക പ്രാതിനിധ്യത്തിനുമിടയിൽ ഒരു സമതുലനാവസ്ഥ സൃഷ്ടിക്കുന്നതിനു വേണ്ടിയാണ് സുപ്രീം കോടതി സംവരണത്തിന് മേൽപരിധി നിശ്ചയിച്ചത്. അത് ഇപ്പോഴും പ്രസക്തമാണുതാനും.

ഈ നിയമക്കുരുക്കുകളെല്ലാം മറികടന്ന് സാമ്പത്തികസംവരണം നടപ്പിലായാൽത്തന്നെ, കേന്ദ്രസർക്കാർ നിശ്ചയിച്ച ഉയർന്ന വരുമാന പരിധി അതിന്റെ ഉദ്ദേശലക്ഷ്യത്തെ പരാജയപ്പെടുത്തും എന്നുറപ്പാണ്. എട്ടുലക്ഷം വാർഷിക വരുമാനമെന്നാൽ പ്രതിമാസം 66,666 രൂപയാണ്. ആസൂത്രണ കമ്മീഷൻ നിയമിച്ച രംഗരാജൻ കമ്മിറ്റി 2011–12 കാലയളവിൽ ദാരിദ്ര്യരേഖയായി നിർണ്ണയിച്ചത് നഗരങ്ങളിൽ പ്രതിമാസ വരുമാനം 7035 രൂപയും ഗ്രാമങ്ങളിൽ 4860 രൂപയും എന്നാണ്. ജനസംഖ്യയുടെ 29.5 ശതമാനം പേരാണ് ഇങ്ങനെ ദാരിദ്ര്യരേഖയിൽ താഴെ ജീവിക്കുന്നത് എന്നാണ് കമ്മിറ്റി കണ്ടെത്തിയത്. സാമ്പത്തിക ദുർബ്ബലവിഭാഗങ്ങളായി പരിഗണിക്കപ്പെടുന്നതിന് ഒരു മാനദണ്ഡവും ദാരിദ്ര്യരേഖയ്ക്ക് താഴെയുള്ള വിഭാഗങ്ങളായി പരിഗണിക്കപ്പെടുന്നതിനു മറ്റൊന്നും ഉപയോഗിക്കുന്നതിലെ പൊരുത്തക്കേട് കോടതിയിൽ ചോദ്യം ചെയ്യപ്പെടും എന്നുറപ്പാണ്. ദേശീയ സാമ്പിൾ സർവെ ഓർഗനൈസേഷന്റെ 2016 ലെ റിപ്പോർട്ടു പ്രകാരം ഒരു ശരാശരി കർഷകകുടുംബത്തിന്റെ മാസ വരുമാനം 6,426 രൂപ മാത്രമാണ്. നബാർഡിന്റെ ഓൾ ഇന്ത്യാ ഫിനാൻഷ്യൽ ഇൻക്ലൂഷൻ സർവ്വേ (2015–16) പ്രകാരം ഗ്രാമീണ ഇന്ത്യയിലെ ഏകദേശം എല്ലാ കർഷകകുടുംബങ്ങളും ഈ വരുമാന പരിധിക്കുള്ളിൽ വരും. ഇതേ റിപ്പോർട്ട് പ്രകാരം ദേശീയതലത്തിൽ ശരാശരി മാസവരുമാനം 8059 രൂപ മാത്രമാണ്. അതായത് രാജ്യത്തെ മുന്നോക്കവിഭാഗങ്ങളിലെ 90 ശതമാനവും സർക്കാർ നിശ്ചയിച്ച വരുമാന പരിധിക്കുള്ളിൽ വരും എന്നർത്ഥം. തീവ്രമായ അവശതയനുഭവിക്കുന്ന അതീവദരിദ്രർക്ക് മെച്ചപ്പെട്ട സാമ്പത്തികശേഷിയുള്ളവരുമായി മത്സരിക്കേണ്ടി വരുന്നതോടെ സാമ്പത്തികസംവരണത്തിന്റെ ഗുണഫലങ്ങൾ നിഷേധിക്കപ്പെടും എന്നുറപ്പാണ്.

സാമ്പത്തികസംവരണത്തിന്റെ നടപ്പാക്കലുമായി ബന്ധപ്പെട്ട മറ്റൊരു പ്രായോഗിക പ്രശ്നം പരാഗ് എ പഥകും തയ്ഫുൺ സോൺമെസും ചൂണ്ടിക്കാട്ടുന്നുണ്ട്.[5] നിലവിൽ മെറിറ്റിന്റെ അടിസ്ഥാനത്തിൽത്തന്നെ പ്രവേശനയോഗ്യതയുള്ള പിന്നോക്കവിഭാഗക്കാരനായ ഒരു ഉദ്യോഗാർത്ഥിയെ/വിദ്യാർത്ഥിയെ ജനറൽ സീറ്റിലേക്ക് ആദ്യമേ തന്നെ പരിഗണിക്കുന്ന രീതിയാണ് മിക്കയിടത്തും പിന്തുടരുന്നത് (ഇതു കൊണ്ടുകൂടിയാണ് പിന്നോക്കവിഭാഗങ്ങൾക്ക് നിശ്ചയിച്ചിരിക്കുന്ന സംവരണശതമാനത്തിൽ മാറ്റമില്ലെങ്കിലും സാമ്പത്തികസംവരണത്തെ അവർ എതിർക്കുന്നത്. സാമ്പത്തികസംവരണം നടപ്പിലാവുന്നതോടെ സംവരണസീറ്റുകൾക്ക് പുറമേ തങ്ങൾക്ക് ലഭിക്കാൻ ഇടയുള്ള ജനറൽ സീറ്റുകൾ കുറയുന്നത് പിന്നോക്കപ്രാതിനിധ്യം കുറയ്ക്കാൻ ഇടയാക്കുമെന്ന് അവർ ഭയപ്പെടുന്നു). ഇങ്ങനെ ജനറൽ സീറ്റ് നിറഞ്ഞശേഷമാണ്

സംവരണസീറ്റിലേക്ക് ആളെ പരിഗണിക്കുക. എന്നാൽ ഒന്നിലധികം സീറ്റോ തസ്തികയോ ഉൾപ്പെടുന്ന സാഹചര്യത്തിൽ ഇത് ചില പ്രശ്നങ്ങൾക്ക് വഴിവെക്കുന്നുണ്ട്. ഉദാഹരണത്തിന്, പട്ടികവിഭാഗക്കാരനായ ഒരാൾ രണ്ട് തസ്തികകളിലേക്ക് അപേക്ഷിച്ചു എന്ന് കരുതുക. ആദ്യത്തേതിൽ അയാൾ മെറിറ്റിന്റെ തന്നെ അടിസ്ഥാനത്തിൽ ജനറൽ സീറ്റിൽ പരിഗണിക്കപ്പെട്ടു, രണ്ടാമത്തേതിൽ സംവരണസീറ്റിലും. എന്നാൽ അയാൾക്ക് താല്പര്യം രണ്ടാമത്തെ തസ്തികയോടാണ് എങ്കിൽ ആദ്യത്തേത് ഉപേക്ഷിച്ച് രണ്ടാമത്തേത് തെരഞ്ഞെടുക്കാൻ അയാൾക്ക് അവകാശമുണ്ടോ? 2004 ലെ അനുരാഗ് പട്ടേൽ കേസിൽ ജനറൽ സീറ്റിൽ പ്രവേശനം നേടിയ സംവരണവിഭാഗക്കാർക്ക് സംവരണ സീറ്റിലേക്ക് മാറാൻ അനുവാദമുണ്ടെന്നാണ് സുപ്രീം കോടതി വിധിച്ചത്. അപ്പോൾ മറ്റൊരു പ്രശ്നം ഉയർന്നുവന്നു. അങ്ങനെയെങ്കിൽ അയാൾ ഉപേക്ഷിച്ചുപോയ സീറ്റ് ജനറൽ സീറ്റായാണോ സംവരണസീറ്റായാണോ പരിഗണിക്കേണ്ടത്? 2010 ലെ രമേശ് റാം കേസിൽ സുപ്രീം കോടതി വിധിച്ചത് അത്തരം സീറ്റുകൾ സംവരണത്തിന് അർഹരല്ലാത്ത ജനറൽ വിഭാഗത്തിലെ ഉദ്യോഗാർത്ഥികൾക്കായി മാറ്റിവെക്കണം എന്നായിരുന്നു. അതായത് മെറിറ്റുള്ള സംവരണവിഭാഗത്തിലെ അംഗങ്ങൾ ഉണ്ടെങ്കിൽപ്പോലും മെറിറ്റ് കുറഞ്ഞ ജനറൽ വിഭാഗത്തിലെ അംഗങ്ങൾക്കായിരിക്കും ആ സീറ്റ് ലഭിക്കുക. ജനറൽ സീറ്റുകളിലേക്ക് സംവരണ വിഭാഗക്കാർ പരിഗണിക്കപ്പെടുന്നത് കുറവായിരുന്നതിനാൽ ഇതുവരെ ഇതൊരു വലിയ പ്രശ്നമായിരുന്നില്ല. ഇപ്പോൾ ജനറൽ വിഭാഗങ്ങളിൽ വലിയൊരു പങ്കും സാമ്പത്തിക ദുർബ്ബലവിഭാഗങ്ങളിൽ ഉൾപ്പെടുന്നതിനാൽ ഒട്ടനവധി ജനറൽ സീറ്റുകൾ ഈ വിഭാഗത്തിന് ലഭിക്കും എന്നത് സത്യമാണ്. എന്നാൽ അവർ ഉപേക്ഷിക്കുന്ന സീറ്റുകൾ സംവരണേതര ജനറൽ വിഭാഗത്തിനാവും ലഭിക്കുക. സ്വാഭാവികമായും ഇതിലൂടെ സാമ്പത്തിക ദുർബ്ബലവിഭാഗങ്ങളുടെ പ്രാതിനിധ്യം കുറയാനും അവരുടെ കട്ട്ഓഫ് മാർക്ക് കൂടുതലാവാനുമാണ് സാദ്ധ്യത. ദരിദ്രരായവർക്ക് ധനികരേക്കാൾ കൂടുതൽ ഉയർന്ന മാർക്ക് വാങ്ങിയാൽ മാത്രം പ്രവേശനം സാദ്ധ്യമാകുന്ന സാഹചര്യം സാമ്പത്തിക സംവരണത്തെ തന്നെ പ്രയോജനരഹിതമാക്കിയേക്കും എന്ന് അവർ ചൂണ്ടിക്കാണിക്കുന്നു.

ജാതിസംവരണവാദികളാകട്ടെ സർക്കാർ സർവ്വീസിൽ അർഹമായ പ്രാതിനിദ്ധ്യമില്ലാത്ത സാമുദായിക വിഭാഗങ്ങൾക്ക് സംവരണം നല്കാൻ മാത്രമാണ് ഭരണഘടനപ്രകാരം അനുവാദമുള്ളത് എന്നാണ് വാദിക്കുന്നത്. ഭരണഘടനാ ഭേദഗതിയിലൂടെ പ്രത്യേക വകുപ്പ് കൂട്ടിച്ചേർത്ത് സാമ്പത്തിക സംവരണത്തിന് സാധുത നല്കിയ സ്ഥിതിക്ക് ഈ വാദത്തിന് ഒരു പ്രസക്തിയുമില്ല. അഡ്വ. എം ആർ അഭിലാഷിന്റെ അഭിപ്രായത്തിൽ, 'പാർലമെന്റിന്റെ മൂലാധികാരം (Constituent Power) ഉപയോഗിച്ച് മൂന്നിൽ രണ്ട് ഭൂരിപക്ഷത്തോടുകൂടി ഭരണഘടനാ ഭേദഗതി കൊണ്ടുവരുമ്പോൾ, പാർലമെന്റ് ഭരണഘടനാനിർമ്മാണ സഭയാവുക

യാണ് ചെയ്യുന്നത്. അങ്ങനെ വരുമ്പോൾ സാമ്പത്തികസംവരണം ഭരണഘടനയിൽ എഴുതിച്ചേർക്കുകയാണ് ചെയ്യുന്നത്. അതുകൊണ്ടുതന്നെ പ്രഥമദൃഷ്ട്യാ നിലനില്ക്കാത്ത ആക്ഷേപമാണ് അതെന്ന് പറയാൻ കഴിയും.'[6] നിലവിൽ സാമൂഹികനീതി ഉറപ്പുവരുത്താൻ രാഷ്ട്രത്തിന്റെ കൈവശമുള്ള ഏറ്റവും കരുത്തുറ്റ ഉപാധിയാണ് സംവരണം. അർഹരായവർക്ക് ഗുണഫലം നേരിട്ട് ലഭിക്കുന്നു എന്നതുകൊണ്ടും കണക്കുകളിലൂടെ ഇതിന്റെ ഫലപ്രാപ്തി അളന്നുതിട്ടപ്പെടുത്താൻ സാധിക്കുന്നു എന്നതുകൊണ്ടും ഇത് കൂടുതൽ കാര്യക്ഷമമാണ്. എന്നാൽ ഇതേ ഉപാധി ഈയൊരൊറ്റ ആവശ്യത്തിനുമാത്രമേ ഉപയോഗിക്കാവൂ എന്ന വാശി അനാവശ്യമാണ്. ഭരണഘടനയുടെ ആമുഖത്തിൽ സാമൂഹ്യവും സാമ്പത്തികവും രാഷ്ട്രീയവുമായ നീതിയെക്കുറിച്ചാണ് പറയുന്നത് എന്നോർക്കുക. സാമൂഹ്യനീതി സാക്ഷാൽക്കരിച്ചശേഷം സാമ്പത്തികനീതിയെക്കുറിച്ച് ആലോചിക്കാം എന്ന നിലപാട് ജനാധിപത്യവിരുദ്ധവും ഭരണഘടനാ വിരുദ്ധവുമാണ്. സാമ്പത്തികസംവരണം ഒരു തരത്തിലും പിന്നോക്കസംവരണത്തെ അസ്ഥിരപ്പെടുത്തുകയോ പരിമിതപ്പെടുത്തുകയോ ചെയ്യുന്നില്ല. നിലവിലുള്ള വ്യവസ്ഥകളെ തകിടംമറിക്കാതെ തന്നെ സാമൂഹ്യക്ഷേമത്തിനായി അത് വ്യാപിപ്പിക്കാൻ കഴിയുമെങ്കിൽ അതിനെ എതിർക്കാൻ ന്യായമൊന്നുമില്ല. തങ്ങൾ കയറിയ ബസ് ഇനി മറ്റാർക്കുവേണ്ടിയും നിർത്താൻ പാടില്ല എന്ന അമ്മാവൻകോംപ്ലക്സ് മാത്രമാണ് ഇക്കാര്യത്തിൽ ചിലരെ നയിക്കുന്നത്.

അവലംബം

1. *Social Justice Through Inclusion: The Consequences of Electoral Quotas in India,* Francesca R Jensenius, Oxford University Press, 2017
2. 'Sinho Commission 2010 report govt. cited to push 10% never spoke of EWS quota', Shalini Nair, *Indian Express*, 12 January 2019
3. Can the Ten per cent Quota for Economically Weaker Sections Survive Judicial Scrutiny? K Ashok Vardhan Shetty, Policy Watch No. 9, *The Hindu* Centre for Politics and Public Policy, 6 March 2019
4. The Ambiguity of Reservations for the Poor, Anup Surendranath, *The Hindu*, 22 January 2019
5. Implementation Issues in 10% reservation, Parag. A. Pathak and Tayfunn Sonmez, *The Hindu,* 15 May 2019
6. *സംവരണസങ്കീർണ്ണതകൾ,* അഡ്വ. എം ആർ അഭിലാഷ്, *മാതൃഭൂമി,* 14 ജനുവരി 2019.

അനുബന്ധം

അനുബന്ധം 1

പിന്നോക്കാവസ്ഥയുടെ വർത്തമാനം

കേന്ദ്രസർവ്വീസിൽ പട്ടികജാതികൾക്ക് 17.49 ശതമാനവും പട്ടിക ഗോത്രവർഗ്ഗങ്ങൾക്ക് 8.47 ശതമാനവും ഒ ബി സി വിഭാഗങ്ങൾക്ക് 21.57 ശതമാനവും പ്രാതിനിധ്യമുണ്ട് എന്നാണ് കേന്ദ്ര പഴ്സണൽ വകുപ്പു മന്ത്രി ജിതേന്ദ്രകുമാർ 2019 ജൂലൈയിൽ പാർലമെന്റിനെ അറിയിച്ചത്. പട്ടിക വിഭാഗങ്ങൾക്കായി നിശ്ചയിച്ചിരിക്കുന്ന സംവരണ ശതമാനത്തിനേക്കാൾ (പട്ടികജാതികൾക്ക് 15 ശതമാനം, പട്ടികഗോത്രവിഭാഗങ്ങൾക്ക് 7.5 ശതമാനം) ഒരല്പംകൂടുതലാണ് അവരുടെ പ്രാതിനിധ്യമെങ്കിലും ഒ ബി സി വിഭാഗത്തിന്റെ പ്രാതിനിധ്യം കുറവാണ് എന്നുകാണാം. എന്നാൽ 1993 ൽ പിന്നോക്കസംവരണം ആരംഭിച്ച കാലം മുതൽ അവരുടെ പ്രാതിനിധ്യം വർദ്ധിച്ചുവരുന്നുണ്ട്. 2012 ൽ 16 ശതമാനമായിരുന്ന ഒ ബി സി പ്രാതിനിധ്യമാണ് 2016 ൽ 21.57 ആയി ഉയർന്നത്. ഒറ്റനോട്ടത്തിൽ ഈ വിവരങ്ങൾ ശുഭകരമായ ഒരു ചിത്രമാണ് വരച്ചുകാട്ടുന്നത്. സംവരണം പിന്നോക്കവിഭാഗങ്ങളുടെ അധികാരപ്രാതിനിധ്യം ഉറപ്പാക്കുകയും അവരുടെ ജീവിതം മെച്ചപ്പെടുത്തുകയും ചെയ്യുന്നുണ്ട് എന്ന് ചിലരെങ്കിലും കരുതിയേക്കാം. ഭരണഘടന നിഷ്കർഷിക്കുന്ന 'മതിയായ പ്രാതിനിധ്യം' പൂർത്തീകരിച്ചുകഴിഞ്ഞുവെന്നും ഇനിയും പിന്നോക്ക സംവരണത്തിന്റെ ആവശ്യമുണ്ടോ എന്നുകൂടി ചിലർ സംശയം പ്രകടിപ്പിച്ചേക്കാം. എന്നാൽ കൂടുതൽ സൂക്ഷ്മമായ പരിശോധനയിൽ കാര്യങ്ങൾ അങ്ങനെയല്ല എന്ന് കാണാം. സാമൂഹ്യവും വിദ്യാഭ്യാസപരവും സാമ്പത്തികവുമായ എല്ലാ സൂചകങ്ങളിലും പിന്നോക്കവിഭാഗങ്ങളുടെ പ്രാതിനിധ്യക്കുറവാണ് വെളിച്ചപ്പെടുന്നത്.

2012 ൽ ഇന്ത്യയിലെ ശരാശരി ദേശീയ പ്രതിശീർഷവരുമാനത്തെക്കാൾ 47 ശതമാനം കൂടുതലാണ് ഉന്നത ജാതിക്കാർ നേടിയത് എന്ന്

കണക്കുകൾ വ്യക്തമാക്കുന്നു. ഇതിൽത്തന്നെ ബ്രാഹ്മണജാതികൾ 48 ശതമാനവും ബ്രാഹ്മണേതര ഉന്നതജാതികൾ 45 ശതമാനവുമാണ് കൂടുതലായി നേടിയത്. അതേസമയം പട്ടികജാതികൾ, പട്ടികഗോത്ര വർഗ്ഗങ്ങൾ, ഒ ബി സികൾ എന്നീ വിഭാഗങ്ങൾക്ക് ദേശീയ ശരാശരി യേക്കാൾ യഥാക്രമം 21 ശതമാനം, 34 ശതമാനം, 8 ശതമാനം എന്നീ നിരക്കിൽ കുറവാണ് വരുമാനം. ഉന്നതജാതികളിലെ ഏറ്റവും സമ്പന്നരായ 10 ശതമാനമാണ് ആ വിഭാഗത്തിന്റെ മൊത്തം സമ്പത്തിന്റെ 60 ശതമാനവും കൈവശംവെച്ചിരിക്കുന്നത്. പിന്നോക്കവിഭാഗങ്ങൾക്കിടയിലും ഇത്തരമൊരു വിടവ് കാണാം.

വിവിധ സാമൂഹ്യ വിഭാഗങ്ങൾക്കിടയിലെ ആസ്തികളുടെ വിതരണം

	പട്ടിക ജാതിക്കാർ	*ഒ ബി സി*	*ഉന്നത ജാതിക്കാർ*	*മറ്റുള്ളവർ*
ഭൂമി	7.3	35.3	41.2	16.3
കെട്ടിടം	7.2	23.7	53.1	16.1
വളർത്തുമൃഗങ്ങളും കാർഷികോപ കരണങ്ങളും	11.7	43.8	25.5	18.9
കാർഷികേതര ഉപകരണങ്ങൾ	3.8	39.1	40.4	16.6
ഗതാഗത സൗകര്യങ്ങൾ	7.3	30.5	46	16.2
സാമ്പത്തിക ആസ്തികൾ	8.7	26.3	48.5	19.6
സ്വർണ്ണം	10	39.2	32.6	18.3
മൊത്തം ആസ്തികൾ	7.4	31.3	45	16.3

പട്ടികഗോത്രവർഗ്ഗങ്ങളിലെയും ഒ ബി സികളിലെയും ഏറ്റവും സമ്പന്നരായ 10 ശതമാനം പേർ അതാത് വിഭാഗങ്ങളുടെ മൊത്തം സമ്പത്തിന്റെ 52 ശതമാനവും പട്ടികജാതികളിലെ മുകൾത്തട്ടിലെ 10 ശതമാനം മൊത്തം സമ്പത്തിന്റെ 46.7 ശതമാനവും കൈവശം വെച്ചിരിക്കുന്നു. എല്ലാ സാമൂഹ്യവിഭാഗങ്ങളും 1991 നും 2012 നും ഇടയിലുള്ള കാലഘട്ടത്തിൽ തങ്ങളുടെ സമ്പത്ത് ഭീമമായി വർദ്ധിപ്പിക്കുകയും ചെയ്തിട്ടുണ്ട്.

രാജ്യത്തെ സാമൂഹ്യവിഭാഗങ്ങൾക്കിടയിൽ വിവിധ ആസ്തികൾ വിതരണം ചെയ്യപ്പെട്ടിരിക്കുന്നതും അസമമായാണ് എന്ന് എൻ എസ് എസ് ഒയുടെ 2013 ലെ കണക്കുകൾ വ്യക്തമാക്കുന്നു. രാജ്യത്തെ മൊത്തം ആസ്തികളുടെ 7.4 ശതമാനം മാത്രമാണ് ജനസംഖ്യയുടെ 16

ശതമാനത്തിലധികം വരുന്ന പട്ടികജാതിക്കാരുടെ കൈവശമുള്ളത്. ഉന്നത വിദ്യാഭ്യാസ മേഖലയിലെ എൻറോൾമെന്റ് നിരക്കിലും പട്ടിക വിഭാഗങ്ങൾ പിന്നോക്കമാണ്. 2014–15 കാലയളവിൽ 24.5 ശതമാനമായിരുന്നു ദേശീയതലത്തിൽ എൻറോൾമെന്റ് നിരക്ക്. എന്നാൽ പട്ടികജാതികളെ സംബന്ധിച്ചിടത്തോളം ഇത് 19.9 ശതമാനവും പട്ടിക ഗോത്രവർഗ്ഗങ്ങളിൽ 14.2 ശതമാനവും മാത്രമാണ്. ഒ ബി സി കളിലെ എൻറോൾമെന്റ് നിരക്ക് 29 ശതമാനവും മുന്നോക്ക ജാതികളിലേത് 43 ശതമാനവുമാണ്. ഹയർ സെക്കന്ററിയിലെ എൻറോൾമെന്റ് നിരക്കും സമാനമായ രീതിയിലാണ്. ഉന്നത ജാതികളുടെ നിരക്ക് 97 ശതമാനവും ഒ ബി സി കളിലേത് 80 ശതമാനവും പട്ടികജാതിയിലേത് 73 ശതമാനവുമാണ്. 2018 ൽ കേന്ദ്ര സർക്കാരിന്റെ നാഷണൽ ഇൻസ്റ്റിറ്റ്യൂഷണൽ റാങ്കിങ് ഫ്രെയിംവർക്കിന് (NIRF) കീഴിലുള്ള ഇന്ത്യയിലെ ഏറ്റവും മികച്ച 445 ഉന്നതവിദ്യാഭ്യാസ സ്ഥാപനങ്ങളിലെ വിദ്യാർത്ഥികളിൽ 38 ശതമാനം മാത്രമാണ് പട്ടിക ജാതി, പട്ടിക ഗോത്രവർഗ്ഗ, ഒ ബി സി വിഭാഗങ്ങളിൽ നിന്നുള്ളവർ. ഇവയിൽത്തന്നെ സർക്കാർ നിയന്ത്രണത്തിലുള്ള സ്ഥാപനങ്ങളിൽ പിന്നോക്കവിഭാഗങ്ങളുടെ പ്രാതിനിധ്യം 44 ശതമാനം മാത്രമാണ് – നിശ്ചയിക്കപ്പെട്ടിരിക്കുന്ന സംവരണ ശതമാനത്തേക്കാൾ അഞ്ചര ശതമാനം കുറവ്. സ്വകാര്യ നിയന്ത്രണത്തിലുള്ള സ്ഥാപനങ്ങളിലാകട്ടെ സംവരണം 30 ശതമാനത്തോളം മാത്രമേയുള്ളൂ. മാത്രമല്ല ഇവയിൽ 19 ശതമാനം സ്ഥാപനങ്ങളിൽ മാത്രമേ പിന്നോക്കസംവരണം 49.5 ശതമാനത്തിൽ കൂടുതലുള്ളൂ. കുടുംബത്തിലെ ഉന്നതവിദ്യാഭ്യാസം നേടിയ ഒരാൾ മൊത്തം വരുമാനത്തിൽ ഉണ്ടാക്കുന്ന വർദ്ധനവും പല സാമൂഹ്യ വിഭാഗങ്ങൾക്കിടയിലും പല നിലകളിലാണ്. ഉന്നതജാതികളിൽ ഇത് 1257 രൂപയും ഒ ബി സികളിൽ 758 രൂപയും പട്ടികജാതികളിൽ 703 രൂപയുമാണ്. ഉന്നതവിദ്യാഭ്യാസം നേടിയവരിൽത്തന്നെ ഉന്നതജാതിയിൽപ്പെട്ടവരാണ് കൂടുതൽ പണം സമ്പാദിക്കുന്നത് എന്നാണ് ഇതിന്റെ അർത്ഥം.

ഉല്പാദനോപാധികളിലെ ഏറ്റവും പ്രധാന ഘടകമായ ഭൂമിയുടെ ഉടമസ്ഥത സംബന്ധിച്ച കണക്കുകളിലും അസമമായ വിതരണം കാണാം. രാജ്യത്തെ മൊത്തം കൃഷിയോഗ്യമായ ഭൂമിയിൽ 9 ശതമാനം മാത്രമാണ് പട്ടികജാതികളുടെ കൈവശമുള്ളത്. പട്ടികഗോത്രവർഗ്ഗങ്ങളുടെ കൈവശമാകട്ടെ 11 ശതമാനം ഭൂമിയും. അവശേഷിക്കുന്ന 80 ശതമാനം ഭൂമി ഒ ബി സി കളുടെയും ഉന്നതജാതികളുടെയും കീഴിലാണ്. അതിൽത്തന്നെ, പട്ടികജാതികൾക്കുള്ളതിൽ 61 ശതമാനവും 2 ഹെക്ടറിൽ താഴെയുള്ള ചെറുകിടനാമമാത്ര കൃഷിഭൂമിയാണ്. പത്തു ഹെക്ടറിൽ കൂടുതൽ ഭൂമിയുള്ളത് 6.1 ശതമാനം മാത്രമാണ്. പട്ടിക ഗോത്രവർഗ്ഗങ്ങളുടെ അവസ്ഥ അല്പംകൂടി മെച്ചപ്പെട്ടതാണ് എന്ന് കാണാം. അവരുടെ കൈവശമുള്ള 50.5 ശതമാനം ഭൂമിയും രണ്ടു ഹെക്ടറിനും പത്തു ഹെക്ടറിനും ഇടയിലുള്ള ഇടത്തരം ഭൂമിയാണ്. ഇന്ത്യയിൽ ഏറ്റവും കുറവ് ഭൂവുടമസ്ഥതയുള്ള പട്ടികജാതികളിൽ തന്നെയാണ്

ഏറ്റവും കൂടുതൽ കൂലിത്തൊഴിലാളികളുമുള്ളത്. 2011 ലെ എൻ എസ് എസ് ഒയുടെ കണക്കുപ്രകാരം പട്ടിക ജാതികളിൽ 63 ശതമാനംപേരും കൂലിത്തൊഴിലിലാണ് (wage labourers) ഏർപ്പെട്ടിരിക്കുന്നത്. ഒ ബി സികൾക്കിടയിൽ ഇത് 44 ശതമാനവും ഉന്നത ജാതികൾക്കിടയിൽ 42 ശതമാനവുമാണ്. കൂലിത്തൊഴിലിൽ തന്നെ അസംഘടിതമേഖലയിലെ താല്ക്കാലിക കൂലിത്തൊഴിലിലാണ് (casual wage labourers) പട്ടിക ജാതികളിൽ ബഹുഭൂരിപക്ഷവും ഏർപ്പെട്ടിരിക്കുന്നത്. രാജ്യത്തെ മൊത്തം താല്ക്കാലിക കൂലിത്തൊഴിലാളികളിൽ 32 ശതമാനംപേരും പട്ടികജാതികളിൽപ്പെടുന്നവരാണ്. തൊഴിലില്ലായ്മാ നിരക്കിലും മറ്റുള്ള വിഭാഗങ്ങളെ അപേക്ഷിച്ച് പട്ടികജാതികളാണ് മുന്നിട്ടു നില്ക്കുന്നത്. 1990 കൾ മുതൽ ഇതാണ് സ്ഥിതി. ഇവരിൽ വലിയപങ്കും കൂലിവേലയെ ആശ്രയിക്കുന്നവരായതിനാൽത്തന്നെ, അസംഘടിതമേഖലയിൽ നിലനില്ക്കുന്ന ജാതി വിവേചനം ഇവരുടെ തൊഴിൽ സാദ്ധ്യതയ്ക്ക് വലിയതോതിൽ മങ്ങലേല്പിക്കുന്നു. സമാനമായ തൊഴിൽ ചെയ്യുന്ന ഉന്നതജാതിക്കാരനും പട്ടികജാതിക്കാരനും ഇടയിലുള്ള കൂലിവിടവ് തൊഴിൽവിപണിയിൽ 28.5 ശതമാനവും പൊതുമേഖലയിൽ 19.4 ശതമാനവും സ്വകാര്യമേഖലയിൽ 31.7 ശതമാനവുമാണ്.

വിവിധ സാമൂഹ്യഗ്രൂപ്പുകൾക്കിടയിലെ തൊഴിലില്ലായ്മാ നിരക്ക്

	1993–94	*2004–05*	*2011–12*
പട്ടികജാതികൾ	8.2	11.8	7.3
പട്ടികവർഗ്ഗം	4.2	6.5	5.6
ഒ ബി സി		7.8	5.3
മറ്റുള്ളവർ	5.7	6.8	4.8
മൊത്തം	6	8.1	5.6

2013 ൽ മഹാരാഷ്ട്ര, തമിഴ്നാട്, ഹരിയാന, ഉത്തർപ്രദേശ് എന്നീ നാല് സംസ്ഥാനങ്ങളിലെ 80 ഗ്രാമങ്ങളിൽ നടത്തിയ സർവേയിൽ, പട്ടികജാതി കർഷകരും സംരംഭകരും നിരവധി വിവേചനങ്ങളാണ് നേരിടുന്നത് എന്ന് വ്യക്തമാക്കപ്പെട്ടിരുന്നു. പച്ചക്കറിക്കട, ഭക്ഷണശാല, ഗതാഗത സേവനം എന്നീ മേഖലകളിൽ ബിസിനസ് നടത്തുന്ന പട്ടികജാതിക്കാരുമായി ഉന്നതജാതിക്കാർ നിസ്സഹകരിക്കുന്നതിനാൽ അവരുടെ ലാഭത്തിലും വലിയ ഇടിവുണ്ടാകുന്നു. മൊത്തക്കച്ചവടക്കാരിൽനിന്ന് നേരിടുന്ന വിവേചനം, വായ്പാ ലഭ്യതക്കുറവ് തുടങ്ങിയ മറ്റു പ്രശ്നങ്ങളും ഇവർ നേരിടുന്നുണ്ട്. കൂലിത്തൊഴിലിൽ മാത്രമല്ല, കോർപ്പറേറ്റ് മേഖലയിലും ഈ വിവേചനം നിലനില്ക്കുന്നു. 2012 ൽ നടന്ന ഒരു സർവ്വേ പ്രകാരം, ഇന്ത്യയിൽ ഏറ്റവും കൂടുതൽ ആസ്തിയുള്ള 1000 കമ്പനികളിലെ 9,052 ഡയറക്ടർമാരിൽ 92.6 ശതമാനവും മേൽജാതിക്കാരായിരുന്നു (ബ്രാഹ്മണർ 44.6%, വൈശ്യർ 46%). അവരിൽ ഒ ബി സികൾ

3.8 ശതമാനവും പട്ടികജാതി പട്ടിക ഗോത്രവർഗ്ഗക്കാർ 3.5 ശതമാനവും മാത്രമായിരുന്നു.

കേന്ദ്ര ആഭ്യന്തരമന്ത്രാലയത്തിന്റെ കീഴിലുള്ള ബ്യൂറോ ഓഫ് പൊലീസ് റിസർച്ച് ആൻഡ് ഡെവലപ്പ്മെന്റിന്റെ 2009 ലെ കണക്കുപ്രകാരം രാജ്യത്തെ പൊലീസ് സേനയിൽ ഡെപ്യൂട്ടി സൂപ്രണ്ട് മുതൽ കോൺസ്റ്റബിൾ വരെയുള്ള തസ്തികകളിൽ 9.7 ശതമാനം മാത്രമാണ് പട്ടികജാതിക്കാർ. പട്ടികഗോത്രവർഗ്ഗക്കാരാകട്ടെ 6.8 ശതമാനവും. ബീഹാറും തമിഴ്നാടും ഒഴികെയുള്ള സംസ്ഥാനങ്ങളിലെ മൊത്തം പൊലീസുകാരിൽ പിന്നോക്ക വർഗ്ഗങ്ങൾ 13.08 ശതമാനം മാത്രമാണ്. അഖിലേന്ത്യാ സർവ്വീസുകളിൽ സംവരണവിഭാഗങ്ങളുടെ പ്രാതിനിധ്യം ഭരണഘടന അനുശാസിക്കുന്നതിന്റെ പകുതിയിലും താഴെ മാത്രമേയുള്ളൂ എന്ന് കേന്ദ്ര പേഴ്സണൽ വകുപ്പുമന്ത്രി ജിതേന്ദ്ര കുമാർ ലോക്സഭയിൽ നല്കിയ വിവരങ്ങളിൽനിന്ന് വ്യക്തമാണ്. മൂന്ന് അഖിലേന്ത്യാ സർവ്വീസുകളിലുമായി പട്ടികജാതിക്കാർ ഏതാണ്ട് 910 ശതമാനം മാത്രമാണുള്ളത് അവരുടെ ജനസംഖ്യാനുപാതത്തേക്കാൾ ഏഴു ശതമാനത്തോളം കുറവ്. പട്ടികഗോത്രവർഗ്ഗങ്ങളുടെ ജനസംഖ്യാനുപാതത്തേക്കാൾ 4 ശതമാനത്തോളം കുറവാണ് അവരുടെ പ്രാതിനിധ്യം. ഒ ബി സികളുടെ പ്രാതിനിധ്യമാണ് ജനസംഖ്യാനുപാതികമായി ഏറ്റവും കുറവ്. അതുപക്ഷേ, ഒ ബി സി സംവരണത്തിന്റെ വൈകിനടപ്പിലാക്കലും കണക്കുകളുടെ ലഭ്യതക്കുറവും മൂലമാകാനാണ് സാദ്ധ്യത.

അഖിലേന്ത്യാ സർവ്വീസുകളിലെ സംവരണം

	ഇന്ത്യൻ അഡ്മിനിസ്ട്രേറ്റീവ് സർവ്വീസ് (IAS)	*ഇന്ത്യൻ പൊലീസ് സർവ്വീസ് (IPS)*	*ഇന്ത്യൻ ഫോറസ്റ്റ് സർവ്വീസ്(IFS)*	*മൊത്തം*
കേഡർ അംഗസംഖ്യ	4926	3894	2597	11,417
മൊത്തം സംവരണ വിഭാഗങ്ങൾ	1200 (24.3%)	880 (22.5%)	671 (25.8%)	2751 (24%)
പട്ടിക ജാതിക്കാർ	447 (9.07%)	352 (9.03%)	266 (10.24%)	1065 (9%)
പട്ടിക ഗോത്ര വർഗ്ഗക്കാർ	232 (4.7%)	170 (4.3%)	150 (5.77%)	552 (4.8%)
ഒ ബി സി വിഭാഗങ്ങൾ	521 (10.57%)	358 (9.19%)	255 (9.81%)	1134(9.93%)

ഉന്നത ബ്യൂറോക്രാറ്റുകൾക്കിടയിലും പട്ടികവിഭാഗങ്ങളുടെ പ്രാതി

നിധ്യം കുറവാണ്. കേന്ദ്ര സർക്കാരിനുകീഴിലെ വിവിധ മന്ത്രാലയ ങ്ങളിലെ 82 സെക്രട്ടറിമാരിൽ പട്ടികജാതി, പട്ടികഗോത്രവർഗ്ഗ വിഭാഗ ങ്ങളിൽപ്പെടുന്നവർ ആകെ 4 പേർമാത്രമാണ്. 2018 ലെ കണക്കനുസരിച്ച് ജോയിന്റ് സെക്രട്ടറിക്കും അതിനു മുകളിലേക്കുമുള്ളവരിൽ 9 ശതമാന ത്തിനും താഴെ മാത്രമാണ് പട്ടികവിഭാഗങ്ങൾ. എന്നാൽ ഒ ബി സി പ്രാതി നിധ്യം (2.89 ശതമാനം) ഇതിനേക്കാൾ കുറവാണ് എന്നതാണ് അത്ഭു തകരമായ വസ്തുത. സെക്രട്ടറി, അഡീഷണൽ സെക്രട്ടറി പോസ്റ്റുകളിൽ ഒ ബി സി വിഭാഗക്കാരായി ആരുമില്ല. ജോയിന്റ് സെക്രട്ടറിമാരായ 13 പേർ മാത്രമാണ് ഉന്നത ഉദ്യോഗസ്ഥർക്കിടയിലെ ഒ ബി സി പ്രാതിനിധ്യം. ഉന്നത സർക്കാർ പദവികളിൽ ഉദ്യോഗസ്ഥരെ വിന്യസിക്കുന്ന സെൻട്രൽ സ്റ്റാഫിങ് സ്കീമിൽ പിന്നോക്കസംവരണമില്ലാത്തതാണ് ഇതിന്റെ കാരണമായി ചൂണ്ടിക്കാണിക്കപ്പെടുന്നത്.

ഇന്ത്യൻ ജുഡീഷ്യറിയിലും പിന്നോക്കവിഭാഗങ്ങളുടെ പ്രാതിനിധ്യം ദയനീയമാംവിധം കുറവാണ്. സ്വാതന്ത്ര്യലബ്ധിയുടെ അറുപതാം വാർ ഷികത്തിൽ മാത്രമാണ് സുപ്രീംകോടതിയിൽ ആദ്യമായി ഒരു പട്ടിക ജാതിക്കാരനായ ചീഫ് ജസ്റ്റിസ്-ജസ്റ്റിസ് കെ ജി ബാലകൃഷ്ണൻ-ഉണ്ടാ യത്. അദ്ദേഹത്തിനും പത്തുവർഷത്തിനുശേഷമാണ് മറ്റൊരു പട്ടികജാതി ക്കാരൻ സുപ്രീം കോടതിയിൽ ജഡ്ജിയാവുന്നത്. നിലവിൽ ഒരു സംസ്ഥാനത്തെ ഹൈക്കോടതിയിലും പട്ടികവിഭാഗക്കാരായ ചീഫ് ജസ്റ്റി സുമാർ ഇല്ല. പന്ത്രണ്ട് സംസ്ഥാനങ്ങളിലെ സബോർഡിനേറ്റ് ജുഡീഷ്യറി യിൽ മാത്രമാണ് പിന്നോക്കസംവരണമുള്ളത്. 2017 ൽ കേന്ദ്രസർക്കാർ രാജ്യത്തെ വിവിധ ഹൈക്കോടതികളുടെ അധികാരപരിധിക്ക് കീഴിലുള്ള കോടതികളിലെ പിന്നോക്കപ്രാതിനിധ്യം സംബന്ധിച്ച വിവരങ്ങൾ ആവശ്യപ്പെട്ടിരുന്നെങ്കിലും 11 ഹൈക്കോടതികൾ മാത്രമാണ് വിവരങ്ങൾ നല്കിയത്. ഇതനുസരിച്ച് സബോർഡിനേറ്റ് ജുഡീഷ്യറിയിലെ ജഡ്ജി മാരിൽ 14 ശതമാനം പട്ടികജാതിക്കാരും 12 ശതമാനം പട്ടിക ഗോത്ര വർഗ്ഗക്കാരും 12 ശതമാനം ഒ ബി സികളുമാണുള്ളത്. ഉത്തർപ്രദേശ്, ബീഹാർ തുടങ്ങിയ വലിയ സംസ്ഥാനങ്ങളിലെ കണക്കുകൾ ഇതിൽ ഉൾപ്പെട്ടിട്ടില്ല എന്നുകൂടി ഓർക്കണം. 2011 ൽ ദേശീയ പട്ടികജാതി കമ്മീഷൻ സമർപ്പിച്ച റിപ്പോർട്ടിൽ രാജ്യത്തെ 21 സംസ്ഥാന ഹൈക്കോ ടതികളിലെ 850 ജഡ്ജിമാരിൽ 24 പേർ മാത്രമാണ് പട്ടികവിഭാഗത്തിൽ നിന്നുള്ളത് എന്ന് വ്യക്തമാക്കിയിരുന്നു. അതിൽത്തന്നെ 14 ഹൈക്കോ ടതികളിൽ ഒരൊറ്റ പട്ടികവിഭാഗക്കാരൻ പോലുമുണ്ടായിരുന്നില്ല. 2000 ൽ കരിയ മുണ്ട അദ്ധ്യക്ഷനായ പാർലമെന്റിന്റെ പട്ടികജാതി പട്ടികവർഗ്ഗ ക്ഷേമകാര്യസമിതി ഭരണഘടനയുടെ അനുച്ഛേദം 124, 217 എന്നിവ ഭേദ ഗതി ചെയ്ത് ഉന്നത ജുഡീഷ്യറിയിൽ പിന്നോക്കസംവരണം നടപ്പിലാ ക്കണമെന്ന് ആവശ്യപ്പെട്ടിരുന്നു. ദേശീയ പട്ടികജാതി കമ്മീഷനും 2014 ൽ ഇതേ ആവശ്യമുന്നയിച്ചു.

2015-16 ലെ ദേശീയ കുടുംബാരോഗ്യ സർവ്വേ പ്രകാരം പട്ടികജാതി,

പട്ടികഗോത്രവർഗ്ഗങ്ങളാണ് ആരോഗ്യ സൂചകങ്ങളിലും ഏറ്റവും പിന്നിൽ നില്ക്കുന്നത്. പോഷകാഹാരക്കുറവ്, വിളർച്ച തുടങ്ങിയവ ഏറ്റവും കൂടുതൽ കാണപ്പെടുന്നതും ഈ വിഭാഗങ്ങളിലാണ്. ശിശുമരണ നിരക്കിലും ബാലമരണ നിരക്കിലും അഞ്ചുവയസ്സിനു താഴെയുള്ള കുട്ടികളുടെ മരണനിരക്കിലുമെല്ലാം മുന്നിട്ടുനില്ക്കുന്നത് പട്ടികവിഭാഗങ്ങളാണ്.

ആരോഗ്യസൂചകം	*പട്ടിക ജാതി*	*പട്ടിക വർഗ്ഗം*	*ഒ ബി സി*	*ജനറൽ*	*ദേശീയ തലത്തിൽ*
Stunted (പ്രായത്തിനനുസരിച്ച് പൊക്കമില്ലായ്മ)	42.8%	43.8%	38.7%	31.2%	38%
Wasted (പൊക്കത്തിനനുസരിച്ച് ഭാരമില്ലായ്മ)	21.21%	27.4%	20.5%	19.0%	21%
Underweight (പ്രായത്തിനനുസരിച്ച് ഭാരമില്ലായ്മ)	39.1%	45.3%	35.5%	28.8%	36%
അഞ്ച് വയസ്സിനു താഴയുള്ള കുട്ടികളുടെ മരണനിരക്ക് (ഓരോ 1000 ജനനത്തിലും)	56	57	51	39	50

നാഷണൽ കൗൺസിൽ ഫോർ അപ്ലൈഡ് എക്കണോമിക്ക് റിസർച്ച് എന്ന ഇന്ത്യയിലെ പ്രമുഖ എൻ ജി ഒ 4200 കുടുംബങ്ങളിലായി 2011-12 കാലത്ത് നടത്തിയ ഇന്ത്യൻ ഹ്യൂമൻ ഡെവലപ്മെന്റ് സർവ്വേയിൽ ഞെട്ടിക്കുന്ന വിവരങ്ങളാണ് പുറത്തുവന്നത്. അയിത്തം നിരോധിക്കപ്പെട്ട് ആറു പതിറ്റാണ്ട് പിന്നിട്ടിട്ടും സർവ്വേയിൽ പങ്കെടുത്തവരിൽ 27 ശതമാനം പേരും പലതരത്തിലുള്ള അയിത്താചരണത്തിൽ ഏർപ്പെടുന്നുണ്ട് എന്ന് സർവ്വേ കണ്ടെത്തി. അയിത്തം ആചരിക്കുന്നുണ്ടോ എന്ന നേരിട്ടുള്ള ചോദ്യത്തിന് ഇല്ല എന്ന് മറുപടി നല്കുന്നവരോട് അടുത്തതായി ചോദിച്ചത് നിങ്ങളുടെ അടുക്കളയിൽ ഒരു പട്ടികജാതിക്കാരൻ പ്രവേശിക്കുകയും പാത്രങ്ങൾ സ്പർശിക്കുകയും ചെയ്യുന്നതിൽ ബുദ്ധിമുട്ടുണ്ടോ എന്നായിരുന്നു. ജാതി മുൻവിധികളും ആചാരങ്ങളും പാലിക്കുന്നില്ല എന്ന് പറഞ്ഞിരുന്ന പലരുടെയും ഉള്ളിലിരുപ്പ് പുറത്തുകൊണ്ടുവരാൻ ഇത്തരത്തിലുള്ള ചോദ്യങ്ങൾ സഹായകരമായിരുന്നു. ഏറ്റവും കൂടുതൽ അയിത്താചരണം കണ്ടത് ബ്രാഹ്മണർക്കിടയിലായിരുന്നു (52 ശതമാനം). ബ്രഹ്മണേതര മുന്നോക്കജാതികളേക്കാൾ (24 ശതമാനം) ഒ ബി സി വിഭാഗങ്ങളിലാണ് അയിത്താചരണം കൂടുതലായി കാണപ്പെട്ടത് (33 ശതമാനം) എന്നതാണ് അത്ഭുതം. പട്ടികജാതികളിൽ 15 ശതമാനംപേരും

പട്ടികഗോത്രവർഗ്ഗങ്ങളിൽ 22 ശതമാനംപേരും അയിത്തം ആചരിക്കുന്നതായി സർവ്വേയിൽ കണ്ടെത്തി.

സംവരണത്തിന്റെ ലക്ഷ്യം പിന്നോക്കജാതിക്കാർ സാമൂഹ്യവും സാമ്പത്തികവും രാഷ്ട്രീയവുമായ മേഖലകളിൽ നേരിടുന്ന പ്രശ്നങ്ങളുടെയെല്ലാം പരിഹാരമല്ല എന്നത് സത്യമാണ്. മേല്പറഞ്ഞ കണക്കുകളിൽ അനാവൃതമാകുന്ന അവശതകളും വിവേചനങ്ങളും നീതിനിഷേധവുമൊന്നും സംവരണം നടപ്പിലായതുകൊണ്ട് മാത്രം പരിഹരിക്കപ്പെടാൻ പോകുന്നുമില്ല. എന്നാൽ പിന്നോക്കസംവരണം അതിന്റെ ചരിത്രപരമായ ദൗത്യം നിറവേറ്റിക്കഴിഞ്ഞു എന്ന് ആത്മാർത്ഥമായി വിശ്വസിക്കുന്നവരുടെ കണ്ണ് തുറപ്പിക്കാൻ ഈ കണക്കുകൾ മതിയാവും. യു ജി സി മുൻ ചെയർമാനും വികസന സാമ്പത്തികശാസ്ത്രജ്ഞനുമായ സുഖ്ദേവ് തോരട്ട് അഭിപ്രായപ്പെട്ടതുപോലെ പിന്നോക്കവിഭാഗങ്ങൾക്ക് അമിതപ്രാതിനിധ്യമുള്ളത് അധികാരസ്ഥാനങ്ങളിലല്ല, മറിച്ച് ദാരിദ്ര്യത്തിന്റെയും പോഷകാഹാരക്കുറവിന്റെയും അതിക്രമങ്ങൾക്ക് ഇരയാവുന്നതിന്റെയും കാര്യത്തിലാണ്. അതുകൊണ്ടുതന്നെ മെച്ചപ്പെട്ട ഭാവിയിലേക്കുള്ള യാത്രയിൽ പിന്നോക്കവിഭാഗങ്ങളുടെ ദുരിതജീവിതത്തിൽ ഒരു കൈത്താങ്ങ് എന്ന നിലയിൽ സംവരണം ഇനിയും തുടരേണ്ടതുണ്ട്.

അവലംബം

1) Graded Caste Inequality and Poverty: Evidence on Role of Economic Discrimination, Sukhadeo Thorat, S. Madheswaran, Journal of Social Inclusion Studies, Sage Publications.
2) Wealth inequality, class, and caste in India: 1961-2012, Nitin Kumar Bharti, World Inequality Database, November 2018
3) All India Survey on Higher Education 2015-16, Ministry of Human Resource Development, 2016
4) Agricultural Census 2015-16, Ministry of Agriculture and Farmers Welfare, 2019
5) 'Only 4 out of 82 Secretaries working in Modi Govt. are from SC/ST communities', Sanya Dhingra, The Print, 21 November, 2019

അനുബന്ധം 2

ഭരണഘടനയിലെ സംവരണവുമായി ബന്ധപെട്ട വ്യവസ്ഥകൾ

അനുച്ഛേദം 14
അനുച്ഛേദം 15
അനുച്ഛേദം 16
അനുച്ഛേദം 46
അനുച്ഛേദം 330
അനുച്ഛേദം 332
അനുച്ഛേദം 334
അനുച്ഛേദം 335
അനുച്ഛേദം 366 (24)
അനുച്ഛേദം 340
അനുച്ഛേദം 341
അനുച്ഛേദം 342
അനുച്ഛേദം 243D
അനുച്ഛേദം 243T
അനുച്ഛേദം 320
അനുച്ഛേദം 338
അനുച്ഛേദം 338A

അനുബന്ധം 3

ഭരണഘടന (നൂറ്റിരണ്ടാം ഭേദഗതി) ആക്റ്റ്, 2018

ഭാരതത്തിന്റെ ഭരണഘടന വീണ്ടും ഭേദഗതി

ചെയ്യുന്നതിനുള്ള

ഒരു

ആക്റ്റ്.

ഭാരത റിപ്പബ്ലിക്കിന്റെ അറുപത്തിഒൻപതാം സംവത്സരത്തിൽ പാർലമെന്റ് താഴെപ്പറയും പ്രകാരം നിയമമുണ്ടാക്കുന്നു:-

1. (1) ഈ ആക്റ്റിന് ഭരണഘടന (നൂറ്റിരണ്ടാം ഭേദഗതി) ആക്റ്റ്, 2018 എന്ന് പേര് പറയാവുന്നതാണ്. ചുരുക്കപ്പേരും പ്രാരംഭവും

(2) ഇത് കേന്ദ്ര സർക്കാർ, ഔദ്യോഗിക ഗസറ്റിൽ വിജ്ഞാപനം വഴി നിശ്ചയിക്കാവുന്ന അങ്ങനെയുള്ള തീയതിയിൽ പ്രാബല്യത്തിൽ വരുന്നതാണ്.

2. ഭരണഘടനയുടെ 338-ാം അനുച്ഛേദത്തിൽ, (10)-ാം ഖണ്ഡത്തിൽ, "340-ാം അനുച്ഛേദം (1)-ാം ഖണ്ഡപ്രകാരം നിയമിച്ചിട്ടുള്ള ഒരു കമ്മീഷന്റെ റിപ്പോർട്ട് കിട്ടുന്നതിൻമേൽ രാഷ്ട്രപതി ഉത്തരവ് മുഖേന നിർദ്ദേശിക്കുന്ന അങ്ങനെയുള്ള മറ്റ് പിന്നോക്ക വിഭാഗങ്ങളെപ്പറ്റിയും, കൂടാതെ" എന്ന വാക്കുകളും ബ്രാക്കറ്റു. 338-ാം അനുച്ഛേദത്തിന്റെ ഭേദഗതി

കളും അക്കങ്ങളും വിട്ടുകളയേണ്ടതാണ്.

പുതിയ അനുച്ഛേദം 338 ഖ ചേർക്കൽ

3. ഭരണഘടനയുടെ 338 ക അനുച്ഛേദത്തിനുശേഷം, താഴെപ്പറയുന്ന അനുച്ഛേദം ചേർക്കേണ്ടതാണ്, അതായത്:-

ദേശീയ പിന്നോക്ക വിഭാഗ കമ്മീഷൻ

"338ഖ.(1) സാമൂഹികമായും വിദ്യാഭ്യാസപരമായും പിന്നോക്കമായുള്ള വിഭാഗങ്ങൾക്കായി ദേശീയ പിന്നോക്ക വിഭാഗ കമ്മീഷൻ എന്നറിയപ്പെടുന്ന ഒരു കമ്മീഷൻ ഉണ്ടായിരിക്കേണ്ടതാണ്.

(2) ഇതിലേയ്ക്ക് പാർലമെന്റ് ഉണ്ടാക്കിയ ഏതെങ്കിലും നിയമത്തിലെ വ്യവസ്ഥകൾക്ക് വിധേയമായി, കമ്മീഷൻ, ഒരു ചെയർപേഴ്സനും വൈസ് ചെയർപേഴ്സനും മറ്റ് മൂന്ന് അംഗങ്ങളും അടങ്ങിയതായിരിക്കേണ്ടതും, അങ്ങനെ നിയമിക്കപ്പെട്ട ചെയർപേഴ്സന്റെയും വൈസ് ചെയർപേഴ്സന്റെയും മറ്റംഗങ്ങളുടെയും സേവനവ്യവസ്ഥകളും ഉദ്യോഗകാലാവധിയും ചട്ടം മുഖേന രാഷ്ട്രപതി തീരുമാനിക്കാവുന്ന പ്രകാരമായിരിക്കേണ്ടതുമാണ്.

(3) കമ്മീഷന്റെ ചെയർപേഴ്സനെയും വൈസ് ചെയർപേഴ്സനെയും, മറ്റംഗങ്ങളെയും തന്റെ കൈയ്യൊപ്പും മുദ്രയുംവച്ച അധികാരപത്രം വഴി രാഷ്ട്രപതി നിയമിക്കേണ്ടതാണ്.

(4) കമ്മീഷന് അതിന്റെതന്നെ നടപടിക്രമങ്ങളെ ക്രമപ്പെടുത്തുവാനുള്ള അധികാരം ഉണ്ടായിരിക്കേണ്ടതാണ്.

(5) (ക) സാമൂഹികമായും വിദ്യാഭ്യാസപരമായും പിന്നോ

ക്കമായുള്ള വിഭാഗങ്ങൾക്ക് ഈ ഭരണഘടനപ്രകാരമോ തത്സമയം പ്രാബല്യത്തിലുള്ള മറ്റേതെങ്കിലും നിയമ പ്രകാരമോ അല്ലെങ്കിൽ സർക്കാരിന്റെ ഉത്തരവ് പ്രകാരമോ വ്യവസ്ഥ ചെയ്തിട്ടുള്ള പരിരക്ഷകൾ സംബന്ധിച്ച എല്ലാ സംഗതികളെക്കുറിച്ചും അന്വേഷിക്കുകയും നിരീക്ഷിക്കുകയും ചെയ്യുകയും അങ്ങനെയുള്ള പരിരക്ഷകളുടെ പ്രവർത്തനത്തെ വിലയിരുത്തുകയും;

(ഖ) സാമൂഹികമായും വിദ്യാഭ്യാസപരമായും പിന്നോക്കമായുള്ള വിഭാഗങ്ങൾക്കുള്ള അവകാശങ്ങളും പരിരക്ഷകളും ഇല്ലാതാക്കിയത് സംബന്ധിച്ച പ്രത്യേക പരാതികളെക്കുറിച്ച് അന്വേഷണ വിചാരണ നടത്തുകയും;

(ഗ) സാമൂഹികമായും വിദ്യാഭ്യാസപരമായും പിന്നോക്കമായുള്ള വിഭാഗങ്ങളുടെ സാമൂഹിക - സാമ്പത്തിക വികസനത്തിൽ പങ്കെടുക്കുകയും ഉപദേശിക്കുകയും യൂണിയന്റേയോ ഏതെങ്കിലും സംസ്ഥാനത്തിന്റേയോ കീഴിലുള്ള അവരുടെ വികസനത്തിന്റെ പുരോഗതി വിലയിരുത്തുകയും;

(ഘ) ആ പരിരക്ഷകളുടെ പ്രവർത്തനത്തിൻമേലുള്ള റിപ്പോർട്ടുകൾ ഓരോ വർഷവും, കമ്മീഷന് യുക്തമെന്ന് കരുതുന്ന അങ്ങനെയുള്ള മറ്റു സമയങ്ങളിലും രാഷ്ട്രപതിക്ക് സമർപ്പിക്കുകയും;

(ങ) അങ്ങനെയുള്ള റിപ്പോർട്ടുകളിൽ ആ പരിരക്ഷക ളുടെ ഫലവത്തായ നടപ്പാക്കലിന് യൂണിയനോ ഏതെങ്കിലും സംസ്ഥാനമോ എടുക്കേണ്ട നടപടികളും സാമൂഹികമായും വിദ്യാഭ്യാസപരമായും പിന്നോക്കമായുള്ള വിഭാഗങ്ങളുടെ സംരക്ഷണത്തിനും ക്ഷേമത്തിനും സാമൂഹിക - സാമ്പത്തിക വികസനത്തിനുമുള്ള മറ്റു നടപടികളും സംബന്ധിച്ച് ശിപാർശകൾ ചെയ്യുകയും;

(ച) സാമൂഹികമായും വിദ്യാഭ്യാസപരമായും പിന്നോക്കമായുള്ള വിഭാഗങ്ങളുടെ സംരക്ഷണവും ക്ഷേമവും വികസനവും പുരോഗതിയും സംബന്ധിച്ച് പാർലമെന്റ് ഉണ്ടാക്കുന്ന ഏതെങ്കിലും നിയമത്തിലെ വ്യവസ്ഥകൾക്കു വിധേയമായി രാഷ്ട്രപതി ചട്ടം മുഖേന നിർദ്ദേശിക്കാവുന്ന അങ്ങനെയുള്ള മറ്റു ചുമതലകൾ നിർവ്വഹിക്കുകയും,

ചെയ്യുന്നത് കമ്മീഷന്റെ കർത്തവ്യമായിരിക്കേണ്ടതാണ്.

(6) രാഷ്ട്രപതി അങ്ങനെയുള്ള എല്ലാ റിപ്പോർട്ടുകളും യൂണിയനെ സംബന്ധിച്ച ശിപാർശകളിൻമേൽ എടുത്തതോ എടുക്കാൻ ഉദ്ദേശിക്കുന്നതോ ആയ നടപടിയും, അങ്ങനെയുള്ള ശിപാർശകളിൽ ഏതെങ്കിലും അംഗീകരിക്കാത്തതിനുള്ള കാരണങ്ങളും എന്തെങ്കിലുമുണ്ടെങ്കിൽ, വിശദീകരിച്ചുകൊണ്ടുള്ള ഒരു വിവരക്കുറിപ്പ് സഹിതം, പാർലമെന്റിന്റെ ഓരോ സഭയുടെയും മുമ്പാകെ വയ്പിക്കേണ്ടതാണ്.

(7) അങ്ങനെയുള്ള ഏതെങ്കിലും റിപ്പോർട്ടോ അതിന്റെ ഏതെങ്കിലും ഭാഗമോ ഏതെങ്കിലും സംസ്ഥാന സർക്കാരിനോട് ബന്ധപ്പെട്ട ഏതെങ്കിലും കാര്യം സംബന്ധിച്ചുള്ളതായിരിക്കുന്നിടത്ത് അങ്ങനെയുള്ള റിപ്പോർട്ടിന്റെ ഒരു പകർപ്പ് സംസ്ഥാന സർക്കാരിന് അയച്ചുകൊടുക്കേണ്ടതും, ആയത്, സംസ്ഥാനത്തെ സംബന്ധിച്ച ശിപാർശകളിൻമേൽ എടുത്തതോ എടുക്കാൻ ഉദ്ദേശിക്കുന്നതോ ആയ നടപടിയും, ശിപാർശകളിൽ ഏതെങ്കിലും അംഗീകരിക്കാത്തതിനുള്ള കാരണങ്ങളും എന്തെങ്കിലുമുണ്ടെങ്കിൽ, ആയത് വിശദീകരിച്ചുകൊണ്ടുള്ള ഒരു വിവരക്കുറിപ്പ് സഹിതം, അത്, സംസ്ഥാനത്തിന്റെ നിയമനിർമ്മാണമണ്ഡലം മുമ്പാകെ വയ്പിക്കേണ്ടതാണ്.

(8) ഖണ്ഡം (5) - ലെ (ക) ഉപഖണ്ഡത്തിൽ പരാമർശിച്ചിട്ടുള്ള ഏതെങ്കിലും കാര്യം അന്വേഷിക്കുകയോ, (ഖ) ഉപഖണ്ഡത്തിൽ പരാമർശിച്ചിട്ടുള്ള ഏതെങ്കിലും പരാതിയെക്കുറിച്ച് അന്വേഷണവിചാരണ നടത്തുകയോ ചെയ്യുമ്പോൾ കമ്മീഷന്, ഒരു വ്യവഹാരം വിചാരണ ചെയ്യുന്ന സിവിൽ കോടതിയ്ക്കുള്ള എല്ലാ അധികാരങ്ങളും പ്രത്യേകിച്ച് താഴെപ്പറയുന്ന സംഗതികൾ സംബന്ധിച്ച് ഉണ്ടായിരിക്കുന്നതാണ്, അതായത്:-

(ക) ഭാരതത്തിന്റെ ഏത് ഭാഗത്തുനിന്നും ഏതൊരാളെയും സമൻ ചെയ്യുന്നതും ഹാജരാക്കിക്കുന്നതും അയാളെ ശപഥത്തിൻമേൽ വിസ്തരിക്കുന്നതും;

(ഖ) ഏതെങ്കിലും രേഖ വെളിപ്പെടുത്തുകയും ഹാജരാക്കുകയും ചെയ്യാൻ ആവശ്യപ്പെടുന്നത്;

(ഗ) സത്യവാങ്മൂലത്തിൻമേൽ തെളിവ് സ്വീകരിക്കുന്നത്;

(ഘ) ഏതെങ്കിലും പൊതുരേഖയോ അതിന്റെ പകർപ്പോ ഏതെങ്കിലും കോടതിയിലോ ആഫീസിലോ നിന്ന് ആവശ്യപ്പെടുന്നത്;

(ങ) സാക്ഷികളെ വിസ്തരിക്കുന്നതിനോ രേഖകൾ പരിശോധിക്കുന്നതിനോ കമ്മീഷനുകൾ പുറപ്പെടുവിക്കുന്നത്;

(ച) രാഷ്ട്രപതി, ചട്ടം മുഖേന നിർണ്ണയിക്കാവുന്ന മറ്റേതൊരു സംഗതിയും.

(9) സാമൂഹികമായും വിദ്യാഭ്യാസപരമായും പിന്നോക്കമായുള്ള വിഭാഗങ്ങളെ ബാധിക്കുന്ന നയപരമായ എല്ലാ പ്രധാന കാര്യങ്ങളിന്മേലും യൂണിയനും ഓരോ സംസ്ഥാനസർക്കാരും കമ്മീഷനുമായി ആലോചിക്കേണ്ടതാണ്."

4. ഭരണഘടനയുടെ 342-ാം അനുച്ഛേദത്തിന്ശേഷം, താഴെപ്പറയുന്ന അനുച്ഛേദം ചേർക്കേണ്ടതാണ്, അതായത്:- പുതിയ അനുച്ഛേദം 342 ക ചേർക്കൽ

സാമൂഹിക മായും വിദ്യാ ഭ്യാസപര മായും പിന്നോക്കമാ യുള്ള വിഭാഗ ങ്ങൾ

"342ക. (1) രാഷ്ട്രപതിക്ക് ഏതെങ്കിലും സംസ്ഥാനത്തെയോ യൂണിയൻ പ്രദേശത്തേയോ സംബന്ധിച്ച്, അത് ഒരു സംസ്ഥാനമാണെങ്കിൽ അതിലെ ഗവർണ്ണറോട് ആലോചിച്ചതിനു ശേഷം പൊതുവിജ്ഞാപനം വഴി, ആ സംസ്ഥാനത്തെയോ, യൂണിയൻ പ്രദേശത്തെയോ, അതതുസംഗതിപോലെ, സംബന്ധിച്ചിടത്തോളം ഈ ഭരണഘടനയുടെ ആവശ്യങ്ങൾക്ക് സാമൂഹികമായും വിദ്യാഭ്യാസപരമായും പിന്നോക്കമായുള്ള വിഭാഗങ്ങളായി കരുതേണ്ട സാമൂഹികമായും വിദ്യാഭ്യാസപരമായും പിന്നോക്കമായുള്ള വിഭാഗങ്ങളെ നിർദ്ദേശിക്കാവുന്നതാണ്.

(2) (1)-ാം ഖണ്ഡപ്രകാരം പുറപ്പെടുവിച്ചിട്ടുള്ള ഒരു വിജ്ഞാപനത്തിൽ നിർദ്ദേശിച്ചിട്ടുള്ള സാമൂഹികമായും വിദ്യാഭ്യാസപരമായും പിന്നോക്കമായുള്ള വിഭാഗങ്ങളുടെ കേന്ദ്ര ലിസ്റ്റിൽ, പാർലമെന്റിന്, നിയമം വഴി ഏതെങ്കിലും സാമൂഹികമായും വിദ്യാഭ്യാസപരമായും പിന്നോക്കമായുള്ള വിഭാഗങ്ങളെ ഉൾപ്പെടുത്തുകയോ ഒഴിവാക്കുകയോ ചെയ്യാവുന്നതും, എന്നാൽ മുൻപറഞ്ഞപ്രകാരമല്ലാതെ മേൽപ്പറഞ്ഞ ഖണ്ഡപ്രകാരം പുറപ്പെടുവിച്ചിട്ടുള്ള ഒരു വിജ്ഞാപനത്തെ അതിനുശേഷമുള്ള ഏതെങ്കിലും വിജ്ഞാപനത്താൽ വ്യത്യാസപ്പെടുത്തുവാൻ പാടില്ലാത്തതുമാകുന്നു."

366-ാം അനുച്ഛേദത്തിന്റെ ഭേദഗതി

5. ഭരണഘടനയുടെ 366-ാം അനുച്ഛേദത്തിന്റെ (26ഖ) ഖണ്ഡത്തിന് ശേഷം, താഴെപ്പറയുന്ന ഖണ്ഡം കൂട്ടിച്ചേർക്കേണ്ടതാണ്, അതായത്:-

"(26ഗ) "സാമൂഹികമായും വിദ്യാഭ്യാസപരമായും പിന്നോക്കമായുള്ള വിഭാഗങ്ങൾ" എന്നാൽ ഈ ഭരണഘടനയുടെ ആവശ്യങ്ങൾക്ക് 324ക അനുച്ഛേദപ്രകാരം അങ്ങനെയുള്ള പിന്നോക്ക വിഭാഗങ്ങളായി കരുതപ്പെടുന്നവ എന്നർത്ഥമാകുന്നു;"

ഭരണഘടന (നൂറ്റിമൂന്നാം ഭേദഗതി) ആക്റ്റ്, 2018-ന്റെ മലയാള പരിഭാഷ കമ്മീഷൻ പരിശോധന നടത്തി അംഗീകരിച്ചു.

03/12/18
S. H. CHITRA KUMARI
Addl. Law Secretary to Govt.
Law Dept., Govt. Secretariat
on OD as Chairperson
OL(L)C. Thiruvananthapuram

3/12/18
SREEJA. K. S
Additional Law Secretary to Govt.
Govt. Secretariat, on OD as Member
Official Language (Legislative)
Commission, Kerala

Mini Bhaskar
3/12
MINI BHASKAR S.
Additional Law Secretary
Law Department, Secretariat, on OD
as Member to Official Languages
(Legislative Commission)

അനുബന്ധം 4

ഭരണഘടന (നൂറ്റിമൂന്നാം ഭേദഗതി) ആക്റ്റ്, 2019

ഭാരതത്തിന്റെ ഭരണഘടന വീണ്ടും ഭേദഗതി
ചെയ്യുന്നതിനുള്ള
ഒരു
ആക്റ്റ്

ഭാരത റിപ്പബ്ലിക്കിന്റെ അറുപത്തിയൊൻപതാം സംവത്സരത്തിൽ പാർലമെന്റ് താഴെപ്പറയും പ്രകാരം നിയമമുണ്ടാക്കുന്നു:-

1. (1) ഈ ആക്റ്റിന് ഭരണഘടന (നൂറ്റിമൂന്നാം ഭേദഗതി) ആക്റ്റ്, 2019 എന്ന് പേര് പറയാവുന്നതാണ്.

(2) ഇത് കേന്ദ്ര സർക്കാർ, ഔദ്യോഗിക ഗസറ്റിൽ, വിജ്ഞാപനം വഴി നിശ്ചയിക്കാവുന്ന അങ്ങനെയുള്ള തീയതിയിൽ പ്രാബല്യത്തിൽ വരുന്നതാണ്.

2. ഭരണഘടനയുടെ 15-ാം അനുച്ഛേദത്തിൽ, (5)-ാം ഖണ്ഡത്തിന് ശേഷം താഴെപ്പറയുന്ന ഖണ്ഡം ചേർക്കേണ്ടതാണ്, അതായത്:-

'(6) ഈ അനുച്ഛേദത്തിലോ, 19-ാം അനുച്ഛേദം (1)-ാം ഖണ്ഡം (ഛ) ഉപഖണ്ഡത്തിലോ 29-ാം അനുച്ഛേദത്തിലെ (2)-ാം ഖണ്ഡത്തിലോ ഉള്ള യാതൊന്നും,-

(ക) (4)-ഉം (5)-ഉം ഖണ്ഡങ്ങളിൽ പരാമർശിച്ചിട്ടുള്ള വിഭാഗങ്ങൾ ഒഴികെയുള്ള ഏതെങ്കിലും സാമ്പത്തികമായ ദുർബല വിഭാഗങ്ങളിൽപ്പെട്ട പൗരന്മാരുടെ ഉന്നമനത്തിന് വേണ്ടിയുള്ള ഏതെങ്കിലും പ്രത്യേക വ്യവസ്ഥയോ; കൂടാതെ

(ഖ) (4)-ഉം (5)-ഉം ഖണ്ഡങ്ങളിൽ പരാമർച്ചിട്ടുള്ള വിഭാഗങ്ങൾ ഒഴികെയുള്ള ഏതെങ്കിലും സാമ്പത്തികമായ ദുർബല വിഭാഗങ്ങളിൽപ്പെട്ട പൗരന്മാരുടെ ഉന്നമനത്തിന് വേണ്ടിയുള്ള ഏതെങ്കിലും പ്രത്യേക വ്യവസ്ഥ, 30-ാം അനുച്ഛേദം (1)-ാം ഖണ്ഡത്തിൽ പരാമർശിച്ചിട്ടുള്ള ന്യൂനപക്ഷ വിദ്യാഭ്യാസ സ്ഥാപനങ്ങളൊഴികെ, രാഷ്ട്രം ധനസഹായം നൽകുന്നതോ, ധനസഹായം നൽകാത്തതോ ആയ സ്വകാര്യ വിദ്യാഭ്യാസ സ്ഥാപനങ്ങൾ ഉൾപ്പെടെയുള്ള

2

വിദ്യാഭ്യാസ സ്ഥാപനങ്ങളിലേയ്ക്കുള്ള അവരുടെ പ്രവേശനത്തെ സംബന്ധിക്കുന്നിടത്തോളം, ആയത് സംവരണത്തിന്റെ സംഗതിയിൽ നിലവിലുള്ള സംവരണങ്ങൾക്ക് പുറമേയും ഓരോ വിഭാഗത്തിലേയും ആകെ സീറ്റുകളുടെ പരമാവധി പത്ത് ശതമാനത്തിന് വിധേയമായും, അത്തരം പ്രത്യേക വ്യവസ്ഥകൾ,

ഉണ്ടാക്കുന്നതിൽ നിന്നും രാഷ്ട്രത്തെ തടയുന്നതല്ല.

വിശദീകരണം.- ഈ അനുച്ഛേദത്തിന്റെയും 16-ാം അനുച്ഛേദത്തിന്റെയും ആവശ്യങ്ങൾക്കായി, "സാമ്പത്തികമായ ദുർബല വിഭാഗങ്ങൾ" എന്നത് കുടുംബവരുമാനത്തിന്റെയും പ്രതികൂല സാമ്പത്തിക സൂചകങ്ങളുടെയും അടിസ്ഥാനത്തിൽ, രാഷ്ട്രം കാലാകാലങ്ങളിൽ വിജ്ഞാപനം ചെയ്യേണ്ടതാകാവുന്ന പ്രകാരമായിരിക്കേണ്ടതാണ്.'.

3. ഭരണഘടനയുടെ 16-ാം അനുച്ഛേദത്തിൽ, (5)-ാം ഖണ്ഡത്തിന് ശേഷം, താഴെപ്പറയുന്ന ഖണ്ഡം ചേർക്കേണ്ടതാണ്, അതായത്:-

"(6) ഈ അനുച്ഛേദത്തിലെ യാതൊന്നും, നിലവിലുള്ള സംവരണത്തിന് പുറമേയും ഓരോ വിഭാഗത്തിലേയും പരമാവധി പത്ത് ശതമാനം തസ്തികകൾക്ക് വിധേയമായും, (4)-ാം ഖണ്ഡത്തിൽ പരാമർശിച്ചിട്ടുള്ള വിഭാഗങ്ങൾ ഒഴികെ, ഏതെങ്കിലും സാമ്പത്തികമായ ദുർബല വിഭാഗങ്ങളിൽപ്പെട്ട പൗരന്മാർക്ക് നിയമനങ്ങളോ തസ്തികകളോ സംവരണം ചെയ്യുന്നതിന് ഏതെങ്കിലും വ്യവസ്ഥ ഉണ്ടാക്കുന്നതിൽ നിന്ന് രാഷ്ട്രത്തെ തടയുന്നതല്ല.".

Approved
Chitra
02/03/19

S. H. CHITRA KUMARI
Addl. Law Secretary to Govt.
Law Dept., Govt. Secretariat
on OD as Chairperson
OL(L)C, Thiruvananthapuram

R. Bhaskar
2/3/19

MINI BHASKAR S.
Additional Law Secretary
Law Department, Secretariat, on OD
as Member to Official Languages
(Legislative Commission)

അനുബന്ധം 5

കേന്ദ്രസാമൂഹ്യനീതി മന്ത്രാലയത്തിന്റെ ഓഫീസ് മെമ്മോറാണ്ടം

[For Internal Circulation only]

F. No.20013/01/2018-BC-II
Government of India
Ministry of Social Justice and Empowerment
Department of Social Justice and Empowerment

17th January, 2019
Shastri Bhawan, New Delhi

OFFICE MEMORANDUM

Subject: Reservation for Economically Weaker Sections (EWSs) in civil posts and services in the Government of India and admission in Educational Institutions.

In pursuance of insertion of clauses 15(6) and 16(6) in the Constitution vide the Constitution (One Hundred and Third Amendment) Act, 2019 and in order to enable the Economically Weaker Sections (EWSs) who are not covered under the existing scheme of reservations for the Scheduled Castes, the Scheduled Tribes and the Socially and Educationally Backward Classes, to receive the benefits of reservation on a preferential basis in civil posts and services in the Government of India and admission in Educational Institutions, it has been decided by the Government to provide 10% reservation to EWSs in civil posts and services in Government of India and admission in Educational Institutions.

2. Persons who are not covered under the existing scheme of reservations for the Scheduled Castes, the Scheduled Tribes and the Socially and Educationally Backward Classes and whose family has gross annual income below Rs. 8.00 lakh are to be identified as EWSs for the benefit of reservation. Family for this purpose will include the person who seeks benefit of reservation, his/her parents and siblings below the age of 18 years as also his/her spouse and children below the age of 18 years. The income shall include income from all sources i.e. salary, agriculture, business, profession etc. and it will be income for the financial year prior to the year of application. Also persons whose family owns or possesses any of the following assets shall be excluded from being identified as EWSs, irrespective of the family income:

i. 5 acres of Agricultural Land and above;
ii. Residential flat of 1000 sq. ft. and above;
iii. Residential plot of 100 sq. yards and above in notified municipalities;

iv. Residential plot of 200 sq. yards and above in areas other than the notified municipalities.

3. The income and assets of the families as mentioned in para 2 would be required to be certified by an officer not below the rank of Tehsildar in the States/UTs. The officer who issues the certificate would do the same after carefully verifying all relevant documents following due process as prescribed by the respective State/ UT.

4. Every Educational Institution shall, with the prior approval of the appropriate authority, increase the number of seats over and above its annual permitted strength in each branch of study or faculty so that the number of seats available, excluding those reserved for the persons belonging to the EWSs, are not less than the total seats available in the academic session immediately preceding the date of the coming into force of this O.M.

5. Instructions regarding reservation in employment and admission to educational institutions will be issued by DoPT and Ministry of HRD respectively.

(B.L. Meena)
Joint Secretary to the Government of India

To,
1. The Secretary, Department of Personnel and Training, North Block, New Delhi
2. The Secretary, Department of Higher Education, Shastri Bhawan, New Delhi

അനുബന്ധം 6

കേന്ദ്ര മാനവശേഷി വികസന മന്ത്രാലയത്തിന്റെ ഓഫീസ് മെമ്മോറാണ്ടം

F No: 12-4/2019-U1
Government of India
Ministry of Human Resource Development
Department of Higher Education
*****

Shastri Bhawan, New Delhi
Dated: 17 January, 2019

OFFICE MEMORANDUM

Subject: Reservation for Economically Weaker Sections (EWSs) for admission in Central Educational Institutions.

In accordance with the provisions of the Constitution (One Hundred and Third Amendment) Act 2019, and the reference of Ministry of Social Justice and Empowerment vide OM No. 20013/01/2018-BC-II dated 17th January 2019, enabling provision of reservation for the Economically Weaker Sections (EWSs) who are not covered under the existing scheme of reservations for the Scheduled Castes, the Scheduled Tribes and the Socially and Educationally Backward Classes, it has been decided to provide reservation in admission to educational institutions subject to a maximum of ten per cent of the total seats in each category. This would not apply to the minority educational institutions referred to in clause (1) of Article 30 of the Constitution of India.

2. The provision of reservations to the Economically Weaker Sections shall be in accordance with the directions contained in the OM No. 20013/01/2018-BC-II dated 17th January 2019 of the Ministry of Social Justice & Empowerment and shall be subject to the following:

a) The reservations shall be provided to EWSs for admission in Central Educational Institutions, (as defined in clause (d) of section (2) of The Central Educational Institutions (Reservation in Admission) Act, 2006) from the academic year 2019-20 onwards.
b) The above reservation would not be applicable to the 8 institutions of excellence, research institutions, institutions of national & strategic importance as specified in the Schedule to The Central Educational Institutions (Reservation in Admission) Act, 2006, as amended from time to time, and appended to this OM, and to the minority educational institutions referred to in clause (1) of article 30 of the Constitution.
c) Every Central Educational Institution shall, with the prior approval of the appropriate authority (as defined in clause (c) of section 2 of The Central Educational Institutions (Reservation in Admission) Act, 2006), increase the number of seats over and above its annual permitted strength in each branch of

study or faculty so that the number of seats available, excluding those reserved for the persons belonging to the EWSs, is not less than the number of such seats available, in each category, for the academic session immediately preceding the date of the coming into force of this O.M.

d) Where, on a representation by any Central Educational Institution, the appropriate authority is satisfied that for reasons of financial, physical or academic limitations or in order to maintain the standards of education, the annual permitted strength in any branch of study or faculty of such institution cannot be increased for the academic session following the commencement of this Act, it may permit such institution to increase the annual permitted strength over a maximum period of two years beginning with the academic session following the commencement of this Act; and then, the extent of reservation for the Economically Weaker Sections shall be limited for that academic session in such manner that the number of seats made available to the Economically Weaker Sections for each academic session shall not reduce the number and the percentage of reservations provided for SC/ST/OBC categories.

e) The scheme for implementing the reservation for the EWS shall be displayed on the website of the institution as soon as possible, but no later than 31st March 2019.

3. The Chairman UGC, Chairman AICTE and Chairperson NCTE and the Bureau Heads of the Department of Higher Education in the Ministry of Human Resource Development responsible for management of the Institutions of National Importance are requested to ensure immediate compliance of this OM.

4. This issues with the approval of the Minister for Human Resource Development.

Encl: As above

(Smita Srivastava)
Director

1. **Chairman UGC**
2. **Chairman AICTE**
3. **Chairperson NCTE**
4. **All Bureau Heads of Department of Higher Education**

Copy to:

Chief Secretaries of all State Governments/UTs: with a request to give effect to the provisions of the Constitution (One Hundred and Third Amendment) Act, 2019 for all higher educational institutions funded/aided, directly or indirectly, by the State Government in such manner that the provision for reservation for EWS would become operational from the academic year 2019-20.

Appendix

SCHEDULE

(The Central Educational Institutions (Reservation in Admission) Act, 2006)

S.No.	Names of the Institutions of Excellence, etc.
1.	Homi Bhabha National Institute, Mumbai and its constituent units, namely:- (i) Bhabha Atomic Research Centre, Trombay; (ii) Indira Gandhi Centre for Atomic Research, Kalpakkam; (iii) Raja Ramanna Centre for Advanced Technology, Indore; (iv) Institute for Plasma Research, Gandhinagar; (v) Variable Energy Cyclotron Centre, Kolkata; (vi) Saha Institute of Nuclear Physics, Kolkata; (vii) Institute of Physics, Bhubaneshwar; (viii) Institute of Mathematical Sciences, Chennai; (ix) Harish-Chandra Research Institute, Allahabad; (x) Tata Memorial Centre, Mumbai.
2.	Tata Institute of Fundamental Research, Mumbai.
3.	North-Eastern Indira Gandhi Regional Institute of Health and Medical Science, Shillong.
4.	National Brain Research Centre, Manesar, Gurgaon.
5.	Jawaharlal Nehru Centre for Advanced Scientific Research, Bangalore.
6.	Physical Research Laboratory, Ahmedabad.
7.	Space Physics Laboratory, Thiruvananthapuram.
8.	Indian Institute of Remote Sensing, Dehradun.

അനുബന്ധം 7

കേന്ദ്ര പഴ്സണൽ മന്ത്രാലയത്തിന്റെ ഓഫീസ് മെമ്മോറാണ്ടം

1

No.36039/1/2019-Estt (Res)
Government of India
Ministry of Personnel, Public Grievances & Pensions
Department of Personnel & Training

North Block, New Delhi
dated the 31st January, 2019

OFFICE MEMORANDUM

Subject: Reservation for Economically Weaker Sections (EWSs) in direct recruitment in civil posts and services in the Government of India.

In continuation of this Department's Office Memorandum of even number dated 19.01.2019, the following instructions are issued in consultation with Ministry of Social Justice and Empowerment and Department of Legal Affairs regarding reservation for EWSs not covered under the reservation scheme for SCs/STs/OBCs in respect of direct recruitment in civil posts and services in the Government of India.

2. **QUANTUM OF RESERVATION**

The persons belonging to EWSs who are not covered under the scheme of reservation for SCs, STs and OBCs shall get 10% reservation in direct recruitment in civil posts and services in the Government of India.

3. **EXEMPTION FROM RESERVATION:**

3.1 "Scientific and Technical" posts which satisfy all the following conditions can be exempted from the purview of the reservation orders by the Ministries/ Departments:

(i) The posts should be in grades above the lowest grade in Group A of the service concerned.

(ii) They should be classified as "scientific or technical" in terms of Cabinet Secretariat [OM No. 85/11/CF-61(1) dated 28.12.1961], according to which scientific and technical posts for which qualifications in the natural sciences or exact sciences or applied sciences or in technology are prescribed and the incumbents of which have to use that knowledge in the discharge of their duties.

G. Srivaran

(iii) The posts should be 'for conducting research' or 'for organizing, guiding and directing research'.

3.2 Orders of the Minister concerned should be obtained before exempting any posts satisfying the above condition from the purview of the scheme of reservation.

4. CRITERIA OF INCOME & ASSETS:

4.1 Persons who are not covered under the scheme of reservation for SCs, STs and OBCs and whose family has gross annual income below **Rs. 8.00 lakh (Rupees eight lakh only)** are to be identified as EWSs for benefit of reservation. Income shall also include income from all sources i.e. salary, agriculture, business, profession, etc. for the financial year prior to the year of application.

Also persons whose family owns or possesses any of the following assets shall be excluded from being identified as EWS, irrespective of the family income:-

i. 5 acres of agricultural land and above;
ii. Residential flat of 1000 sq. ft. and above;
iii. Residential plot of 100 sq. yards and above in notified municipalities;
iv. Residential plot of 200 sq. yards and above in areas other than the notified municipalities.

4.2. The property held by a "Family" in different locations or different places/cities would be clubbed while applying the land or property holding test to determine EWS status.

4.3 The term "**Family**" for this purpose will include the person who seeks benefit of reservation, his/her parents and siblings below the age of 18 years as also his/her spouse and children below the age of 18 years.

5. INCOME AND ASSET CERTIFICATE ISSUING AUTHORITY AND VERIFICATION OF CERTIFICATE:

5.1 The benefit of reservation under EWS can be availed upon production of an Income and Asset Certificate issued by a Competent Authority. The Income and Asset Certificate issued by any one of the following authorities in the prescribed format as given in **Annexure-I** shall only be accepted as proof of candidate's claim as belonging to EWS: -

(i) District Magistrate/Additional District Magistrate/ Collector/ Deputy Commissioner/Additional Deputy Commissioner/1st Class Stipendary

G. Srinivasan

Magistrate/ Sub-Divisional Magistrate/ Taluka Magistrate/ Executive Magistrate/ Extra Assistant Commissioner

(ii) Chief Presidency Magistrate/Additional Chief Presidency Magistrate/ Presidency Magistrate

(iii) Revenue Officer not below the rank of Tehsildar and

(iv) Sub-Divisional Officer or the area where the candidate and/or his family normally resides.

5.2 The Officer who issues the certificate would do the same after carefully verifying all relevant documents following due process as prescribed by the respective State/UT.

5.3 The crucial date for submitting income and asset certificate by the candidate may be treated as the closing date for receipt of application for the post, except in cases where crucial date is fixed otherwise.

5.4 The appointing authorities should, in the offer of appointment to the candidates claiming to be belonging to EWS, include the following clause :-

"The appointment is provisional and is subject to the Income and asset certificate being verified through the proper channels and if the verification reveals that the claim to belong to EWS is fake/false the services will be terminated forthwith without assigning any further reasons and without prejudice to such further action as may be taken under the provisions of the Indian Penal Code for production of fake/false certificate."

The appointing authority should verify the veracity of the Income and asset certificate submitted by the candidate through the certificate issuing authority.

5.5 Instructions referred to above should be strictly followed so that it may not be possible for an unscrupulous person to secure employment on the basis of a false claim and if any person gets an appointment on the basis of such false claim, her/his services shall be terminated invoking the conditions contained in the offer of appointment.

6. EFFECTING RESERVATION - MAINTENANCE OF ROSTERS:

6.1 Department of Personnel and Training had circulated Office Memorandum No.36012/2/96-Estt(Res) dated July 2, 1997 regarding implementation of post based reservation roster. The general principles for making and operating post

G. Srinivasan

based reservation roster would be as per the principles laid down in the said Office Memorandum.

6.2 Every Government establishment shall now recast group-wise post-based reservation roster register for direct recruitment in accordance with format given in **Annexure II, III, IV and V,** as the case may be, for effecting 10% reservation for EWSs interpolating them with the SCs, STs and OBCs. While fixing roster point, if the EWS roster point coincides with the roster points of SCs/STs/OBCs the next available UR roster point has been allotted to the EWSs and also the principle of "squeezing" has been kept in view. While drawing up the rosters, the cadre controlling authorities may similarly "squeeze" the last points of the roster so as to meet prescribed 10% reservation.

6.3 Where in any recruitment year any vacancy earmarked for EWS cannot be filled up due to non availability of a suitable candidate belonging to EWS, such vacancies for that particular recruitment year shall not be carried forward to the next recruitment year as backlog.

6.4 Persons belonging to EWS selected against the quota for persons with benchmark disabilities/ex-servicemen shall be placed against the roster points earmarked for EWS.

7. ADJUSTMENT AGAINST UNRESERVED VACANCIES:

A person belonging to EWS cannot be denied the right to compete for appointment against an unreserved vacancy. Persons belonging to EWS who are selected on the basis of merit and not on account of reservation are not to be counted towards the quota meant for reservation.

8. FORTNIGHTLY/ANNUAL REPORTS REGARDING REPRESENTATION OF EWS:

The Ministries/Departments shall send single consolidated fortnightly report including their attached/subordinate offices beginning from 15.2.2019 as per format at **Annexure-VI.**

From 01.01.2020, the Ministries/Departments shall upload data on representation of EWSs in respect of posts/services under the Central Government on the URL i.e. www.rrcps.nic.in as on 1st January of every year. All Ministries/Departments have already been provided respective usercode and password with guidelines for operating the URL.

9. MAINTENANCE OF REGISTER OF COMPLAINTS BY THE GOVERNMENT ESTABLISHMENT:

9.1 Every Government establishment shall appoint a senior officer of the Department as the Grievance Redressal Officer.

9.2 Any person aggrieved with any matter relating to discrimination in employment against any EWS may file a complaint with the Grievance Redressal Officer of the respective Government establishment. The name, designation and contact details of the Grievance Redressal Officer may be displayed prominently on the website and in the office of the concerned establishment.

10. LIAISON OFFICER:

Ministries/Departments/Attached and Subordinate Offices shall appoint Liaison Officer to monitor the implementation of reservation for EWSs.

11. The above scheme of reservation will be effective in respect of all direct recruitment vacancies to be notified on or after 01.02.2019.

12. All the Ministries/Departments are requested to bring the above instructions to the notice of all appointing authorities under their control. In case of any difficulty with regard to implementation of the provisions of this OM, the concerned authorities may consult DOP&T through their administrative Ministry/Department.

Encl.: As above.

G. Srinivasan

(G. Srinivasan)
Director
Ph.No.011-23093074

To

(i) The Secretaries of all Ministries/Departments of the Govt. of India
(ii) Department of Financial Services, Ministry of Finance, Jeevan Deep Building, Parliament Street, New Delhi
(iii) Department of Public Enterprises, CGO Complex, Lodhi Road, New Delhi
(iv) Railway Board, Rail Bhavan, Delhi.

6

(v) Supreme Court of India/ Election Commission of India/ Lok Sabha Secretariat/ Rajya Sabha Secretariat/Cabinet Secretariat/Central Vigilance Commission/President's Secretariat/ Prime Minister's Office/NITI Aayog
(vi) Union Public Service Commission, Dholpur House, Shahjahan Road, New Delhi
(vii) Staff Selection Commission, CGO Complex, Lodi Road, New Delhi
(viii) The Secretary, Department of Social Justice and Empowerment, Shastri Bavan, New Delhi
(ix) National Commission for Scheduled Castes, Lok Nayak Bhavan, New Delhi
(x) National Commission for Scheduled Tribes, Lok Nayak Bhavan, New Delhi.
(xi) National Commission for Backward Classes, Trikoot, Bhikaji Cama Place, R.K. Puram, New Delhi.
(xii) Office of the Comptroller & Auditor General of India, 10, Bahadur Shah Zafar Marg, New Delhi.
(xiii) Information and Facilitation Centre, DOPT, North Block, New Delhi.
(xiv) Director, ISTM, Old JNU Campus, Olof Palme Marg, New Delhi-110067.
(xv) All Officers and Sections in the Ministry of Personnel, Public Grievances and Pensions and all attached/subordinate offices of this Ministry.

Copy to: Director, NIC, DOPT – with the request to immediately place this OM on the website of this Department (what's new tab) for information of all concerned.

G. Srinivasan

അനുബന്ധം 8

ശശിധരൻ നായർ കമ്മീഷൻ ശുപാർശകൾ

GOVERNMENT OF KERALA

Abstract

P&ARD - Report submitted by Justice (Rtd) K.Sasidharan Nair Commission, constituted in connection with the implementation of 10% reservation for Economically Weaker Sections in General Category in the State – Recommendations - Approved - Orders issued.

PERSONNEL AND ADMINISTRATIVE REFORMS (RULES) DEPARTMENT

G.O.(P)No.1/2020/P&ARD **Dated, Thiruvananthapuram, 03/01/2020**

Read:-1. Office Memorandum No.12-4/2019-U1 dated 17th January, 2019 of the Ministry of Human Resource Development and Department of Higher Education, Government of India.

2. Office Memorandum No.20013/01/2018-BC-II dated 17th January, 2019 of the Ministry of Social Justice and Empowerment and Department of Social Justice and Empowerment, Government of India.

3. Office Memorandum No.36039/1/2019-Estt. (Res) dated 19th January, 2019 and 31st January, 2019 of the Ministry of Personnel, Public Grievances and Pensions and Department of Personnel and Training, Government of India.

4. G.O(Ms)No.5/2019/P&ARD dated 12th March, 2019.

ORDER

Government, as per Government Order read as 4th paper above, have constituted a Commission with Justice (Rtd) K.Sasidharan Nair (formerly Secretary, Law Department) as Chairman and Adv.M.Rajagopalan Nair (Chairman, Devaswom Recruitment Board) as member, for examining and recommending the criteria for deciding the Economically Weaker Sections in the General Category and the mode of implementation of such reservation in the State, in pursuance to the Constitutional amendment and the consequent Notifications issued by the Central Government for implementation of 10% reservation to the Economically Weaker Sections in General Category.

2. After making an in-depth evaluation of various aspects and the data collected in this regard, the Commission submitted a detailed report in three volumes to Government on 29.11.2019 along with recommendations, Model of Rosters for maintaining the turn of rotation in PSC appointment of Economically Weaker Sections in General Category, the model of Income and Asset Certificate to be produced by the said categories for the benefit of reservation, model of Anthyodaya Annayojana (AAY) and Priority House Holds (PHH) Certificates to be produced by the Economically Weaker Sections.

3. Government have examined the Report and found that some modifications in some of the entries in the Model Roster I & II recommended by the Commission for fixing turn of rotation for Economically Weaker Sections are required, as they are inconsistent with the same entries in the Annexure I & II to Rule 15 of Part II of the Kerala State and Subordinate Services Rules, 1958 and hence the same are to be modified at par with the said rules.

4. In the circumstances, Government are pleased to approve the following recommendations of the Commission along with Model Rosters (with some modifications), formats of Income and Asset Certificate, Anthyodaya Annayojana (AAY) and Priority House Holds (PHH) Certificate to be produced by the Economically Weaker Sections for availing the benefit of reservation which are appended as Annexures I to III to this Order.

<u>Recommendations</u>

1. Persons who are not covered under the scheme of reservation for Scheduled Castes, Scheduled Tribes and Other Backward Classes and whose family has gross annual income up to Rs. 4 lakhs (Rupees Four Lakhs only) are to be identified as Economically Weaker Sections for the benefit of reservation provided under Clause (6) of Article 15 and Clause (6) of Article 16 of the Constitution of India.

The identification of persons under Economically Weaker Sections as above shall be subject to other exceptions here in after enumerated.

2. The term "family" for the purpose of reservation to admissions in educational institutions and public employment covered under Clause (6) of Article 15 and Clause (6) of Article 16 of the Constitution of India shall include the person who seeks the benefit of reservation, his/her parents, siblings below the age of 18 years as also his/her spouse and their children below the age of 18 years.

3. Income from all sources, subject to the following exemptions, are to be taken for computing the annual income of the family.

Exemptions

1. Agricultural income from house plots in Municipality or Municipal Corporation of which the ceiling limit is specified.
2. Amounts received as social security pensions.
3. Family Pension.
4. Unemployment Wages.
5. Festival Allowance.
6. Terminal benefits.
7. Travelling Allowance.

4. Persons whose family owns or holds an extent of more than 2.5 Acres of land in Grama Panchayat area or more than 75 cents in Municipal area or 50 cents in Municipal Corporation area are excluded from being identified as Economically Weaker Sections in General Category.

The lands in all locations shall be clubbed together to ascertain the extent.

If the applicants' family is having lands in Panchayat area as well as in Municipality or Municipal Corporation limits, such lands shall be clubbed together and if the extent is more than 2.5 acres, he shall be excluded from being identified as Economically Weaker Sections.

If the applicants' family is having lands both in Municipal area and Municipal Corporation area, the above lands shall be clubbed together and if the total extent is more than 75 cents, he shall be excluded from being identified as Economically Weaker Sections in General Category.

"Land" shall include all types of lands.

5. Persons whose family owns or holds house plots having an area of more than 20 cents in a Municipality or 15 cents in Municipal Corporation area shall be excluded from being identified as Economically Weaker Sections in General Category.

If more than one house plot is owned or held by the family, all such plots shall be clubbed together to ascertain the extent of house plot.

If the family has house plots in Municipality and also in Municipal Corporation limits, then all such plots shall be taken together and if the area of such plots is more than 20 cents, the person belonging to such family shall be excluded from being identified as Economically Weaker Sections in General Category. House Plot is defined as a plot where a house is situate or a house can be built.

6. Applicants whose names are entered in the Ration cards issued to the families in the category of Anthyodaya Annayojana (AAY) or Priority House Holds (PHH) shall be identified as belonging to Economically Weaker Sections in General Category irrespective of any other criteria.

Such applicants need to produce only a certificate stating that his/her name is included in the Ration Card issued under such category.

The Village Officer concerned shall be the officer competent to issue such certificate. The format of Certificate is appended as Annexure III.

7. 10% reservation shall be provided to posts and services of the State, and also to the posts of Public Sector Units in which majority shares are owned by the State of Kerala. Model rosters for turn of reservation is appended as Annexure I.

8. Commission recommends to provide 10% reservation to Economically Weaker Sections in General Category in all educational institutions other than minority institutions, where reservation is provided to Other Backward Classes.

9. Since reservation is being given to Other Backward Classes in Government Higher Secondary Schools, the reservation up to 10% may be given to Economically Weaker Sections in General Category in Government Higher Secondary Schools.

The Commission also recommends to provide 10% reservation to Economically Weaker Sections in General Category to all Higher Educational Institutions other than minority institutions, where reservation to Other Backward Classes are provided.

10. The income of the family for the financial year prior to the year of application need to be taken into consideration for issuing the Income and Assets Certificate.

11. The details of the properties held by the family shall be declared by the applicant by himself/herself. If the verification reveals that the claim to belong to Economically Weaker Sections is fake/false, his/her service/admission will be terminated forth with without assigning any further reasons and this shall be without prejudice to such further action as it deem fit by the Government.

12. The Village Officer concerned shall be the competent authority to issue the income and Asset certificate, the form of which is shown as Annexure II.

13. The Tahsildar concerned shall be the appellate authority.

14. The R.D.O. concerned shall be the revisional authority.

15. The appointing authority should, in the offer of appointment to candidates claiming to belong to Economically Weaker Sections, include the following clause;

"The appointment is provisional and is subject to the income and asset certificate being verified through the proper channels and if the verification reveals that the claim to belong EWS is fake/false the services will be terminated forthwith without assigning any further reasons and without prejudice to such further action as may be taken under the provisions of the Indian Penal Code for production of fake/false Certificate"

16. Person belonging to Economically Weaker Sections in General Category who are selected/admitted on the basis of merit and not on account of reservation shall not be counted towards the quota meant for reservation.

17. Where in any recruitment year, any vacancy earmarked for Economically Weaker Sections in General Category cannot be filled up due to non-availability of suitable candidates belonging to Economically Weaker Sections, such vacancies shall not be carried forward as back log and such vacancy shall be allotted to open competition.

18. There shall be no reservation to Economically Weaker Sections for appointment to single post recruitment.

19. The Commission recommends that grievance redressal cell/officer may be constituted in departments/directorates. Periodical reports on redressal of grievance may be forwarded to the Government

in G.A.D.(Co-ordination).

20. All Government Departments/Directorates/Public Sector Undertakings shall forward periodical reports of unfilled vacancies of Economically Weaker Sections in General Category to Government in G.A.D. (Co-ordination). Total number of vacancies anticipated in six months shall also be reported.

21. The Scheme for reservation of Economically Weaker Sections in General Category in the State of Kerala can be made effective from the date as fixed by the Government.

22. The criteria for identification of Economically Weaker Sections in General Category may be reviewed and modified periodically, preferably by following a time frame of 3 years.

23. A monitoring cell in Government Secretariat may be constituted to oversee the performance of the implementation of the reservation scheme of Economically Weaker Sections in General Category.

5. Government are also pleased to authorise the following Administrative Departments in the Government Secretariat to take further necessary action on the above recommendations as noted against each:-

Department	**Recommendations**
Personnel and Administrative Reforms Department	7& 1-6, 10-18, 22 (orders will be issued in consultation with Revenue Department)
Planning and Economic Affairs Department	7 (reservation in PSUs)
General Education Department Higher Education Department	8,9

General Administration (Co-Ordination) Department	19, 20, 23

(By order of the Governor)

K.GOPALAKRISHNA BHAT
SECRETARY

To

Justice (Rtd) K.Sasidharan Nair, former Law Secretary, 'Krishna', T.C 85/46 (New), M.K.K.Nair Road, Pettah, Thiruvananthapuram.

Shri.M.Rajagopalan Nair, Advocate, 'Kalyani', BNRA 184A, Golf Link Road, Kowdiar, Thiruvananthapuram.

The Secretary, Kerala Public Service Commission, Thiruvananthapuram (with C/L).

The Law Department (vide U.O (f)No.28013/Leg.B2/2019/Law)

The General Administration (SC) Department

The General Administration (Co-ordination) Department.

The General Education Department.

The Higher Education Department.

The Revenue Department.

The Planning and Economic Affairs Department.

The Information & Public Relations (Web & New Media) Department (for wide publicity through media).

The Stock File/Office copy.

Forwarded/By order,

Section Officer.

Annexure -I

MODEL ROSTER NO.I
MAINTENANCE OF ROSTERS. THE ORDER OF ROTATION SPECIFIED IN A CYCLE OF 100 VACANCIES

(Annexure vide Rule 15 of KS.S.R.S.)

I. For Direct Recruitment to posts other than those included in the Last Grade Service.

1. Open Competition
2. Ezhavas, Thiyyas and Billavas
3. Open Competition
4. Schedule castes
5. Open Competition
6. Muslims
7. Open Competition
8. Latin Catholics and Anglo-Indians
9. **Economically Weaker Section**
10. Other Backward Classes
11. Open Competition
12. Scheduled Castes
13. Open Competition
14. Ezhavas, Thiyyas and Billavas
15. Open Competition
16. Muslims
17. Open Competition
18. Ezhavas, Thiyyas and Billavas
19. **Economically Weaker Section**
20. Viswa Karmas
21. Open Competition
22. Latin Catholics and Anglo-Indians
23. Open Competition
24. Schedules Castes
25. Open Competition
26. Muslims
27. Open Competition
28. Ezhavas, Thiyyas, Billavas
29. **Economically Weaker Section**
30. Muslim
31. Open Competition
32. Scheduled Castes
33. Open Competition
34. Ezhavas, Thiyyas and Billvas
35. Open Competition
36. Muslims

37. Open Competition
38. Nadars Included in SIUC
39. Economically Weaker Section
40. Other Backward Classes
41. Open Competition
42. Ezhavas, Thiyyas and Billavas
43. Open Competition
44. Scheduled Tribes
45. Open Competition
46. Muslims
47. Open Competition
48. Scheduled Castes Converts to Christianity
49. Economically Weaker Section
50. Dheevaras
51. Open Competition
52. Scheduled Castes
53. Open Competition
54. Ezhavas, Thiyyas and Billavas
55. Open Competition
56. Muslims
57. Open Competition
58. Ezhavas, Thiyyas and Billavas
59. Economically Weaker Section
60. Hindu Nadars
61. Open Competition
62. Ezhavas, Thiyyas and Billavas
63. Open Competition
64. Scheduled Castes
65. Open Competition
66. Muslims
67. Open Competition
68. Latin Catholic and Anglo-Indians
69. Economically Weaker Section
70. Viswakarmas
71. Open Competition
72. Scheduled Castes
73. Open Competition
74. Ezhavas, Thiyyas and Billavas
75. Open Competition
76. Muslims
77. Open Competition
78. Ezhavas, Thiyyas and Billavas
79. Economically Weaker Section
80. Muslims
81. Open Competition

82. Ezhavas, Thiyyas and Billavas
83. Open Competition
84. Scheduled Castes
85. Open Competition
86. Muslims
87. Open Competition
88. Ezhavas, Thiyyas and Billavas
89. Economically Weaker Section
90. Other Backward Classes
91. Open Competition
92. Schedule Tribes
93. Open Competition
94. Latin Catholic and Anglo-Indian
95. Open Competition
96. Muslims
97. Open Competition
98. Ezhavas, Thiyyas and Billavas
99. Economically Weaker Section
100. Viswakarmas

MODEL ROSTER NO.II

II. For Direct recruitment to posts included in the Last Grade Service

1. Open Competition
2. Ezhavas, Thiyyas and Billavas
3. Open Competition
4. Schedule castes
5. Open Competition
6. Muslims
7. Open Competition
8. Latin Catholics and Anglo-Indians
9. Economically Weaker Section
10.Other Backward Classes
11.Open Competition
12.Scheduled Castes
13.Open Competition
14.Ezhavas, Thiyyas and Billavas
15.Open Competition
16.Muslims
17.Open Competition
18.Dheevaras
19.Economically Weaker Section
20.Viswa Karmas
21.Open Competition
22.Latin Catholics and Anglo-Indians
23.Open Competition
24.Schedules Castes
25.Open Competition
26.Muslims
27.Open Competition
28.Ezhavas, Thiyyas, Billavas
29.Economically Weaker Section
30.Other Backward Classes
31.Open Competition
32.Scheduled Castes
33.Open Competition
34.Ezhavas, Thiyyas and Billvas
35.Open Competition
36.Muslims
37.Open Competition
38.Nadars Included in SIUC
39.Economically Weaker Section
40.Other Backward Classes

41.Open Competition
42.Ezhavas, Thiyyas and Billavas
43.Open Competition
44.Scheduled Tribes
45.Open Competition
46.Muslims
47.Open Competition
48.Scheduled Castes Converts to Christianity
49.Economically Weaker Section
50.Other Backward Classes
51.Open Competition
52.Scheduled Castes
53.Open Competition
54.Ezhavas, Thiyyas and Billavas
55.Open Competition
56.Muslims
57.Open Competition
58.Ezhavas, Thiyyas and Billavas
59.Economically Weaker Section
60.Hindu Nadars
61.Open Competition
62.Scheduled Castes convert to Christianity
63.Open Competition
64.Scheduled Castes
65.Open Competition
66.Muslims
67.Open Competition
68.Latin Catholic and Anglo-Indians
69.Economically Weaker Section
70.Other Backward Classes
71.Open Competition
72.Scheduled Castes
73.Open Competition
74.Ezhavas, Thiyyas and Billavas
75.Open Competition
76.Muslims
77.Open Competition
78.Ezhavas, Thiyyas and Billavas
79.Economically Weaker Section
80.Nadars included in SUCI
81.Open Competition
82.Ezhavas, Thiyyas and Billavas
83.Open Competition
84.Scheduled Castes
85.Open Competition

86.Muslims
87.Open Competition
88.Dheevaras
89.Economically Weaker Section
90.Other Backward Classes
91.Open Competition
92.Schedule Tribes
93.Open Competition
94.Latin Catholic and Anglo-Indian
95.Open Competition
96.Muslims
97.Open Competition
98.Ezhavas, Thiyyas and Billavas
99. Economically Weaker Section
100. Viswakarmas

www.ingramcontent.com/pod-product-compliance
Lightning Source LLC
LaVergne TN
LVHW100308051026
849517LV00006B/2225